OCT - 8 2018

lonely planet

Vietnamese

Phrasebook & Dictionary

Acknowledgments

Product Editor Bruce Evans
Language Writer Ben Handicott
Cover Image Researcher Campbell McKenzie

Thanks

James Hardy, Ngoc Nguyen, Angela Tinson,
Juan Winata

Published by Lonely Planet Global Limited
CRN 554153

8th Edition – September 2018
ISBN 978 1 78701 346 9
Text © Lonely Planet 2018
Cover Image Girl in traditional dress at Tomb of Minh Mang, Hue.
Danita Delimont Stock/AWL ©

Printed in China   10 9 8 7 6 5 4 3 2 1

Contact lonelyplanet.com/contact

Although the authors and Lonely Planet try to make the information as accurate as possible, we accept no responsibility for any loss, injury or inconvenience sustained by anyone using this book.

Paper in this book is certified against the Forest Stewardship Council™ standards. FSC™ promotes environmentally responsible, socially beneficial and economically viable management of the world's forests.

MIX
Paper from
responsible sources
FSC™ C021741
www.fsc.org

Our Language Writers

Ben Handicott, who lived in Vietnam for three years, provided the transliterations, translations and cultural information for this book.

Ben would like to thank Benjamin Reichman for his translations and advice; Ralph Schwer and Nga Ngọc Schwer for their assistance with the dictionary and comments on the manuscript; and Ralph again for his thoughts on the transliteration system. Thanks also to a dedicated bunch who've tested the transliterations in Footscray *phở* haunts and *bánh mì* bakeries (as if the food wasn't thanks enough).

acknowledgments

3

make the most of this phrasebook ...

Anyone can speak another language! It's all about confidence. Don't worry if you can't remember your school language lessons or if you've never learnt a language before. Even if you learn the very basics (on the inside covers of this book), your travel experience will be the better for it. You have nothing to lose and everything to gain when the locals hear you making an effort.

finding things in this book

For easy navigation, this book is in sections. The Basics chapters are the ones you'll thumb through time and again. The Practical section covers basic travel situations like catching transport and finding a bed. The Social section gives you conversational phrases, pick-up lines, the ability to express opinions – so you can get to know people. Food has a section all of its own: gourmets and vegetarians are covered and local dishes feature. Safe Travel equips you with health and police phrases, just in case. Remember the colours of each section and you'll find everything easily; or use the comprehensive Index. Otherwise, check the two-way traveller's Dictionary for the word you need.

being understood

Throughout this book you'll see coloured phrases on each page. They're phonetic guides to help you pronounce the language. Start with them to get a feel for how Vietnamese sounds. The pronunciation chapter in Basics will explain more, but you can be confident that if you read the coloured phrase, you'll be understood. As you become familiar with the spoken language, move on to using the actual Vietnamese text which will help you perfect your pronunciation.

communication tips

Body language, ways of doing things, sense of humour – all have a role to play in every culture. 'Local talk' boxes show you common ways of saying things, or everyday language to drop into conversation. 'Listen for ...' boxes supply the phrases you may hear. They start with the language (so local people can point out what they want to say to you) and then lead in to the pronunciation guide and the English translation.

social 97

vietnamese

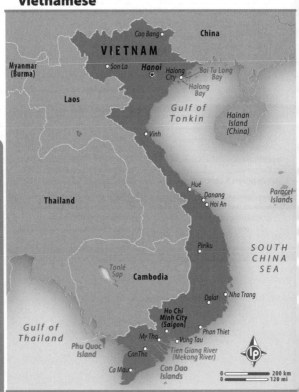

official language

For more details, see the **introduction**.

The distant ancestor of today's Vietnamese was born in the Red River Delta region, now in northern Vietnam. Initially, it was strongly influenced by Indic and Malayo-Polynesian languages, but this all changed when the Chinese took control of the coastal nation in the 2nd century BC.

Over a millennium, nearly 30 dynasties of Chinese rulers held sway in Vietnam. This period saw Chinese used as the language of literature, academia, science, politics and the Vietnamese aristocracy. The common people, however, still spoke the vernacular language, which was written in chữ nôm jũhr nawm. This script consisted of Chinese characters adapted to express Vietnamese sounds, and it was used until the early 20th century. Over two thirds of Vietnamese words are derived from Chinese sources – this vocabulary is termed Hán Việt haán vee·ụht (Sino-Vietnamese).

Following a century of fighting for independence, the Vietnamese gained control of their own land in AD 939. Vietnamese, written in chữ nôm, gained prestige as the nation rebuilt itself. This was the richest time for Vietnamese literature – great works such as the poetry of Ho Xuan Huong and the epic poem Truyện Kiều chwee·ụhn ğee·oò ('The Tale of Kieu') by Nguyen Du were composed.

The first European missionaries appeared in Vietnam in the 16th century. The French gradually asserted themselves over the

introduction

Portuguese as the region's dominant European power, adding Vietnam to Indochina in 1859 when they took control of Saigon. French vocabulary began to be used in Vietnamese, and in 1910 the Latin-based quốc ngữ gwáwk ngührr script was declared the language's official written form, facilitating French rule even further. This 29-letter phonetic alphabet had been invented in the 17th century by Alexandre de Rhodes, a French Jesuit missionary. Today virtually all writing is in quốc ngữ.

Despite the many conflicts which Vietnam has faced since the middle of last century, little has changed in the Vietnamese language. Some modifications, however, were made to quốc ngữ during the '50s and '60s – this made the script representative of a 'Middle Vietnamese' dialect which combines the initial consonants of the south with the vowels and final consonants of the north.

Today, Vietnamese is the official language of the Socialist Republic of Vietnam. It's spoken by about 85 million people worldwide, both in Vietnam and among migrant communities in Australia, Europe, North America and Japan.

This book gives you the practical phrases you need to get by in Vietnamese, as well as all the fun, spontaneous phrases that can lead to a better understanding of Vietnam and its people. Once you've got the hang of how to pronounce Vietnamese words, the rest is just a matter of confidence. Local knowledge, new relationships and a sense of satisfaction are on the tip of your tongue. So don't just stand there, say something!

abbreviations used in this book

a	adjective	⊗	north
adv	adverb	pl	plural
f	feminine	pol	polite
inf	informal	prep	preposition
lit	literal	sg	singular
m	masculine	⊚	south
n	noun	v	verb

vowel sounds

symbol	english equivalent	vietnamese example	transliteration
a	at	*me*	ma
aa	father	*ba*	baa
ai	aisle	*ai*	ai
ay	play	*bay*	bay
aw	law	*số*	sáw
e	bet	*ghê*	ge
ee	feet	*đi*	đee
er	her	*phở*	fẻr
i	fit	*thích*	tík
o	lot	*lo*	lo
oh	doh!	*phau*	foh
oo	through	*đủ*	đoỏ
oy	boy	*tôi*	doy
ow	cow	*sao*	sow
u	book	*lúc*	lúp
uh	but	*gặp*	guhp
uhr	fur (without the 'r')	*từ*	dùhr

Most Vietnamese vowel sounds exist in English, so you shouldn't have too much trouble pronouncing them. Once you've got the hang of the tones and the few challenging vowel sounds you'll be well on your way.

Vowel sounds can also have various combinations within a word (as shown in the table below). In such cases, each vowel is pronounced separately. In our pronunciation guides we've used dots (eg dee·úhng) to separate the different vowel sounds, but simplified three-vowel instances to two – that's not to say that there aren't three vowels in action, but when you get to the point of recognising the distinctions, you'll be using the Vietnamese script anyway.

symbol	vietnamese example	transliteration
ay·oo	*meo*	may·oo
ee·e	*miểng*	mee·úhng
ee·oo	*phiều*	fee·òo
ee·uh	*mía*	mee·úh
o·ee	*mọi*	mo·ẹe
oo·ee	*mùi*	moo·èe
oo·uh	*muốn*	moo·úhn
uhr·ee	*mười*	muhr·èe
uhr·er	*được*	đuhr·ẹrk
uhr·oo	*mưu*	muhr·oo
uhr·uh	*mưa*	muhr·uh

The accent marks above or below vowels in written Vietnamese (eg á, ẻ, ụ) refer to the tones (see next page).

tones

If you listen to someone speaking Vietnamese you'll notice that some vowels are pronounced with a high or low pitch while others swoop or glide in an almost musical manner. This is because Vietnamese uses a system of tones to make distinctions between words.

There are six tones used in Vietnamese: mid, low falling, low rising, high broken, high rising and low broken. The accent marks above or below the vowel in written Vietnamese (and also in our pronunciation guides) remind you which one to use. Note that the mid tone is flat. In the south, the low rising and the high broken tones are both pronounced as the low rising tone.

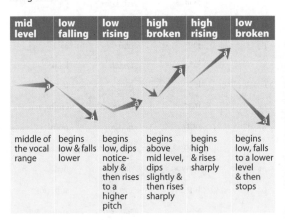

mid level	low falling	low rising	high broken	high rising	low broken
middle of the vocal range	begins low & falls lower	begins low, dips noticeably & then rises to a higher pitch	begins above mid level, dips slightly & then rises sharply	begins high & rises sharply	begins low, falls to a lower level & then stops

consonant sounds

Vietnamese consonant sounds are generally a breeze for English speakers to pronounce. The challenge for some people is the ng at the start of a word. English has this sound (eg 'sing'), but only in the middle or at the end of a word.

symbol	english equivalent	vietnamese example	transliteration
b	**bed**	*ba*	ba
ch	**chill**	*trà*	chà
d	**stop**	*tin*	din
đ	**dog**	*đề*	đày
f	**fit**	*pha*	faa
g	**gap**	*ga, ghen tị*	gaa, gen dẹe
ğ	**skill**	*cá, kem*	ğá, ğem
h	**hat**	*hát*	hát
j	**jam**	*chó*	jó
k	**kit**	*khách*	kaák
l	**let**	*lý*	lée
m	**mat**	*trung, me*	chum, ma
n	**not**	*nóng*	nóm
ng	**sing**	*ngon, anh*	ngon, ang
ny	**canyon**	*nhà*	nyà
p	**top**	*súp, tóc*	súp, dóp
s	**sad**	*sữa, xin*	sũhr·a, sin
t	**top**	*thích*	tík
v	**vase**	*vịt*	vịt
w	**water**	*quá*	ğwá
z	**zoo**	*giấy, do*	záy, zo

regional differences

There are three main varieties of spoken Vietnamese – northern (around Hanoi), southern (around HCMC) and central (Hue). In this book we've used Hanoi pronunciation, but also provided Saigon pronunciation and vocabulary for common-use variations. We've marked the two options when they occur as Ⓝ and Ⓢ. The Vietnamese spoken around Hue is considered even by Vietnamese to be quite unique. In fact, as a first-time speaker of Vietnamese, you might find that people in the north and south ask you if your strange pronunciation comes from having learnt Vietnamese in the centre of the country!

There are a few very obvious pronunciation differences between northern and southern consonants. The table below explains these. Vowels also differ, though this tends to be more subtle. See **tones** on page 13 for information on regional variations relating to tone.

consonant	southern dialect	northern dialect
d	y as in 'yes'	z
gi	y as in 'yes'	z
nh	n as in 'not'	ng
r	r as in 'rat'	z

word stress

Vietnamese words are considered to have one syllable, so stress is not a major issue when speaking. Tones can make words sound stressed though – work on your tones and it'll all fall into place.

The Vietnamese spoken south of HCMC is noted for its fluid sound, perhaps an impact of the Mekong Delta which fans out through the area. Here are a couple of consonants that change from standard southern pronunciation:

s (at the start of a word) becomes *s* sh as in '**sh**ow'
v (at the start of a word) becomes *v* y as in '**y**es'

reading & writing

Vietnamese has a 29-letter phonetic alphabet known as *quốc ngữ* gwáwk ngũhr. It includes all the letters of the English alphabet, except 'f', 'j', 'w' and 'z', plus a few diacritic-laden letters of its own. For spelling purposes, the pronunciation of each letter is provided below. The order shown has been used in the **menu decoder** and the **vietnamese–english dictionary**. We've also used the following order when the same letter has different tone marks – a, á, à, ả, ã, ạ. In some dictionaries, you may find *ch, gh, kh, ng, nh, ph, th* and *tr* listed as separate letters.

alphabet				
A a aa	*Ă ă* uh	*Â â* uh	*B b* be	*C c* se
D d ze	*Đ đ* de	*E e* a	*Ê ê* e	*G g* zhe
H h haat	*I i* ee	*K k* ğaa	*L l* e·luh	*M m* e·muh
N n e·nuh	*O o* o	*Ô ô* aw	*Ơ ơ* er	*P p* be
Q q koo	*R r* e·ruh	*S s* e·suh	*T t* de	*U u* u
Ư ư uhr	*V v* ve	*X x* ek·suh	*Y y* ee·gret	

BASICS

16

a–z phrasebuilder
ngữ pháp

contents

The index below shows which grammatical structures you can use to say what you want. Look under each function – listed in alphabetical order – for information on how to build your own sentences. For example, to tell the taxi driver where your hotel is, look for **giving instructions** and you'll be directed to information on **demonstratives**, **prepositions** etc. A **glossary** of grammatical terms is included at the end to help you.

a–z phrasebuilder

17

adjectives & adverbs

Adjectives can also be used as adverbs. Adjectives and adverbs come after the noun or verb they describe.

This is a very fast car.
  Xe này nhanh lắm. sa này nyaang lúhm
  (lit: vehicle this fast very)

We want to go quickly.
  Chúng tôi muốn đi nhanh. júm doy moo·úhn đee nyaang
  (lit: we want go fast)

See also **word order**.

be

The verb *là* laà (be), which never changes form, comes after the subject, just as 'be' does in English. To make a 'be' statement negative, place *không phái* kawm fai (lit: no true) before *là*:

I'm a student.
  Tôi là sinh viên. doy laà sing vee·uhn
  (lit: I be student)

He isn't a teacher.
  Ông ấy không phai awm áy kawm fai
  là giao viên. laà zow vee·uhn
  (lit: he no true be teacher)

In a sentence with 'be' + adjective, *là* is omitted. If the adjective is a 'negative' one – like *bệnh* beng (sick) – use the word *bị* beẹ (bad-be) instead of *là*.

I'm thirsty. *Tôi khát nước.* doy kaát nuhr·érk
  (lit: I thirsty)
I'm sick. *Tôi bị bệnh.* doy beẹ beng
  (lit: I bad-be sick)

The verb *là* isn't used to indicate location (as in 'I am here') – instead, use the preposition *ở* ẻr (at).

I'm in Vietnam. *Tôi ở Việt Nam.* doy ẻr vee·ụht naam
(lit: I at Vietnam)

See also **negatives**, **prepositions** and **verbs**.

classifiers

When counting, Vietnamese speakers use classifiers or 'counters' between the numbers and the nouns. In English we do this with words like 'pants' – we say 'three pairs of pants' instead of 'three pants'. The word 'pairs' not only classifies 'pants' but also items such as shoes, sunglasses, socks and so on. In Vietnamese, you need to use a classifier whenever you count objects in a given category. The most common classifiers are listed below – *cái* ğaí, in particular, can be used with any noun. Other useful classifiers are listed on the next page.

common classifiers		
animals	*con*	ğon
inanimate objects	*cái*	ğaí
people	*người*	nguhr·eè

two tickets	*hai cái vé*	hai ğaí vá
three dogs	*ba con chó*	baa ğon jó
four Australians	*bốn người Úc*	báwn nguhr·eè úp

Note that, like in English, some nouns can be used without classifiers:

two beers	*hai bia*	hai bee·uh
two bottles of beer	*hai chai bia*	hai jai bee·uh

See also **demonstratives** and **plurals**.

book-like objects	*quyển*	ğweé·uhn
bottles	*chai*	jai
buildings	*căn*	ğàn
couples or pairs	*đôi*	đoy
flat objects or sheets	*tờ*	dèr
flowers	*bông*	bawm
individual items	*chiếc*	jee·úhk
photos or flat art	*bức*	búhrk
plants or trees	*cây*	ğay
round objects	*quả*	quả
sets of items	*bộ*	bạw
vehicles	*xe*	sa

demonstratives

**giving instructions • indicating location •
naming people/things • pointing things out**

Demonstratives (in the table below) are used with classifiers and
come after the classifier and the noun they describe. For plurals,
just add the plural marker *những* nyũhrng before the classifier
(note that *cái* ğaí can be replaced by any other classifier).

demonstratives					
this	*(cái) này*	(ğaí) này	**these**	*những (cái) này*	nyũhrng (ğaí) này
that	*(cái) đó*	(ğaí) đó	**those**	*những (cái) đó*	nyũhrng (ğaí) đó

this painting	*bức tranh này*	búhrk chaang này
	(lit: classifier-flat-art painting this)	
these mangos	*những trái xoài này*	nyũhrng chaí swaì này
	(lit: plural classifier-fruit mango this)	

If it's clearly understood which item you're talking about (eg if you're pointing at something in a shop or a restaurant), you can drop the noun and keep the classifier and the demonstrative.

I'd like this (snake).
   Tôi muốn con (rán) này.   doy moo·úhn ǧon (zaán) này
   (lit: I want classifier-animal (snake) this)

See also **classifiers** and **plurals**.

have

making statements • negating • possessing

To say you possess something in Vietnamese, use the word *có* ǧó (have), which never changes form. For a negative statement, just add the word *không* kawm (no) before *có*.

I have a visa.	*Tôi có visa.*	doy ǧó vee·saa
	(lit: I have visa)	
I don't have a visa.	*Tôi không có visa.*	doy kawm ǧó vee·saa
	(lit: I no have visa)	

See also **negatives**, **possessives**, **there is/are** and **verbs**.

negatives

negating

For negative statements, add the word *không* kawm (no) before the verb.

We're going by plane.
   Chúng tôi đi bằng máy bay.   júm doy đee bùhng máy bay
   (lit: we go by plane)

We're not going by plane.

Chúng tôi không đi bằng   júm doy đee bùhng

máy bay.   máy bay

(lit: we no go by plane)

See also **be**, **have** and **there is/are**.

personal pronouns

making statements · naming people/things

Using personal pronouns correctly is the most difficult part of Vietnamese grammar, as they vary depending on the age, gender and social position of both speaker and the listener, plus the level of intimacy between them or how closely they're related. On the positive side, pronouns don't change form in the subject or object position – eg 'I' and 'me' are both translated as *tôi* doy.

The forms appropriate for the context have been used in all phrases in this book. The table below gives the general pronouns which will be suited to most situations you're likely to encounter. For a more comprehensive list, see the box **title case** on page 99. For more on pronouns used in informal situations, see the box **who do you love**, page 121.

personal pronouns		
I/me	*tôi*	doy
you sg	*bạn*	baạn
he/him	*ông ấy*	awm áy
she/her	*cô ấy*	ğaw áy
it	*cái đó*	ğaí đó
we/us excl/incl	*chúng tôi/ta*	júm doy/daa
you pl	*các bạn*	kaák baạn
they/them	*họ*	họ

Note that the pronoun 'we' has two forms in Vietnamese – the exclusive form (excl) is used to exclude the person spoken to, while the inclusive form (incl) is used to include the person spoken to.

plurals

Vietnamese nouns don't change form for plural. Instead, you can use the plural marker *những* nyũhrng before the noun. If you're counting with numbers, you need to use a classifier instead of the plural marker. See also **classifiers** and **demonstratives**.

bicycle	*xe đạp*	sa đaạp
	(lit: bicycle)	
bicycles	*những xe đạp*	nyũhrng sa đaạp
	(lit: plural-marker bicycle)	

possessives

To express possession in Vietnamese, use a personal pronoun (eg 'I', 'she') from the table on the previous page followed by the word *của* ğoỏ·uh (of). See also **have**.

| my passport | *hộ chiếu của tôi* | hạw jee·oó ğoỏ·uh doy |
| | (lit: passport of I) | |

prepositions

Prepositions are used to show the relationship between words in a sentence, just like in English. They come before the words they refer to. Some useful ones are listed on the next page.

I'm in Vietnam. *Tôi ở Việt Nam.* doy ér vee·ụht naam
(lit: I at Vietnam)

prepositions					
at/in/on (place)	*ở*	ér	from (time)	*từ*	dùhr
at/on (time)	*lúc*	lúp	to (place)	*đến*	dèn
for (purpose)	*để*	đẻ	until	*đến*	dèn
for/in (time)	*trong*	chom	with	*với*	ver·eé

questions

asking questions

There are several ways to form a question in Vietnamese. These structures all use the general subject-verb-object word order. In each case, you answer 'yes' by repeating the key word and 'no' by saying *không* kawm (no) plus that key word.

question type	structure	answer (yes)	answer (no)
yes/no question	... verb *không?* ... kawm (lit: verb no)	verb	*không* + verb kawm ...
yes/no question (asking for confirmation)	... *phải không?* fai kawm (lit: right no)	*Phải.* fai	*Không phải.* kawm fai
'can' question	... *được không?* duhr·ẹrk kawm (lit: can no)	*Được.* duhr·ẹrk	*Không được.* kawm duhr·ẹrk

Do you have an English–Vietnamese dictionary?
Bạn có tự điển   bạạn ğó dụhr đeẻ·uhn
Anh–Việt không?   aang vee·ụht kawm
(lit: you have dictionary English–Vietnamese no)

Yes./No.
Có./Không có.   ğó/kawm ğó
(lit: have/no have)

You're a student, right?
Bạn là sinh viên,   bạạn laà sing vee·uhn
phải không?   fai kawm
(lit: you be student right no)

Yes./No.
Phải./Không phải.   fai/kawm fai
(lit: right/no right)

Can you help me?
Bạn thể giúp   bạạn tảy zúp
tôi được không?   doy đuhr·ẹrk kawm
(lit: you help me can no)

Yes./No.
Được./Không được.   đuhr·ẹrk/kawm đuhr·ẹrk
(lit: can/no can)

The questions words below can be used on their own, or come
at the start or end of a sentence (as shown on the next page).

question words		
How?	*... như thế nào?*	... nyuhr táy nòw
How many/much?	*... bao nhiêu?*	... bow nyoo
What?	*... cái gì?*	... ğaí zeè
When?	*Khi nào ...?*	kee nòw ...
Where?	*... ở đâu?*	... ẻr đow
Which?	*... cái nào?*	... ğaí nòw
Who?	*Ai ...?*	ai ...
Why?	*... tại sao?*	... tạị sow

How do you pronounce this?
Phát âm từ này   faát aảm dùhr này
như thế nào?   nyuhr tấy nòw

How much is a kilo of rice?
Một cân gạo là   mạwt ğuhn gọw laà
bao nhiêu?   bow nyee·oo

What's that?
Đó là cái gì?   đó laà ğaí zeè

When does it get dark?
Khi nào thì trời tối?   kee nòw teè cher·eè dóy

Where can I buy a ticket?
Tôi có thể mua vé ở đâu?   doy ğó tẻ moo·uh vá ẻr đoh

Which village is this?
Làng này là cái nào?   laàng này laà ğaí nòw

Who made it?
Ai đã xây nó?   ai đaã say nó

Why are you studying Vietnamese?
Tại sao bạn học   daị sow bạạn họp
tiếng Việt?   dee·úhng vee·ụht

requests

giving instructions • making requests

To make a direct request, use the dictionary form of a verb:

Wait here.   *Đợi ở đây.*   đer·ẹẹ ẻr đay
       (lit: wait at here)

To make a polite request, place the word *xin* sin before the verb.

Please wait here.   *Xin đợi ở đây.*   đer·ẹẹ ẻr đay
       (lit: request wait at here)

See also **verbs**.

a–z phrasebuilder

27

there is/are

Use *có* ğó (have) for 'there is/are' and *không có* kawm ğó (lit: no have) for 'there isn't/aren't'.

There's a phone here.
Ở đây có máy điện thoại.   èr đay ğó máy đee·ụhn twại
(lit: at here have classifier-machine telephone)

There's no phone here.
Ở đây không có máy   èr đay kawm ğó máy
điện thoại.   đee·ụhn twại
(lit: at here no have classifier-machine telephone)

If you're pointing at something to indicate where it is, use *đây là* đay laà for 'here is/are' and *đó là* đó laà for 'there is/are'.

Here's my ticket.
Đây là vé của tôi.   đay laà vá ğoỏ·uh doy
(lit: here be ticket of I)

There are my bags.
Đó là hành lý của tôi.   đó laà haàng leé ğoỏ·uh doy
(lit: there be luggage of I)

See also **have** and **demonstratives**.

verbs

Vietnamese verbs never change form – they remain the same regardless of gender, person or tense. Some tense markers (eg *đã* đaã for the past tense, *đang* đaang for the present and *sẽ* sã for future actions), which always precede the main verb, can help indicate when the action is happening. Including words which specify time (eg *ngày mai* ngày mai 'tomorrow' or *hôm qua* hawm ğwaa 'yesterday') is also a very common and acceptable way to indicate tense.

Have you bought any souvenirs?
Bạn có mua kỷ   baạn ǧó moo·uh ǧeẻ
niệm chưa?   nee·ụhm juhr·uh
(lit: you past buy souvenir yet)

She's buying souvenirs.
Bà ấy đang mua   baà áy đaang moo·uh
kỷ niệm.   ǧeẻ nee·ụhm
(lit: she in-the-process-of buy souvenir)

He's going to buy souvenirs.
Ông ấy sẽ mua kỷ niệm.   awm áy sã moo·uh ǧeẻ nee·ụhm
(lit: he will buy souvenir)

past actions		
đã	đaã	past tense
có	ǧó	past tense (to ask/answer a question)
rồi	zòy	'already'
present actions		
đang	đaang	'in the process of'
còn	ǧòn	'still'
future actions		
sẽ	sã	'will' or 'shall'
sắp	súhp	'going to' or 'about to'

Vietnamese also uses words similar to English modal verbs (eg 'can' and 'should') before the main verb to modify its meaning:

modal verbs					
can	*có thể*	ǧó tảy	**should**	*nên*	nen
must	*phải*	fai	**want**	*muốn*	moo·úhn
need	*cần*	ǧùhn			

He wants to buy souvenirs.
 Ông ấy muốn mua awm áy moo·úhn moo·uh
 kỷ niệm. ğeé nee·ụhm
 (lit: he want buy souvenir)

word order

asking questions • making statements

As in English, Vietnamese worde order is generally subject–verb–object.

I bought a ticket.
 Tôi đã mua vé. doy đaã moo·uh vá
 (lit: I past-tense buy ticket)

Also remember the following rules:

word order	
adjectives & adverbs	after the noun or verb they modify
classifiers	between the number and the noun
demonstratives	after the noun they describe
prepositions	before nouns they refer to
question words	at the start or the end of a sentence
tense markers & modals	before the main verb

glossary

adjective	word that describes something – 'I'd like to try some **rice** wine'
adverb	word that explains how an action is done – 'The cyclo was going **slowly**'
classifier	counting word – eg 'Please bring me a **pair** of chopsticks'
demonstrative	word that means 'this' or 'that'
gender	classification of nouns and pronouns into classes (like masculine and feminine), requiring other words (eg adjectives and verb forms) to belong to the same class
modal verb	verb used before the main verb to modify its meaning – 'I **can** speak Vietnamese'
noun	thing, person or idea – 'When's the **pagoda** open?'
object (direct)	person or thing in the sentence that has the action directed to it – 'He's reading the **menu**'
object (indirect)	person or thing in the sentence that is the recipient of the action – 'I gave **him** the ticket'
plural marker	word used before the noun to indicate plural
preposition	word like 'at' or 'before' in English
pronoun	word that means 'I', 'you', etc
subject	thing or person in the sentence that does the action – 'Both **men and women** wear conical hats'

a-z phrasebuilder

tense	form of a verb that indicates whether the action is in the present, past or future – eg 'eat' (present), 'ate' (past), 'will eat' (future)
tense marker	word used to indicate when the action is happening – eg 'yet' or 'still'
verb	word that tells you what action happened – 'The country **was divided** between the north and the south'

Do you speak (English)?
Bạn có nói tiếng (Anh) baạn ğó nóy dee·úhng (aang)
không? kawm

Does anyone speak (English)?
Có ai nói tiếng (Anh) ğó ai nóy dee·úhng (aang)
không? kawm

Do you understand?
Bạn hiểu không? baạn heẻ·oo kawm

I (don't) understand.
Tôi (không) hiểu. doy (kawm) heẻ·oo

I speak (English).
Tôi nói tiếng (Anh) được. doy nóy dee·úhng (aang) đuhr·ẹrk

I don't speak (Vietnamese).
Tôi không biết nói doy kawm bee·úht nóy
tiếng (Việt). dee·úhng (vee·ụht)

Pardon?
Xin lỗi? sin lỗy

---

tone troubles

As there are six tones in spoken Vietnamese, every syllable can be pronounced in six different ways. Not only that, but different tones can completely change a word's meaning. Here are just a few examples:

ma	maa	**ghost**	*la*	laa	**to cry**
má	maá	**cheek**	*lá*	laá	**to be**
mà	maà	**but**	*là*	laà	**leaf**
mạ	maạ	**rice seedling**	*lạ*	laạ	**very tired**
mả	maả	**tomb**	*lả*	laả	**pure**
mã	maã	**horse**	*lã*	laã	**strange**

See also **tones**, page 13.

I speak a little.
   Tôi nói một ít thôi.   doy nóy mạwt ít toy

I'm studying Vietnamese.
   Tôi đang học tiếng Việt.   doy đaang họp dee·úhng vee·ụht

I'd like to practise Vietnamese.
   Tôi muốn tập nói   doy moo·úhn dụhp nóy
   tiếng Việt.   dee·úhng vee·ụht

What does (thôi) mean?
   (Thôi) có nghĩa gì?   (toy) ğó ngyeẽ·uh zeè

How do you …?	… *như thế nào?*	… nyuhr té nòw
pronounce this	*Phát âm từ này*	faát aảm dùhr này
write (Hanoi)	*Viết từ*	vee·úht dùhr
	(Hà Nội)	(haà nọy)

Could you	*Bạn có thể …*	bạan ğó tẻ …
please …?	*được không?*	đuhr·ẹrk kawm
repeat that	*lập lại*	lụhp lại
speak more	*nói chậm hơn*	nóy jụhm hern
slowly		
write it down	*viết ra*	vee·úht raa

---

how to say 'enough'

The word *thôi* toy is very useful, and translates roughly as 'and not a bit more'. It usually comes at the end of a phrase to create emphasis:

Tôi nói tiếng (Anh) được thôi!
   doy nóy dee·úhng (aang)   **I speak (English)**
   đuhr·ẹrk toy   **and nothing else!**

It can also mean 'Enough!' when used on its own – if children are annoying their parents, you'll more than likely hear a frustrated '*Thôi!*'. You might use it if the same kids are trying to ingratiate themselves to you with postcards for sale …

numbers & amounts
số và số lượng

cardinal numbers

0	*không*	kawm	6	*sáu*	sóh
1	*một*	mạwt	7	*bảy*	bảy
2	*hai*	hai	8	*tám*	daám
3	*ba*	baa	9	*chín*	jín
4	*bốn*	báwn	10	*mười*	muhr·eè
5	*năm*	nuhm			

11	*mười một*	muhr·eè mạwt
12	*mười hai*	muhr·eè hai
13	*mười ba*	muhr·eè baa
14	*mười bốn*	muhr·eè báwn
15	*mười lăm*	muhr·eè luhm
16	*mười sáu*	muhr·eè sóh
17	*mười bảy*	muhr·eè bảy
18	*mười tám*	muhr·eè daám
19	*mười chín*	muhr·eè jín
20	*hai mươi*	hai muhr·ee
21	*hai mươi mốt*	hai muhr·ee máwt
22	*hai mươi hai*	hai muhr·ee hai
30	*ba mươi*	baa muhr·ee
40	*bốn mươi*	báwn muhr·ee
50	*năm mươi*	nuhm muhr·ee
60	*sáu mươi*	sów muhr·ee
70	*bảy mươi*	bảy muhr·ee
80	*tám mươi*	daám muhr·ee
90	*chín mươi*	jín muhr·ee
100	*một trăm*	mạwt chuhm
200	*hai trăm*	hai chuhm
1000	*nghìn/ngàn* ⓝ/ⓢ	ngỳin/ngaàn ⓝ/ⓢ
10,000	*mười nghìn/ngàn* ⓝ/ⓢ	muhr·eè ngỳin/ngaàn ⓝ/ⓢ
1,000,000	*triệu*	chee·oọ
100,000,000	*tỷ*	deẻ

ordinal numbers

1st	*thứ nhất*	túhr nyúht
2nd	*thứ hai*	túhr hai
3rd	*thứ ba*	túhr baa
4th	*thứ tư*	túhr duhr
5th	*thứ năm*	túhr nuhm

fractions

phân số

a quarter	*một phần tư*	mạwt fùhn duhr
a third	*một phần ba*	mạwt fùhn baa
a half	*một nửa*	mạwt nuhr·aả
three-quarters	*ba phần tư*	baa fùhn duhr

useful amounts

nói về số lượng

How much?	*Bao nhiêu?*	bow nyee·oo
How many?	*Bao nhiêu cái?*	bow nyee·oo kái
Please give me ...	*Xin cho tôi ...*	sin jo doy ...
a few	*một số*	mạwt sáw
(just) a little	*một chút (thôi)*	mạwt chút (toy)
a lot/many	*nhiều*	nyee·oò
some	*một vài*	mạwt vaì

classifiers

When counting nouns, Vietnamese uses classifiers – words that come between the number and the noun to describe some property of the noun (such as animacy, gender, shape etc). For more details, see the **phrasebuilder,** page 20.

telling the time

chỉ giờ

There are no direct equivalents of the English 'am' and 'pm' in Vietnamese – specify the time of day by placing the words *sáng* saáng (morning – 4am to 11am), *trưa* chuhr·uh (lit: midday – 11am to 2pm), *chiều* jee·oò (afternoon – 2pm to 5pm) or *tối* dóy (evening – 5pm till late) after the hour. Minutes (*phút* fút) past the hour are simply added after *giờ* zèr ('hour' or 'o'clock'), but for minutes before the hour, add *kém* kám (less).

What time is it?
   Mấy giờ rồi?   máy zèr zòy

It's (ten) o'clock.
   (Mười) giờ rồi.   (muhr·eè) zèr zòy

Five past (ten).
   (Mười) giờ năm.   (muhr·eè) zèr nuhm

Quarter past (ten).
   (Mười) giờ mười lăm phút. (muhr·eè) zèr muhr·eè luhm fút

Half past (ten).
   (Mười) giờ rưởi.   (muhr·eè) zèr zũhr·ee

Quarter to (ten).
   (Mười) giờ kém mười lăm. (muhr·eè) zèr kám muhr·eè luhm

Twenty to (ten).
   (Mười) giờ kém hai mươi. (muhr·eè) zèr kám hai muhr·eè

At what time …?
   Lúc mấy giờ …?   lúp máy zèr …

At (ten).
   Lúc (mười) giờ.   lúp (muhr·eè) zèr

At (7.57pm).
   Lúc (tám giờ kém ba tối). lúp (daám zèr kám baa dóy)
   (lit: at eight o'clock less three evening)

the calendar

Lunar Calendar	*âm lịch*	uhm lịk
Lunar New Year	*tết âm lịch*	dét uhm lịk
Western New Year	*tết tay*	dét day

days

Monday	*thứ hai*	túhr hai
Tuesday	*thứ ba*	túhr baa
Wednesday	*thứ tư*	túhr duhr
Thursday	*thứ năm*	túhr nuhm
Friday	*thứ sáu*	túhr sóh
Saturday	*thứ bảy*	túhr bẩy
Sunday	*chủ nhật*	joỏ nyụht

months

January	*tháng một*	taáng mạwt
February	*tháng hai*	taáng hai
March	*tháng ba*	taáng baa
April	*tháng tư*	taáng duhr
May	*tháng năm*	taáng nuhm
June	*tháng sáu*	taáng sóh
July	*tháng bảy*	taáng bẩy
August	*tháng tám*	taáng daám
September	*tháng chín*	taáng jín
October	*tháng mười*	taáng muhr·eè
November	*tháng mười một*	taáng muhr·eè mạwt
December	*tháng mười hai*	taáng muhr·eè hai

dates

What date is it today?

Hôm nay là ngày mấy?   hawm nay laà ngày máy

It's (18 October).

Hôm nay là (mười tám,   hawm nay laà (muhr·eè daám
tháng mười).   taáng muhr·eè)

seasons

spring	*mùa xuân*	moo·ùh swuhn
summer	*mùa hè*	moo·ùh hà
autumn	*mùa thu*	moo·ùh too
winter	*mùa đông*	moo·ùh đawm
dry season	*mùa khô*	moo·ùh kaw
wet season	*mùa mưa*	moo·ùh muhr·uh

present

hiện tại

now	*bây giờ*	bay zèr
today	*hôm nay*	hawm nay
tonight	*tối nay*	dóy nay
this ...	*... này*	... này
morning	*sáng*	saáng
afternoon	*chiều*	jee·oò
week	*tuần*	dwùhn
month	*tháng*	taáng
year	*năm*	nuhm

past

quá khứ

last night	*buổi tối*	boỏ·ee dóy
	hôm qua	hawm ğwaa
yesterday	*hôm qua*	hawm ğwaa
day before yesterday	*hôm kia*	kawm ğee·uh
(three days) ago	*(ba ngày)*	(baa ngày)
	trước đây	chuhr·érk đay
since (May)	*từ (tháng năm)*	dùhr (taáng nuhm)

yesterday ...	... hôm qua	... hawm ğwaa
morning	sáng	saáng
afternoon	chiều	jee·oò
evening	tối	dóy

last ...	... trước	... chuhr·érk
week	tuần	dwùhn
month	tháng	taáng
year	năm	nuhm

future

tương lai

day after tomorrow	ngày kia	ngày ğee·uh
in (six days)	(sáu ngày) sau	(sóh ngày) soh
until (June)	cho đến (tháng sáu)	jo đén (taáng sóh)

tomorrow ...	... ngày mai	... ngày mai
morning	sáng	saáng
afternoon	chiều	jee·oò
evening	tối	dóy

next ...	... sau	... soh
week	tuần	dwùhn
month	tháng	taáng
year	năm	nuhm

during the day

trong ngày

day	ngày	ngày
midday	buổi trưa	boó·ee chuhr·uh
midnight	khuya	kwee·uh
night	đêm	đem
sunrise	mặt trời mọc	muht cher·eè mọp
sunset	mặt trời lặn	muht cher·eè lụhn

How much is it?
Nó bao nhiêu tiền? — nó bow nyee·oo dee·ùhn

Can you write down the price?
Bạn có thể viết giá — bạạn ğó tảy vee·úht zaá
được không? — đuhr·ẻrk kawm

There's a mistake in the bill.
Có sự nhầm lẫn trên — ğó sụhr nyùhm lũhn chen
hoá đơn. — hwaá đern

Do you change money here?
Bạn có dịch vụ đổi — bạạn ğó zịk voọ đỏy
tiền ở đây? — dee·èn ẻr đay

Do I need to pay upfront?
Tôi có cần phải trả — doy ğó ğùhn fai chaả
trước không? — chuhr· érk kawm

Could I have my deposit, please?
Tôi có thể xin lại — doy ğó tẻ sin lại
tiền đặt cọc không? — dee·èn đụht ğọp kawm

I'd like to …	*Tôi muốn …*	doy moo·úhn …
cash a cheque	*đổi séc ra*	đỏy sák zaa
	tiền mặt	dee·ùhn mụht
change a	*đổi séc du*	đỏy sák zuu
travellers cheque	*lịch*	lịk
change money	*đổi tiền*	đỏy dee·ùhn
get a cash	*rút tiền tạm*	zút dee·ùhn dạạm
advance	*ứng*	úhrng
withdraw money	*rút tiền*	zút dee·ùhn

Do you accept ...?	*Bạn có dùng ... không?*	baạn ğó zùm ... kawm
credit cards	*thẻ tín dụng*	tả dín zụm
debit cards	*thẻ trừ tiền*	tả chùhr dee·ùhn
travellers cheques	*séc du lịch*	sák zoo lịk
I'd like ..., please.	*Làm ơn cho tôi ...*	laàm ern jo doy ...
a receipt	*hoá đơn*	hwaá đern
a refund	*tiền hoàn lại*	dee·ùhn hwaàn laị
my change	*tiền thừa*	dee·ùhn tùhr·uh
Where's ...?	*... ở đâu?*	... ẻr đoh
an automated teller machine	*Máy rút tiền tự động*	máy zút dee·ùhn dụhr đạwm
a foreign exchange office	*Phòng đổi ngoại tệ*	fòm đỏy ngwaị dẹ
What's the ...?	*... là bao nhiêu?*	... laà bow nyee·oo
charge for that	*Phí cho cái đó*	feé jo ğaí đó
exchange rate	*Tỉ giá hối đoái*	deẻ zaá haw·eé đwaí
How much is it per ...?	*Giá bao nhiêu cho một ...?*	zaá bow nyee·oo jo mạwt ...
night	*đêm*	đem
person	*người*	nguhr·èe
vehicle	*xe*	sa
week	*tuần*	dwùhn
It's free.	*Miễn phí.*	meẻ·uhn feé
It's (10) dollars.	*(Mười) đô.*	(muhr·eè) đaw
It's (10,000) dong.	*(Mười nghìn) đồng.*	(muhr·eè ngyìn) đàwm

getting around

đường đi

Which … goes	… nào đi tới	… nòw đee der·eé
to (Hanoi)?	(Hà Nội)?	(haà nọy)
boat	Thuyền	twee·ùhn
bus	Xe buýt	sa bweét
plane	Máy bay	máy bay
train	Xe lửa	sa lúhr·uh

Is this the …	… này đi tới	… này đee der·eé
to (Hue)?	(Huế) phải không?	(hwé) fai kawm
boat	Thuyền	twee·ùhn
bus	Xe buýt	sa bweét
plane	Máy bay	máy bay
train	Xe lửa	sa lúhr·uh

What time does	Máy giờ thì	máy zèr tèe
the … (bus)	chuyến (xe buýt)	chweé·uhn (sa bweét)
arrive/leave?	… tới/chạy?	… der·eé/chạy
first	đầu tiên	đòh dee·uhn
last	cuối cùng	ğoo·eé ğùm
next	kế tiếp	ğé dee·úhp

What time does it get to (Dalat)?
Máy giờ tới (Đà Lạt)? máy zèr der·eé (đaà laạt)

How long will it be delayed?
Nó sẽ bị đình hoãn bao lâu? nó sã beẹ đìng hwaãn bow loh

Is this seat free?
Chỗ này có ai ngồi không? jãw này ğó ai ngòy kawm

That's my seat.
Chỗ này là chỗ của tôi. jãw này laà jãw ğoó·uh doy

Please stop here.
Dừng lại ở đây. zùhrng laị ér đay

How long do we stop here?

Chúng ta ngừng ở — júm daa ngùhrng èr
đây bao lâu? — đay bow loh

Please tell me when we get to (Nha Trang).

Xin cho tôi biết khi — sin jo doy bee·úht kee
chúng ta đến (Nha Trang). — júm daa đén (nyaa chaang)

tickets

vé

Where do I buy a ticket?

Tôi có thể mua vé ở đâu? — doy ğó tẻ moo·uh vá èr đoh

Do I need to book?

Tôi có cần giữ chỗ — doy ğó gùhn zũhr jãw
trước không? — chuhr·érk kawm

A ... ticket	Một vé ...	mạwt vá ...
to (Saigon).	đi (Sài Gòn).	đee (sài gòn).
1st-class	hạng nhất	haạng nyúht
2nd-class	hạng nhì	haạng nyeè
child's	giá trẻ em	zaá chả am
one-way	một chiều	mạwt jee·oò
return	khứ hồi	kúhr hòy
student's	giá sinh viên	zaá sing vee·uhn

I'd like	Tôi muốn	doy moo·úhn
a/an ... seat.	chỗ ...	jãw ...
aisle	chỗ ngồi bên	jãw ngòy ben
	lối đi	lóy đee
nonsmoking	không hút thuốc	kawm hút too·úhk
smoking	hút thuốc	hút too·úhk
window	bên cửa sổ	ben ğủhr·uh sảw

Is there (a) ...?	Có ... không?	ğó ... kawm?
air conditioning	điều hòa	đee·oò hwaà
blanket	chăn	juhn
sick bag	túi nôn	doo·eé nawn
toilet	phòng vệ sinh	fòm vẹ sing

How much is it?
Bao nhiêu tiền? bow nyee·oo dee·ùhn

How long does the trip take?
Cuộc hành trình này ğoo·ụhk haàng chìng này
mất bao lâu? múht bow loh

Is it a direct route?
Đây có phải là lộ trình đay ğó fai laà lạw chìng
trực tiếp không? chụhrk dee·úhp kawm

Can I get a stand-by ticket?
Tôi có thể mua vé chờ doy ğó tẻ moo·uh vá jèr
đi ngay được không? đee ngay đuhr·ẹrk kawm

Can I get a soft/hard sleeping berth?
Tôi muốn một giường doy moo·úhn mạwt zuhr·èrng
cứng/mềm được không? ğúhrng/mèm đuhr·ẹrk kawm

What time should I check in?
Mấy giờ tôi phải ghi tên đi? máy zèr doy fai gee den đee

I'd like to … my *Tôi muốn … vé* doy moo·úhn … vá
ticket, please. *này, được không?* này đuhr·ẹrk kawm
  cancel *hủy bỏ* hweẻ bỏ
  change *thay đổi* tay đỏy
  confirm *xác nhận* saák nyuhn

transport

45

luggage

hành lý

Where can I find a/the ...?	... ở đâu?	... ẻr đoh
baggage claim	Nơi nhận hành lý	ner·ee nyựhn haàng leé
luggage locker	Tủ khóa đựng hành lý	doỏ kwaá đựhrng haàng leé
trolley	Xe đẩy	sa đảy

My luggage has been ...	Hành lý của tôi đã bị ...	haàng leé ğoỏ·uh doy đaã bẹe ...
damaged	laàm huhr	làm hư
lost	mất	múht
stolen	lấy cắp	láy ğúhp

That's (not) mine.
Đây (không) phai đay (kawm) fai
của tôi. ğoỏ·uh doy

---

listen for ...

hành lý quá	haàng leé ğwaá	**excess baggage**
mức qui định	múhrk ğwee định	
hành lý xách tay	haàng leé saák day	**carry-on baggage**

---

plane

máy bay

Where does flight (VN631) arrive?
Cửa nào chuyến bay ğủhr·uh nòw jwee·úhn bay
(VN631) đến? (ve en sóh ba mạwt) đen

Where does flight (VN631) depart?
Cửa nào chuyến bay ğủhr·uh nòw jwee·úhn bay
(VN631) cất cánh? (ve en sóh ba mạwt) ğúht ğaáng

PRACTICAL

chuyển	jweé·uhn	**transfer**
hộ chiếu	haw jee·oó	**passport**
quá cảnh	ğwaá ğaảng	**transit**
thẻ lên máy bay	tả len máy bay	**boarding pass**

Where's (the) ...?	*... ở đâu?*	*... ẻr doh*
airport shuttle	*Xe chở người trong sân bay*	sa jẻr nguhr·eè chom suhn bay
arrivals hall	*Ga đến*	gaa dén
departures hall	*Ga đi*	gaa dee
duty-free shop	*Cửa hàng miễn thuế*	ğủhr·uh haàng meẽ·uhn twé
gate (6)	*Cửa số (sáu)*	ğủhr·uh sáw (sóh)

bus

xe buýt

How often do buses come?
Lịch trình xe buýt thế nào? — lịk chình sa bweét té nòw

Which bus goes to (Hai Phong)?
Xe buýt nào đi tới (Hải Phòng)? — sa bweét nòw đee der·eé (hai fòm)

Does it stop at (Danang)?
Xe này có ngừng ở (Đà Nẵng) không? — sa này ğó ngùhrng ẻr (đaà nũhng) kawm

What's the next stop?
Trạm kế tới là trạm nào? — chụm ğé der·eé laà chụm nòw

I'd like to get off at (Hue).
Tôi muốn xuống tại (Huế). — doy moo·úhn soo·úhng dại (hwé)

... bus	*xe buýt ...*	sa bweét ...
city	*thành phố*	taàng fáw
intercity	*liên thành phố*	lee·uhn taàng fáw

train

What station is this?
Trạm này là trạm nào? chụhm này laà chụhm nòw

What's the next station?
Trạm kế tới là chụhm ğé der·eé laà
trạm nào? chụhm nòw

Does it stop at (Vinh)?
Xe này có ngừng ở sa này ğó ngừhrng ér
(Vinh) không? (ving) kawm

Do I need to change?
Tôi có cần đổi xe không? doy ğó ğùhn đỏy sa kawm

Is it …?	*Đây có phải là lộ trình … không?*	đay ğó fai laà lạw chìng … kawm
direct	*trực tiếp*	chụhrk dee·úhp
express	*nhanh*	nyaang

Which carriage is (for) …?	*Toa xe nào là …?*	dwaa sa nòw laà …
1st class	*hạng nhất*	haạng nyúht
dining	*toa xe hàng ăn*	dwaa sa haàng uhn

boat

What's the sea like today?
Hôm nay biển như hawm nay beẻ·uhn nyuhr
thế nào? té nòw

What time does the ferry leave?
Mấy giờ phà đi? máy zèr faà đee

Where does the boat leave from?
Từ đâu thuyền đi? dùhr đoh twee·ùhn đee

Are there life jackets?
Có áo cứu đắm không? ğó ów ğuhr·oó đúhm kawm

What ... is this?	... này là cái nào?	... này laà ğaí nòw
bay	Vịnh	vịng
beach	Bãi biển	baĩ beẻ·uhn
island	Hòn đảo	hòn đỏw
lake	Hồ	hàw
river	Sông	sawm
cabin	phòng	fòm
captain	thuyền trưởng	twee·ùhn chủhr·erng
deck	sàn tàu	saàn dòh
ferry n	phà	faà
hammock	võng	võm
hydrofoil	tàu cánh ngầm	dòw ğaáng ngùhm
jolly roger	cờ cướp biển	ğèr ğuhr·érp beẻ·uhn
lifeboat	tàu cứu đắm	dòh ğuhr·oó đủhm
life jacket	áo cứu đắm	ów ğuhr·oó đủhm
yacht	thuyền buồm	twee·ùhn boo·ùhm
I feel seasick.	Tôi bị say sóng.	doy beẹ say sóm

taxi, motorcycle-taxi & cyclo

taxi, xe ôm & xích lô

I'd like a taxi ...	Tôi muốn một chiếc taxi ...	doy moo·úhn mạwt jee·úhk dúhk·see ...
at (9am)	lúc (chín giờ sáng)	lúp (jín zèr saáng)
now	ngay	ngay
tomorrow	ngày mai	ngày mai

Where can I find motorcycle-taxis?

Xe ôm ở đâu?   sa awm ẻr đoh

Is this taxi free?

Taxi này có đang   dúhk·see này ğó đaang
trống không?   cháwm kawm

How much is it to ...?

Đi đến ... mất bao   đee đén ... múht bow
nhiêu tiền?   nyee·oo dee·ùhn

Please take me to (this address).
Làm ơn đưa tôi tới   laàm ern đuh·uh doy der·eé
(địa chỉ này).   (đẹ·uh jeé này)

Please put the meter on.
Làm on mở đồng hồ.   laàm ern mẻr đàwm hàw

How much is it?
Tiền xe hết bao nhiêu?   dee·ùhn sa hét bow nyee·oo

Please …	*Làm ơn …*	laàm ern …
slow down	*chậm lại*	juhm laị
stop here	*dừng lại ở đây*	zùhrng laị ẻr đay
wait here	*đợi ở đây*	der·eẹ ẻr đay

car & motorbike

xe hơi & xe máy

car & motorbike hire

I'd like to	*Tôi muốn*	doy moo·úhn
hire a/an …	*thuê …*	twe …
4WD	*xe bốn bánh*	sa báwn baáng
	chủ động	joỏ đạwm
automatic	*xe số tự động*	sa sáw dụhr đạwm
car	*xe hơi*	sa her·ee
manual	*xe số tay*	sa sáw day
minibus	*xe mini*	sa mi·nee
motorbike	*xe môtô*	sa maw·taw
motorscooter	*xe máy*	sa máy

with …	*có …*	ğó …
a driver	*người lái xe*	nguhr·eè laí sa
air conditioning	*máy lạnh*	máy laạng

How much for	*Bao nhiêu*	bow nyee·oo
… hire?	*một …?*	mạwt …
daily	*ngày*	ngày
weekly	*tuần*	dwùhn

Does that include insurance?

Có bao gồm bảo hiểm không?	ğó bow gàwm bỏw heẻ·uhm kawm

Do you have a guide to the road rules in English?

Bạn có quyển sách hướng dẫn luật đi đường bằng tiếng Anh không?	bạan ğó ğweẻ·uhn saák huhr·érng zũhn lwụht đee đuhr·èrng bùhng dee·úhng aang kawm

Do you have a road map?

Có bản đồ lái xe không?	ğó baản đàw laí sa kawm

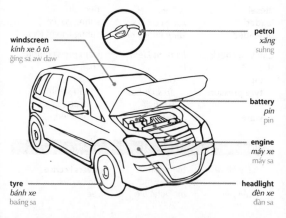

petrol
xăng
suhng

windscreen
kính xe ô tô
ğíng sa aw daw

battery
pin
pin

engine
máy xe
máy sa

tyre
bánh xe
baáng sa

headlight
đèn xe
đàn sa

transport

51

on the road

What's the speed limit?
Tốc độ là bao nhiêu? — dáwp đạw laà bow nyee·oo

Is this the road to (Dien Bien Phu)?
Đường này đi (Điện Biên Phú) không? — đuhr·èrng này đee (đee·ụhn bee·uhn foỏ) kawm

Can I park here?
Tôi có thể đậu ở đây được không? — doy ğó tẻ đọh ẻr đay đuhr·ẹrk kawm

How long can I park here?
Tôi có thể đậu ở đây được bao nhiêu lâu? — doy ğó tẻ đọh ẻr đay đuhr·ẹrk bow nyee·oo loh

Where's a petrol station?
Trạm xăng ở đâu? — chụhm suhng ẻr đoh

Please fill it up.
Làm ơn đổ đầy bình. — laàm ern đảw đày bìng

I'd like (20) litres.
Tôi muốn (hai mươi) lít. — doy moo·úhn (hai muhr·ee) lít

diesel	*điêzen*	đee·zan
leaded	*xăng có chì*	suhng ğó jee
unleaded	*xăng không chì*	suhng kawm jee

Can you check the ...?	*Làm ơn kiểm tra ...*	laàm ern geẻ·uhm chaa ...
oil	*dầu*	zòh
tyre pressure	*áp suất hơi*	aáp swúht her·ee
	bánh xe	baáng sa
water	*nước*	nuhr·érk

listen for ...

bằng lái xe	bùhng laí sa	**drivers licence**
kilômét	ğee·law·mét	**kilometres**
miễn phí	meẽ·uhn feé	**free**

problems

I need a mechanic.
Tôi cần thợ sửa xe.   doy ğùhn tẹr sủhr·uh sa

I've had an accident.
Tôi bị tai nạn.   doy beẹ dai naạn

It won't start.
Xe không mở máy.   sa kawm mẻr máy

I have a flat tyre.
Bánh xe tôi bị xì.   baáng sa doy beẹ seè

I've lost my car keys.
Tôi bị mất chìa khóa xe.   doy beẹ múht jee·ùh kwaá sa

I've run out of petrol.
Tôi bị hết dầu xăng.   doy beẹ hét zòh suhng

Can you fix it (today)?
Bạn có thể sửa xe   baạn ğó tẻ sủhr·uh sa
(hôm nay) được không?   (hawm nay) đuhr·ẹrk kawm

How long will it take?
Sửa xe mất bao   sủhr·uh sa múht bow
nhiêu lâu?   nyee·oo loh

bicycle

xe đạp

I'd like …	Tôi muốn …	doy moo·úhn …
my bicycle	sửa xe đạp	sủhr·uh sa đaap
repaired	của tôi	ğoỏ·uh doy
to buy a bicycle	mua xe đạp	moo·uh sa đaap
to hire a bicycle	mướn xe đạp	muhr·érn sa đaap

I'd like (to buy) a … bike.	Tôi muốn (mua) một xe đạp …	doy moo·úhn (moo·uh) một sa đaap …
mountain	leo núi	lay·oo noo·eé
racing	đua	đoo·uh
secondhand	bán lại	baán lại

Do I need a helmet?
Có phải đội mũ bảo hiểm không? — ğó fai đọy moō bỏw heẻ·uhm kawm

I have a puncture.
Bánh xe tôi bị xì. — baáng sa doy bẹe seè

signs

Cấm Đậu Xe	ğúhm đọh sa	No parking
Cấm Vượt Qua	ğúhm vuhr·ẹrt ğwaa	No overtaking
Chạy Chậm Lại	jay juhm lại	Slow down
Dừng Lại	zùhrng lại	Stop
Điện Cao Thế	đee·ụhn ğow té	High voltage
Đường Đang Sửa Chữa	đuhr·èrng đang sửhr·uh jũhr·uh	Roadworks
Đường Sắt	đuhr·èrng súht	Railway
Giao Thông Một Chiều	zow tawm mạwt jee·oò	One-way
Lối Ra	lóy raa	Exit
Lối Vào	lóy vòw	Entrance
Nguy Hiểm	ngwee heẻ·uhm	Danger
Thu Thuế	too twé	Toll

PRACTICAL

54

border crossing

cửa khẩu

I'm ...	Tôi đang ...	doy đaang ...
in transit	quá cảnh	ğwaá ğaảng
on business	đi công tác	đee ğawm daák
on holiday	đi nghỉ	đee ngyeẻ

I'm here for ...	Tôi ở đây ...	doy ẻr đay ...
(10) days	(mười) ngày	(muhr·eè) ngày
(two) months	(hai) tháng	(hai) túhng
(three) weeks	(ba) tuần	(ba) dwùhn

I'm going to (Hanoi).
Tôi sẽ đi (Hà Nội). doy sã đee (haà nọy)

I'm staying at (the Hotel Lotus).
Tôi đang ở (Khách Sạn Hoa Sen). doy đaang ẻr (kaák saạn hwaa san)

The children are on this passport.
Trẻ em có ở trên hộ chiếu này. chả am ğó ẻr chen hạw jee·oó này

listen for ...		
gia đình	zaa đìng	**family**
hộ chiếu	hạw jee·oó	**passport**
một mình	mạwt mìng	**alone**
nhóm	nyóm	**group**
thị thực	teẹ tụhrk	**visa**

at customs

I have nothing to declare.
Tôi không có gì để khai báo. doy kawm ğó zeè để kai bów

I have something to declare.
Tôi cần khai báo. doy ğùhn kai bów

Do I have to declare this?
Tôi có cần phải khai doy ğó ğùhn fai kai
báo cái này không? bów ğaí này kawm

That's mine.
Cái đó của tôi. ğaí đó ğoỏ·uh doy

That's not mine.
Cái đó không phải của tôi. ğaí đó kawm fai ğoỏ·uh doy

I didn't know I had to declare it.
Tôi không biết phải doy kawm bee·úht
khai báo cái đó. fai kai bów ğaí đó

Does anyone speak (English)?
Có ai nói tiếng (Anh) ğó ai nóy dee·úhng (aang)
không? kawm

signs

Hải Quan	hai ğwaan	**Customs**
Hàng Không	haàng kawm	**Duty-Free**
Đánh Thuế	đaáng twé	
Kiểm Dịch	ğee·ủhm zịk	**Quarantine**
Kiểm Tra	ğee·ủhm chaa	**Passport Control**
Hộ Chiếu	hạw jee·oó	
Nhập Cảnh	nyụhp ğảảng	**Immigration**

What ... is this?	... này là cái nào?	... này laà ğaí nòw
street	*Phố/Đường* ⊚/⊚	*fáw/đuhr·èrng* ⊚/⊚
village	*Làng*	*laàng*

Where's a/the ...?	... ở đâu?	... ér đoh
bank	*Ngân hàng*	*nguhn haàng*
market	*Chợ*	*jẹr*
tourist office	*Phòng thông*	*fòm tawm*
	tin du lịch	*din zoo lịk*

What's the address?
Địa chỉ là gì?   đẹẹ·uh jeé laà zeè

How far is it?
Bao xa?   bow saa

How do I get there?
Tôi có thể đến tới   doy ğó tẻ đén der·eé
bằng đường nào?   bùhng đuhr·èrng nòw

Can you show me (on the map)?
Xin chỉ giùm (trên bản   sin jeẻ zùm (chen baán
đồ này)?   đàw này)

It's ...	*Nó ...*	nó ...
behind ...	*đằng sau ...*	đùhng soh ...
close	*gần đây*	gùhn đay
here	*ở đây*	ér đay
in front of ...	*đằng trước ...*	đùhng chuhr·érk ...
near ...	*gần ...*	gùhn ...
next to ...	*bên cạnh ...*	ben ğạạng ...
on the corner	*ở gốc phố/*	ér ğáwp fáw/
	đường ⊚/⊚	đuhr·èrng ⊚/⊚
opposite ...	*đối diện ...*	đóy zee·ụhn ...
straight ahead	*thẳng tới*	tủhng der·eé
	trước	chuhr·érk
there	*ở đó*	ér đó

Turn ...	*Rẽ/Queọ ...* ®/⑤	zã/ğway·oọ ... ®/⑤
at the corner	*ở góc phố/ đường* ®/⑤	ẻr gáwp fáw/ đuhr·èrng ®/⑤
at the traffic lights	*tại đèn giao thông*	dại đàn zow tawm
left	*trái*	chái
right	*phải*	fải
by bus	*bằng xe buýt*	bùhng sa bweét
by cyclo	*bằng xe xích lô*	bùhng sa sík law
by taxi	*bằng xe taxi*	bùhng sa dúhk·see
by train	*bằng xe lửa*	bùhng sa lủhr·uh
on foot	*đi bộ*	đee bạw
north	*hướng bắc*	huhr·érng búhk
south	*hướng nam*	huhr·érng naam
east	*hướng đông*	huhr·érng đawm
west	*hướng tây*	huhr·érng day

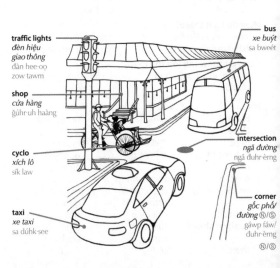

traffic lights
đèn hiệu giao thông
đàn hee·oọ zow tawm

shop
cửa hàng
ğủhr·uh haàng

cyclo
xích lô
sík law

taxi
xe taxi
sa dúhk·see

bus
xe buýt
sa bweét

intersection
ngã đường
ngã đuhr·èrng

corner
gốc phố/ đường ®/⑤
gáwp fáw/ đuhr·èrng ®/⑤

accommodation

nơi ở

finding accommodation

tìm kiếm nơi ở

Where's a ...?	*... ở đâu?*	... ér đoh
bed and breakfast	*Nhà khách*	nyà kaák
camping ground	*Nơi cắm trại*	ner·ee gùhm chại
guesthouse	*Nhà khách*	nyà kaák
hotel	*Khách sạn*	kaák sạan
youth hostel	*Nhà trọ cho*	nyà chọ jo
	du khách trẻ	zoo kaák chả
Can you	*Bạn có thể*	bạan ğó tẻ
recommend	*giới thiệu*	zer·eé tee·oọ
somewhere ...?	*cho tôi chỗ ...?*	jo doy jỗ ...
cheap	*rẻ*	zả
good	*tốt*	dáwt
luxurious	*sang trọng*	saang chọm
nearby	*gần đây*	gùhn đay
romantic	*lãng mạn*	laãng mạan
What's the	*Địa chỉ là gì?*	dẹe·uh jeẻ laà zeè
address?		

For responses, see **directions**, page 57.

local talk

dive n	*nhà nghỉ không tốt*	nyà ngyẻé kawm dáwt
rat-infested	*nhà ổ chuột*	nyà ảw choo·ụt
top spot	*cao cấp*	ğow ğúhp

accommodation

59

booking ahead & checking in

I'd like to book a room, please.
Tôi muốn đặt phòng. — doy moo·úhn đụht fòm

I have a reservation.
Tôi đã đặt trước. — doy đaã đụht chuhr·érk

My name is …
Tên tôi là … — den doy laà …

For (three) nights/weeks.
Cho (ba) đêm/tuần. — jo (baa) đam/dwùhn

From (July 2) to (July 6).
Từ (ngày hai tháng bảy) — dùhr (ngày hai taáng bảy)
đến (ngày sáu tháng bảy). — đén (ngày sóh taáng bảy)

Do I need to pay upfront?
Tôi có cần phải trả — doy ğó ğùhn fai chaả
trước không? — chuhr·érk kawm

Do you have	*Bạn có*	baạn ğó
a … room?	*phòng …?*	fòm …
double	*đôi*	đoy
single	*đơn*	đern
twin	*hai giường*	hai zuhr·èng

How much is	*Giá bao nhiêu*	zaá bow nyee·oo
it per …?	*cho một …?*	jo mạwt …
night	*đêm*	đem
person	*người*	nguhr·èe
week	*tuần*	dwùhn

Can I pay by …?	*Tôi có thể*	doy ğó tẻ
	trả bằng …	chaả bùhng …
	được không?	đuhr·ẹrk kawm
credit card	*thẻ tín dụng*	tả dín zụm
debit card	*thẻ trừ tiền*	tả chùhr dee·ùhn
travellers cheque	*séc du lịch*	sák zoo lịk

For other methods of payment, see **shopping**, page 69.

listen for ...

Máy đêm?	máy đam	**How many nights?**
chìa khoá	chee·à kwaá	**key**
hết phòng	hét fòm	**full**
hộ chiếu	hạw chee·oó	**passport**
lễ tân	lãy duhn	**reception**

Can I see it?

Tôi có thể xem phòng   doy ğó tẻ sam fòm
được không?   đuhr·ẹrk kawm

I'll take it.

Tôi chọn phòng này.   doy jọn fòm này

requests & queries

yêu cầu

When's breakfast served?

Máy giờ ăn sáng?   máy zèr uhn saáng

Where's breakfast served?

Ăn sáng ở đâu?   uhn saáng ẻr đoh

Please wake me at (seven).

Làm ơn đánh thức tôi   laàm ern đaáng túhrk doy
vào lúc (bảy giờ).   vòw lúp (bảy zèr)

Do you have a/an ...?	*Bạn có ... không?*	bạn ğó ... kawm
elevator	*thang máy*	taang máy
laundry service	*dịch vụ giặt là*	zịk vọ zụht laà
message board	*bảng thông báo*	baảng tom bów
safe	*két sắt*	ğát súht
swimming pool	*bể bơi*	bé ber·ee

accommodation

61

Can I use the …?	*Tôi có thể dùng*	doy ğó tẻ zùng
	… được không?	… đuhr·érk kawm
kitchen	*nhà bếp*	nyaà bép
laundry	*máy giặt*	máy zụht
telephone	*điện thoại*	đee·ụhn twại
Could I have	*Làm ơn cho*	laàm ern cho
(a/an) …, please?	*tôi …?*	doy …
extra blanket	*thêm một cái*	tam mạwt ğaí
	chăn	chuhn
mosquito net	*một cái màn*	mạwt ğaí maàn
my key	*chìa khoá*	chee·à kwaá
	phòng tôi	fòm doy
receipt	*một hoá đơn*	mạwt hwá đern
Do you … here?	*Ở đây có*	ẻr đay ğó
	dịch vụ … không?	zịk voọ … kawm
arrange tours	*du lịch*	zoo lịk
change money	*đổi tiền*	đỏy dee·ùhn

Is there a message for me?

Có tin nhắn nào cho	ğó din nhúhn nòw cho
tôi không?	doy kawm

Can I leave a message for someone?

Tôi có thể để lại lời nhắn?	doy ğó tẻ đẻ lại ler·eè nhúhn

signs

Cấm Chụp Ảnh	gúhm chụp aảng	**No Photography**
Quay Phim	gway feem	**or Video Taping**
Còn Phòng	gòn fòm	**Vacancy**
Đóng	đáwm	**Closed**
Hết Phòng	hét fòm	**No Vacancy**
Lạnh	laạng	**Cold**
Mở	mẻr	**Open**
Nam	naam	**Men**
Nóng	nóm	**Hot**
Nữ	nũhr	**Women**
Tin Tức	din dúhrk	**Information**
Vệ Sinh	vạy sịng	**Toilet**

complroints

I'm locked out of my room.
Tôi đã lỡ khoá phòng   doy đaã lẽr kwaá fòm
mất rồi.   múht zòy

It's too …	*Phòng của*	fòm ğoó·uh
	tôi quá …	doy ğwaá …
bright	*sáng*	saáng
cold	*lạnh*	laạng
dark	*tối*	daw·eé
expensive	*đắt*	đúht
noisy	*ồn*	àwn
small	*nhỏ*	nyảw

air conditioner
máy điều hoà
máy dee·oò hwaà

fan
quạt
ğwaạt

key
chìa khoá
chee·à kwaá

toilet
nhà vệ sinh
nyaà vẹ sing

bed
giường
zuhr·èrng

bathroom
phòng tắm
fòm dúhm

TV
vô tuyến
vaw dwee·én

The ... doesn't work. *Cái ... bị hỏng.* ğái ... beẹ hỏng

air conditioner	*máy điều hoà*	máy đee·oò hwaà
fan	*quạt*	ğwaạt
toilet	*la-bô*	laa·baw

Can I get another (blanket)?
Cho tôi thêm cái (chăn) nữa? jo doy tem ğái (chuhn) nũr·a

This (pillow) isn't clean.
Cái (gối) này không sạch. ğái (góy) này kawm saạk

There's no hot water.
Nước nóng không chảy. nuhr·érk nóm kawm jảy

---

a knock at the door ...

Who is it?
Ai đó? ai đó

Just a moment.
Chờ một lát. jèr mạwt laát

Come in.
Xin mời vào. sin mer·eè vòw

Come back later, please.
Xin bạn trở lại sau. sin baạn chẻr lại soh

---

checking out

trả phòng

What time is checkout?
Trả phòng vào lúc mấy giờ? chả fòm vòw lúp máy zèr

Can I have a late checkout?
Tôi có thể trả phòng doy ğó tẻ chả fòm
muộn được không? mu·ạwn đuhr·ẹrk kawm

Can you call a taxi for me (for 11 o'clock)?
Bạn làm ơn có thể gọi baạn làm ern ğó tẻ gọi
taxi cho tôi (vào lúc dúhk·see jo doy (vòw lúp
mười một giờ)? muhr·eè mạwt zèr)

I'm leaving now.
  Tôi đi bây giờ.　　　　　doy đee bay zèr

Can I leave my bags here?
  Tôi có thể để lại hành　doy ğó tẻ đẻ lại haàng
  lý ở đây không?　　　　leé ẻr đay kawm

There's a mistake in the bill.
  Có sự nhầm lẫn trên　　ğó sựhr nyùhm lũhn chen
  hoá đơn.　　　　　　　hwaá đern

I had a great stay, thank you.
  Tôi đã có một kỳ nghỉ　doy đã ğó mạwt ğeè ngyeẻ
  tuyệt vời, cám ơn.　　dwee·ụht ver·eè ğaảm ern

I'll recommend it to my friends.
  Tôi sẽ giới thiệu chỗ này　doy sã zer·eé tee·ọọ jãw này
  với các bạn của tôi.　　ver·eé ğaák bạn ğoỏ·uh doy

Could I have	*Tôi có thể xin*	doy ğó tẻ sin
my ..., please?	*lại ... không?*	lại ... kawm
deposit	*tiền đặt cọc*	dee·ùhn đụht ğọp
passport	*hộ chiếu*	hạw chee·óó
valuables	*những đồ có*	nyữhrng đàw ğó
	giá trị	zá chẹ
I'll be back ...	*Tôi sẽ trở lại ...*	doy sã chẻr lại ...
in (three) days	*trong (ba)*	chom (baa)
	ngày nữa	ngày nũhr·uh
on (Tuesday)	*vào ngày*	vòw ngày
	(Thứ ba)	(túhr baa)

---

in a daze

all day long	*suốt ngày*	soo·úht ngày
day in, day out	*ngày lại ngày*	ngày lại ngày
day off	*ngày nghỉ*	ngày ngyeẻ
every day	*hằng ngày*	hùhng ngày
in the old days	*thời xưa*	ter·eè suhr·uh
one of these days	*một ngày nào đó*	mạwt ngày nòw đó
three times a day	*mỗi ngày ba*	mãw·ee ngày baa
	lần	lùhn

65

camping

Do you have (a) …?	*Bạn có … không?*	baạn ǧó … kawm
electricity	*điện*	đee·ụhn
laundry	*dịch vụ giặt là*	zịk voọ zụht laà
shower facilities	*thiết bị tắm*	tee·úht beẹ dúhm
site	*nơi cắm trại*	ner·ee ǧúhm chại
tents for hire	*trại cho thuê*	chại jo twe

How much is it per …?	*Bao nhiêu tiền cho một …?*	bow nyee·oo dee·ùhn jo mạwt …
caravan	*nhà lưu động*	nyaà luhr·oo đạwm
person	*người*	nguhr·eè
tent	*trại*	chại
vehicle	*xe*	sa

Can I camp here?
Tôi có thể cắm trại ở đây?   doy ǧó tẻ ǧúhm chại ẻr đay

Who do I ask to stay here?
Tôi phải hỏi ai để được ở đây?   doy fai hoi ai đảy đuhr·ẹrk ẻr đay

Could I borrow …?
Tôi có thể mượn …?   doy ǧó tẻ muhr·ẹrn …

Is it coin-operated?
Máy đó dùng đồng xu phải không?   máy đó zùm đàwm soo fai kawm

Is the water drinkable?
Có nước uống không?   ǧó nuhr·érk oo·úhng kawm

renting

I'm here about	Tôi đến đây	doy đén đay
the ... for rent.	để thuê ...	đảy twe ...
Do you have	Bạn có một	bạn ğó mạwt
a/an ... for rent?	... cho thuê?	... jo twe
apartment	căn hộ	ğuhn hạw
cabin	nhà lá	nyaà laá
house	nhà	nyaà
room	phòng	fòm
villa	biệt thự	bee·ụht tuhr
furnished	tiện nghi	dee·ụhn ngyee
partly furnished	một phần tiện nghi	mạwt fùhn dee·ụhn ngyee
unfurnished	không tiện nghi	kawm dee·ụhn ngyee

staying with locals

ở nhà dân

Can I stay at your place?
  Tôi có thể ở chỗ bạn   doy ğó tẻ ẻr jãw bạan
  được không?   đuhr·ẹrk kawm

Is there anything I can do to help?
  Tôi có thể giúp gì không?   doy ğó tẻ zúp zeè kawm

Can I ...?	Tôi có thể ...	doy ğó tẻ ...
	được không?	đuhr·ẹrk kawm
bring anything for the meal	mang cái gì cho bữa ăn	maang ğái zeè jo bũhr·uh uhn
do the dishes	rửa bát đĩa	zủhr·uh baát đeẽ·uh
set/clear the table	bày/dọn bàn	bày/zọn baàn
take out the rubbish	đổ rác	đảw zaák

accommodation

67

I have my own ...	Tôi có ... rồi.	doy ğó ... zòy
mattress	cái đệm	ğái đẹm
sleeping bag	túi ngủ	doo·eé ngoỏ

Thanks for your hospitality.

Cảm ơn cho sự hiếu ğaảm ern jo sụh hee·oó
khách của bạn. kaák ğoỏ·uh bạn

For dining-related expressions, see **eating out**, page 149.

what's in a name?

Most Vietnamese names consist of a family name (*họ* họ), a middle name (*tên đệm* den đẹm or *tên lót* den lót) and a given name (*tên* den) – in that order. People are called by their given name, with the appropriate title before the name, eg *Cô Trang* ğaw chaang (Miss Trang). For more on titles, see the box **title case** on page 99.

The most common family name in Vietnam is *Nguyên* ngwẽe·uhn, followed by *Trần* chùhn, *Le* le and *Pham* faam. The middle name can be purely ornamental, can indicate the person's gender (*Văn* vuhn for men and *Thị* tẹe for women), or can be used by all male members of the family.

The given name is carefully chosen as it always carries a meaning – some of the names for boys are *Dũng* zũm (heroic), *Cùong* ğoo·ùhng (prosperous), *Minh* ming (bright) and *Trang* chaang (honoured), while some girls' names are *Kiều* ğee·oò (graceful), *Mỹ* meẽ (pretty), *Dịu* zee·oọ (gentle) and *Han* haan (faithful). Many names can be used for both men and women.

looking for ...

đi tìm ...

Where's a/the ...?	... ở đâu?	... ẻr đoh
department	*Trung tâm*	chum duhm
store	*mua bán*	moo·uh baán
market	*Chợ*	jẹr
supermarket	*Siêu thị*	see·oo tẹe

Where can I buy (a padlock)?
Tôi có thể mua   doy ğó tảy moo·uh
(ổ khóa) ở đâu?   (ảw kwaá) ẻr đoh

For responses, see **directions**, page 57.

making a purchase

mua sắm

I'm just looking.
Tôi chỉ xem thôi.   doy cheẻ sam toy

I'd like to buy (an adaptor plug).
Tôi muốn mua   doy moo·óhn moo·uh
(một ổ cắm).   (mạwt ảw ğúhm)

How much is it?
Bao nhiêu tiền?   bow nyee·oo dee·ùhn

Can you write down the price?
Bạn có thể viết giá   bạn ğó tảy vee·úht zaá
được không?   đuhr·ẹrk kawm

Do you have any others?
Bạn có cái khác không?   bạn ğó ğai kaák kawm

Can I look at it?
Tôi có thể xem không?   doy ğó tảy sam kawm

Do you accept …? — *Bạn có dùng … không?* — baạn ğó zùm … kawm

- **credit cards** — *thẻ tín dụng* — tả dín zụm
- **debit cards** — *thẻ trừ tiền* — tả chùhr dee·ùhn
- **travellers cheques** — *séc du lịch* — sák zoo lịk

Could I have a …, please? — *Xin cho tôi một …?* — sin jo doy maụt …

- **bag** — *cái túi* — ğaí doo·eé
- **receipt** — *hoá đơn* — hwaá đern

Could I have it wrapped please?
Làm ơn gói giùm. — laàm ern góy zùm

Does it have a guarantee?
Nó có được bảo hành không? — nó ğó đuhr·ẹrk bỏw haàng kawm

Can I have it sent overseas?
Bạn có thể gửi ra nước ngoài cho tôi được không? — ğó tảy gủhr·ee nó zaa nuhr·érk ngwaì jo doy đuhr·ẹrk kawm

Can you order it for me?
Bạn có thể đặt nó cho tôi được không? — baạn ğó tảy đụht nó jo doy đuhr·ẹrk kawm

Can I pick it up later?
Tôi có thể lấy nó sau được không? — doy ğó tảy láy nó soh đuhr·ẹrk kawm

It's faulty.
Nó bị hỏng rồi. — nó beẹ hỏm zòy

I'd like …, please. — *Làm ơn cho tôi …* — laàm ern jo doy …

- **a refund** — *tiền hoàn lại* — dee·ùhn hwaàn laị
- **my change** — *tiền thừa* — dee·ùhn tùhr·uh
- **to return this** — *trả lại cái này* — chaả laị ğaí này

---

local talk

bargain v	*trả giá*	chaả zaá
rip-off	*đắt cắt cổ*	đúht ğúht ğảw
sale	*đại hạ giá*	đaị haạ zaá
specials	*ưu đãi*	uhr·oo đaĩ

bargaining

That's too expensive.
Cái đó quá đất.   ğaí đó ğwaá đúht

Can you lower the price?
Có thể giảm giá   ğó tảy zaảm zaá
được không?   đuhr·ẹrk kawm

Do you have something cheaper?
Bạn có cái nào rẻ   bạn ğó ğaí nòw zả
hơn không?   hern kawm

I'll give you (10,000 dong).
Tôi chỉ trả (mười nghìn   doy jeẻ chaả (muhr·eè ngyìn
đồng) thôi.   đàwm) toy

books & reading

Is there an English-language ...?	*Có ... tiếng Anh ở đây không?*	ğó ... dee·úhng aang ẻr đay kawm
bookshop	*hiệu sách*	hee·oọ saák
section	*nơi để sách*	ner·ee zãy saák
Do you have a/an ...?	*Bạn có ... không?*	bạn ğó ... kawm
book by (Ho Anh Thai)	*một quyển sách nào của (Hồ Anh Thái)*	mạwt ğweẻ·uhn saák nòw ğoỏ·uh (hàw aang taí)
entertainment guide	*quyển sách hướng dẫn nơi giải trí*	ğweẻ·uhn saák huhr·érng zũhn ner·ee zaỉ cheé

I'd like a ...	*Tôi muốn có một ...*	doy moo·úhn ğó mạwt ...
dictionary	*quyển từ điển*	ğweé·uhn dùhr deé·uhn
newspaper (in English)	*tờ báo (bằng tiếng Anh)*	dèr bów (bùhng dee·úhng aang)

Can you recommend a book to me?
Bạn có thể giới thiệu cho tôi một quyển sách được không?
bạan ğó tảy zer·eé tee·oọ jo doy mạwt ğweé·uhn saák đuhr·ẹrk kawm

clothes

trang phục

My size is ...	*Cỡ của tôi là ...*	ğẽr ğoỏ·uh doy laà ...
(40)	*(bốn mươi)*	(báwn muhr·ee)
small	*bé*	bá
medium	*trung bình*	chum bìng
large	*to*	do

Can I try it on?
Tôi có thể mặc thử được không?
doy ğó tảy mụhk tủhr đuhr·ẹrk kawm

It doesn't fit.
Nó không vừa.
nó kawm vuhr·ùh

It's perfect!
Vừa lắm!
vuhr·ùh lúhm

For clothing items, see the **dictionary**.

listen for ...	
Tôi có thể giúp gì không? doy ğó tảy zúp zeè kawm	**Can I help you?**
Còn gì nữa không? gòn zeè nũhr·uh kawm	**Anything else?**
Không có. kawm ğó	**No, we don't have any.**

electronic goods

Where can I buy duty-free electronic goods?
> *Tôi có thể mua đồ điện*   doy ğó tẩy moo·uh đàw đee·ựhn
> *tử miễn thuế ở đâu?*   dủhr meẽ·uhn twé ẻr đoh

Is this the latest model?
> *Đây có phải là loại mới*   đay ğó fai laà lwại mer·eé
> *nhất không?*   nyúht kawm

Is this (240) volts?
> *Cái này là (hai trăm bốn*   ğái này laà (hai chuhm báwn
> *mươi) vôn phải không?*   muhr·ee) vawn fai kawm

I need an adaptor plug.
> *Tôi cần một cái nắn dòng.*   doy ğùhn mạwt ğái núhn zòm

hairdressing

I'd like (a) ...	*Tôi muốn ...*	doy moo·úhn ...
blow wave	*sấy tóc*	sáy dóp
colour	*nhuộm tóc*	nyoo·ựhm dóp
haircut	*cắt tóc*	ğúht dóp
my beard trimmed	*tỉa râu*	deẻ·uh zoh
shave	*cạo râu*	ğọw zoh
trim	*tỉa tóc*	deẻ·uh dóp

Don't cut it too short.
> *Đừng cắt quá ngắn.*   đùhrng ğúht ğwaá ngúhn

Please use a new blade.
> *Xin dùng lưỡi mới.*   sin zùm lũhr·ee mer·eé

Shave it all off!
> *Cạo sạch!*   ğọw saạk

music

âm nhạc

I'd like a …	*Tôi muốn một …*	doy moo·úhn mạwt …
blank tape	*cuộn băng trắng*	ğoo·ụhn buhng chúhng
CD	*đĩa CD*	đeē·uh se·đe
DVD	*đĩa DVD*	đeē·uh đe·ve·đe
video	*băng hình*	buhng hìng

I'm looking for something by (Hong Nhung).
Tôi đang tìm một cái   doy đaang dìm mạwt ğaí
đĩa của ca sĩ   đeē·uh ğoỏ·uh ğaa seẽ
(Hồng Nhung).   (hàwm nyum)

What's his/her best recording?
Đĩa nào của anh/cô   đeē·uh nòw ğoỏ·uh aang/ğaw
ấy là hay nhất?   áy laà hay nyúht

Can I listen to this?
Tôi có thể nghe thử cái này?   doy ğó tảy ngya tủhr ğaí này

Will this work on any DVD player?
Đĩa này có chạy ở bất   đeē·uh này go jạy ẻr búht
kỳ đầu DVD nào không?   ğeè đòh đe·ve·đe nòw kawm

Is this for a (PAL/NTSC) system?
Cái này có hợp với hệ   ğaí này ğó hẹrp ver·eé hẹ
thống (PAL/NTSC) không?   táwm (paal/en·te·es·se) kawm

photography

nhiếp ảnh

Do you have … for this camera?	*Bạn có … cho máy ảnh này không?*	bạạn ğó … jo máy ảảng này kawm
batteries	*pin*	pin
memory cards	*thẻ nhớ*	tả nyér

I need a/an ...	Tôi cần loại	doy ğùhn lwaị
film for this	phim ... cho	feem ... jo
camera.	máy ảnh này.	máy aảng này
APS	APS	aa·pe·es
B&W	đen trắng	đan chúhng
colour	màu	mòh
slide	đèn chiếu	đàn jee·oó
(200) speed	tốc độ	dáwp đạw
	(hai trăm)	(hai chuhm)

Can you ...?	Bạn có thể	bạạn ğó tảy
	... không?	... kawm
develop digital	rửa ảnh kỹ	zủhr·uh aảng ğeẽ
photos	thuật số	twụht sáw
develop this	rửa cuộn	zủhr·uh ğoo·ụhn
film	phim này	feem này
recharge the	nạp pin cho	naạp pin jo
battery for my	máy ảnh kỹ	máy aảng ğeẽ
digital camera	thuật số	twụht sáw
	của tôi	goỏ·uh doy
transfer photos	chuyển ảnh	jweẻ·uhn aảng
from my	từ máy ảnh	dùhr máy aảng
camera to CD	của tôi sang	goỏ·uh doy saang
	đĩa CD	đeẽ·uh se·đe

I need a cable to connect my camera to a computer.

Tôi cần một đường   doy ğùhn mạwt đuhr·èrng
dây dẫn điện để nối   zay zũhn đee·ụhn đẻ nóy
máy ảnh với máy tính.   máy aảng ver·eé máy díng

I need a cable to recharge this battery.

Tôi cần một đường nối   doy ğùhn mạwt đuhr·èrng nóy
để sạc pin này.   đẻ saạk pin này

I need a video cassette for this camera.
Tôi cần một băng ghi hình cho máy quay này. — doy ğùhn mạwt buhng gee hìng jo máy ğway này

I need a passport photo taken.
Tôi cần chụp ảnh cho hộ chiếu. — doy ğùhn jụp aảng jo hạw jee·oó

When will it be ready?
Khi nào sẽ xong? — kee nòw nó som

I don't want to pay the full price.
Tôi không muốn trả hết. — doy kawm moo·úhn chaả hét

I'm not happy with these photos.
Tôi chưa hài lòng với những ảnh này. — doy juhr·uh hài ver·eé nyũhrng aảng này

repairs

sửa đồ

Can I have my ... repaired here?	*Ở đây có thể sửa ... được không?*	ẹr đay ğó tẻ sửhr·uh ... đuhr·ẹrk kawm
When will my ... be ready?	*Khi nào ... của tôi sẽ xong?*	kee nòw ... ğoỏ·uh doy sã som
backpack	*ba-lô*	baa·law
camera	*máy ảnh*	máy aảng
(sun)glasses	*kính (râm)*	ğíng (zuhm)
shoes	*giầy*	zày

souvenirs		
basket	*cái rổ*	ğái záw
brassware	*đồ đồng*	đàw đàwm
caneware	*đồ mây tre*	đàw may cha
embroidery	*đồ thêu*	đàw te·oo
handicraft	*đồ thủ công*	đàw toỏ ğawm
	mỹ nghệ	meẽ ngyẹ
shell souvenirs	*đồ lưu niệm*	đàw luhr·oo nee·uhm
	làm bằng vỏ sò	laàm bùhng vỏ sò
woodcarving	*tượng gỗ*	duhr·ẹrng ğãw

the internet

mạng internet

Where's the local Internet café?
Internet càfê gần   in·ter·net gả·fe gùhn
nhất ở đâu?   nyúht ẻr đoh

I'd like to …	*Tôi muốn …*	doy moo·úhn …
check my	*kiểm tra*	keẻ·uhm chaa
email	*email*	ee·mayl
get Internet access	*vào mạng*	vòw maạng
use a printer	*dùng máy in*	zùm máy in
use a scanner	*dùng máy scan*	zùm máy skaan
Do you have …?	*Bạn có … không?*	baạn gó … kawm
Macs	*máy tính Mac*	máy díng maak
PCs	*máy tính PC*	máy díng pe·se
a Zip drive	*ổ đĩa Zip*	ảw đeẻ·uh zip
How much per …?	*Bao nhiêu tiền cho …?*	bow nyee·oo dee·ùhn jo …
hour	*một tiếng*	mạwt dee·úhng
(five) minutes	*(năm) phút*	(nuhm) fút
page	*một trang*	mạwt chaang

How do I log on?
Làm thế nào để vào mạng?   laàm té nòw đẻ vòw maạng

Please change it to English-language setting.
Làm ơn chuyển sang   laàm ern jweẻ·uhn saang
tiếng Anh.   dee·úhng aang

It's crashed.
Nó bị treo máy.   nó bẹ chạy·oo máy

I've finished.
Tôi đã xong.   doy đaã som

mobile/cell phone

điện thoại di động

I'd like a ...	Tôi muốn ...	doy moo·úhn ...
charger for	*mua một cục*	moo·uh mạwt ğụp
my phone	*sạc điện thoại*	saạk đee·ụhn twaị
mobile/cell	*thuê một*	twe mạwt
phone for hire	*điện thoại di*	đee·ụhn twaị zee
	động	dạwm
prepaid	*mua một*	moo·uh mạwt
mobile/cell	*điện thoại di*	đee·ụhn twaị zee
phone	*động trả*	dạwm chaả
	trước	chuhr·érk
SIM card for	*mua một SIM*	moo·uh mạwt sim
your network	*điện thoại*	đee·ụhn twaị

What are the rates?

Giá bao nhiêu? zaá bow nyee·oo

(500 dong) per (30) seconds.

(Năm trăm đồng) cho (nuhm chuhm đàwm) jo
(ba mươi) giây. (baa muhr·ee) zay

---

sign language

Finding a street sign at every corner is sometimes a stretch, but almost every Vietnamese street has a shop – and conveniently, most shops display their address on the sign above the entrance. It usually runs along the bottom of the sign, and the street name is, more often than not, given.

There are several words for 'street', the main one used in HCMC and the south being *đường* đuhr·èrng (*Đ*). In Hanoi and other cities in northern Vietnam, the word *phố* fáw (*P*) is used instead. The word for 'street' comes before the name, so Nguyen Du Street becomes *Đường Nguyễn Du* đuhr·èrng ngeẽ·uhn zoo (*Đ Nguyễn Du*) or *Phố Nguyễn Du* fáw ngeẽ·uhn zoo (*P Nguyễn Du*).

phone

What's your phone number?
Xin cho biết số máy   sin jo bee·úht sáw máy
điện thoại của bạn?   đee·ụhn twại ğoỏ·uh baạn

Where's the nearest public phone?
Điện thoại công cộng   đee·ụhn twại ğom ğọm
gần nhất ở đâu?   gùhn nyúht ér đoh

Can I look at a phone book?
Tôi có thể xem danh   doy ğó tẻy sam zaang
bạ điện thoại?   baạ đee·ụhn twại

I want to …	Tôi muốn …	doy moo·úhn …
buy a	*mua một thẻ*	moo·uh mạwt tả
phonecard	*gọi điện thoại*	gọy đee·ụhn twại
call (Singapore)	*gọi (Sin-ga-pore)*	gọy (sin·gaa·paw)
make a	*gọi một cuộc*	gọy mạwt ğoo·ụhk
(local) call	*(nội hạt)*	(naw·eẹ haạt)
reverse the	*người nghe*	nguhr·eè ngya
charges	*trả tiền*	chả đee·ùhn
speak for (three)	*nói chuyện*	nóy jwee·ụhn
minutes	*trong (ba) phút*	chom (baa) fút

How much	Giá … bao	zaá … bow
does … cost?	*nhiêu?*	nyee·oo
a (three)-	*một cuộc*	mạwt ğoo·ụhk
minute call	*điện thoại*	đee·ụhn twại
	(ba) phút	(baa) fút
each extra	*mỗi một phút*	mỗy mạwt fút
minute	*tiếp sau*	dee·úhp soh

The number is …
Số điện thoại là …   sáw đee·ụhn twại laà …

What's the area/country code for (New Zealand)?
Mã số vùng/nước của   maã sáw vùm/nuhr·érk ğoỏ·uh
(Niu Zi Lân) là gì?   (nee·oo zee luhn) laà zeè

It's engaged.
Nó đã được kết nối.   nó đaã đuhr·ẹrk ğét nóy

The connection's bad.
Sự kết nối rất tồi.   sụhr ğét naw·eé zúht dòy

I've been cut off.
Nó đã bị cắt.   nó đaã bẹẹ ğúht

Hello.	*Xin chào.*	sin jòw
It's …	*Đây là …*	đay laà …
Is … there?	*Có … ở đó không?*	ğó … èr đó kawm

I'd like to speak to …
Xin cho tôi gặp …   sin jo doy gụhp …

Please tell him/her I called.
Làm ơn nói với   laàm ern nóy ver·eé
anh/chị ấy tôi đã gọi.   aang/jeẹ áy doy đaã gọy

Can I leave a message?
Tôi có thể để lại lời nhắn?   doy ğó tẻ đẻ lại ler·eè nyúhn

My number is …
Số điện thoại của   sáw đee·ụhn twại ğoỏ·ụh
tôi là …   doy laà …

I don't have a contact number.
Tôi không có số liên lạc.   doy kawm ğó sáw lee·uhn laạk

I'll call back later.
Tôi sẽ gọi lại sau.   doy sẽ gọy lại soh

---

listen for …

Nhầm số. nyùhm sáw	**Wrong number.**
Ai gọi đấy? ai gọy đáy	**Who's calling?**
Bạn muốn nói chuyện với ai? baạn moo·úhn nóy jwee·ụhn ver·eé ai	**Who do you want to speak to?**
Đợi một chút. đer·ẹe mạwt jút	**One moment.**
Anh/Chị ấy không có ở đây. aang/jeẹ áy kawm ğó èr đay	**He/She is not here.**

post office

I want to send a ...	*Tôi muốn gửi một ...*	doy moo·úhn tẻ gủhr·ee mạwt ...
fax	*bản fax*	baản faak
letter	*lá thư*	laá tuhr
parcel	*bưu phẩm*	buhr·oo fủhm
postcard	*bưu ảnh*	buhr·oo aảng
I want to buy a/an ...	*Tôi muốn mua một ...*	doy moo·úhn moo·uh mạwt ...
aerogram	*giấy gói*	záy góy
envelope	*phong bì*	fom beè
stamp	*cái tem*	ğaí dam
customs declaration	*khai báo hải quan*	kai bów hai ğwaan
domestic	*trong nước*	chom nuhr·érk
fragile	*dễ vỡ*	zẽ vẽr
international	*quốc tế*	ğwáwk dé
mail n	*thư*	tuhr
mailbox	*hộp thư*	hạwp tuhr
postcode	*mã số bưu điện*	maã sáw buhr·oo đee·ụhn

snail mail

air	*đường hàng không*	đuhr·èrng haàng kawm
express	*chuyển phát nhanh*	jweẻ·uhn faát nyaang
registered	*thư bảo đảm*	tuhr bỏw đaảm
sea	*đường biển*	đuhr·èrng beẻ·uhn
surface	*đường bộ*	đuhr·èrng bạw

Please send it by airmail to (Australia).

Xin hãy gửi nó bằng
đường hàng không
đến (Úc).

sin hãy gửhr·ee nó bùhng
đuhr·èrng haàng kawm
đén (úp)

It contains (souvenirs).

Nó bao gồm
(quà lưu niệm).

nó bow gàwm
(ğwaả luhr·oo nee·ụhm)

Where's the poste restante section?

Nơi trả bưu phẩm
ở đâu?

ner·ee chaả buhr·oo fúhm
ér đoh

Is there any mail for me?

Có thư nào của tôi không?   ğó tuhr nòw ğoỏ·uh doy kawm

In Vietnam you can use either the local currency, dong (*đồng Việt Nam* dàwm vee·ụht naam), or US dollars.

Do you change money here?

Bạn có dịch vụ đổi tiền ở đây?	bạan ğó zịk voọ đỏy dee·èn ér đay

What time does the bank open?

Mấy giờ ngân hàng mở cửa?	máy zèr nguhn haàng mér ğủhr·uh

Where can I ...?	*Tôi có thể ... ở đâu?*	doy ğó tẻ ... ér đoh
I'd like to ...	*Tôi muốn ...*	doy moo·úhn ...
cash a cheque	*đổi séc ra tiền mặt*	đỏy sák zaa dee·ùhn mụht
change a travellers cheque	*đổi séc du lịch*	đỏy sák zuu lịk
change money	*đổi tiền*	đỏy dee·ùhn
get a cash advance	*rút tiền tạm ứng*	zút dee·ùhn dạam úhrng
withdraw money	*rút tiền*	zút dee·ùhn
Where's ...?	*... ở đâu?*	... ér đoh
an automated teller machine	*Máy rút tiền tự động*	máy zút dee·ùhn dụhr đạwm
a foreign exchange office	*Phòng đổi ngoại tệ*	fòm đỏy ngwại dẹ

What's the ...?	... là bao nhiêu?	... laà bow nyee·oo
charge for that	Phí cho cái đó	feé jo ğaí đó
exchange rate	Tỉ giá hối đoái	deé zaá hóy đwaí

It's free.	Miễn phí.	meẻ·uhn feé
It's (10) dollars.	(Mười) đô.	(muhr·eè) daw
It's (10,000) dong.	(Mười nghìn) đồng.	(muhr·eè ngyìn) đàwm

Has my money arrived yet?

Tiền của tôi đã đến chưa? — dee·ùhn ğoỏ·uh doy đaã đén juhr·uh

How long will it take to arrive?

Mất bao lâu nó mới đến? — múht bow loh nó mer·eé đén

Can I use my credit card to withdraw money?

Tôi có thể dùng thẻ tín dụng để rút tiền được không? — doy ğó tẻ zùm tả dín zụm đẻ zút dee·ùhn đuhr·ẹrk kawm

The automated teller machine took my card.

Máy rút tiền đã nuốt mất thẻ của tôi. — máy zút dee·ùhn đaã moo·úht múht tả ğoỏ·uh doy

I've forgotten my PIN.

Tôi đã quên mất mã số PIN. — doy đaã ğwen múht maã sáw pin

---

listen for ...

giấy tờ tuỳ thân	záy dèr dweè tuhn	**identification**
hộ chiếu	hạw jee·oó	**passport**

Có vấn đề rồi.		
ğó vúhn đè zòy		**There's a problem.**
Bạn không còn tiền nữa.		
bạan kawm ğòn dee·ùhn nũhr·uh		**You have no funds left.**
Chúng tôi không thể làm điều đó.		
júm doy kawm tẻ laàm đee·oò đó		**We can't do that.**
Xin ký vào đây.		
sin ğeé vòw đay		**Sign here.**

I'd like a/an ...	Tôi muốn có một ...	doy moo·úhn ğó mạwt ...
audio set	băng hướng dẫn	buhng huhr·érng zūhn
catalogue	quyển ca-ta-lô	ğwee·uhn ğaa·daa·law
guide	người hướng dẫn	nguhr·eè huhr·érng zūhn
guidebook (in English)	quyển sách hướng dẫn (bằng tiếng Anh)	ğwee·uhn saák huhr·érng zūhn (bùhng dee·úhng aang)
(local) map	bản đồ (địa phương)	baản đàw (đee·ụh fuhr·erg)

Do you have information on ... sights?	Bạn có thông tin gì về những ... không?	bạan ğó tawm din zeè vè nyũhrng ... kawm
cultural	địa danh văn hoá	đee·ụh zaang vuhn hwaá
historical	di tích lịch sử	zee dík lịk sủhr
religious	nơi tôn giáo	ner·ee dawn zów

I'd like to see (a) ...	Tôi muốn thăm ...	doy moo·úhn tuhm ...
Buddhist temple	một đền Phật Giáo	mạwt đèn fụht zów
pagoda	một ngôi chùa	mạwt ngaw·ee juhr·ùh
tombs	lăng tẩm	luhng dủhm

What's that?
Đó là cái gì?

dó laà ğaí zeè

Who made it?
Ai đã xây nó?

ai đaã say nó

How old is it?
*Nó được xây bao
nhiêu lâu rồi?*

nó đuhr·ẹrk say bow
nyee·oo loh zòy

Could you take a photo of me?
*Bạn có thể chụp cho
tôi một bức ảnh?*

baạn ğó tẻ jụp jo
doy mạwt búhrk aảng

Can I take a photo (of you)?
*Tôi có thể chụp ảnh (bạn)
được không?*

doy ğó tẻ jụp aảng (baạn)
đuhr·ẹrk kawm

I'll send you the photo.
*Tôi sẽ gửi ảnh này
cho bạn.*

doy sã gủhr·ee aảng này
jo baạn

getting in

đi xem

What time does it open/close?
Mấy giờ nó mở/đóng cửa?　máy zèr nó mẻr/đáwm ğủhr·uh

What's the admission charge?
Giá vào là bao nhiêu?　zaá vòw laà bow nyee·oo

Is there a discount for …?	… có được giảm giá không?	… ğó đuhr·ẹrk zaảm zaá kawm
children	Trẻ em	chả am
families	Gia đình	zaa đìng
groups	Nhóm	nyóm
older people	Người cao tuổi	nguhr·eè ğow doỏ·ee
pensioners	Người hứu trí	nguhr·eè huhr·eé cheé
students	Sinh viên	sing vee·uhn

tours

đi thăm

Can you recommend a …?	Bạn có thể giới thiệu một chuyến … không?	bạạn ğó tẻ zẻr·eé tee·oọ mạwt jwee·úhn … kawm
When's the next …?	Khi nào là chuyến … tới?	kee nòw laà jwee·úhn … der·eé
boat trip	du thuyền	zoo twee·ùhn
day trip	du lịch nội nhật	zoo lịk nọy nyụht
tour	thăm quan	tuhm ğwaan

Is … included?	Nó có bao gồm … không?	nó ğó bow gàwm … kawm
accommodation	chỗ ở	jãw ẻr
food	đồ ăn	đàw uhn
transport	phương tiện đi lại	fuhr·erng dee·ụhn đee lại

The guide will pay.
    Người hướng dẫn   nguhr·eè huhr·erng zũhn
    sẽ trả.   sã chaá

The guide has paid.
    Người hướng dẫn   nguhr·eè huhr·erng zũhn
    đã trả rồi.   đaã chaá zòy

How long is the tour?
    Chuyển đi thăm quan   jwee·úhn đee tuhm ğwaan
    này là dài bao lâu?   này laà zaì bow loh

What time should we be back?
    Mấy giờ chúng tôi   máy zèr júm doy
    được về?   đuhr·ẹrk vè

I'm with them.
    Tôi đang đi với họ.   doy đaang đee ver·eé họ

I've lost my group.
    Tôi đã lạc nhóm của   doy đaã laạk nyóm ğoỏ·uh
    tôi rồi.   doy zòy

---

holy sights

In Vietnam, the words 'pagoda' and 'temple' are used with a different meaning than in other Asian countries (like China). A pagoda (*chùa* joo·ùh) is a place of worship and doesn't necessarily store the ashes of the dead. It's usually a single-storey structure, not a multi-tiered, eight-sided tower. A temple (*đền* đèn), on the other hand, isn't really a place of worship – rather, it's built in honour of a great historical or mythical figure (eg Confucius or even Ho Chi Minh).

I'm attending a ...	Tôi đang tham dự một ...	doy đaang taam zựhr mạwt ...
conference	hội nghị	họy ngyeẹ
course	hội thảo	họy tỏw
meeting	buổi họp	boỏ·ee họp
trade fair	hội chợ thương mại	họy jợr tuhr·erng mại

I'm with ...	Tôi đến với ...	doy đén ver·eé ...
my colleague(s)	đồng nghiệp của tôi	dàwm ngyee·ụhp ğoỏ·uh doy
(two) others	(hai) người khác	(hai) nguhr·eè kaák

I'm alone.
Tôi đến một mình. — doy đén mạwt mìng

I have an appointment with ...
Tôi có hẹn với ... — doy ğó hạn ver·eé ...

I'm staying at (the Hoa Binh Hotel), room (21).
Tôi ở khách sạn (Hoà Bình) phòng (hai mươi mốt). — doy ẻr kaák sạn (hwaà bìng) fòm (hai muhr·ee máwt)

I'm here for (three) days/weeks.
Tôi ở đây (ba) ngày/tuần. — doy ẻr đay (baa) ngày/dwùhn

etiquette tips

Exchanging business cards (danh thiếp zaang tee·úhp) is an important part of even the smallest transaction or business contact in Vietnam. They should be presented and received with both hands.

Leaving a pair of chopsticks (đôi đua doy đoo·uh) sitting vertically in a rice bowl isn't appreciated in Vietnam – it looks very much like the incense sticks that are burned for the dead.

Here's my ...	Đây là ... của tôi.	đay laà ... ğoỏ·uh doy
Can I have	Xin bạn cho tôi	sin bạn jo doy
your ...?	... của bạn.	... ğoỏ·uh bạn
address	địa chỉ	đẹẹ·uh jeẻ
business card	danh thiếp	zaang tee·úhp
email address	địa chỉ	đẹẹ·uh jeẻ
	email	ee·mayl
fax number	số fax	sáw faak
mobile number	số điện thoại	sáw đee·ụhn twại
	di động	zee đạwm
phone number	số điện thoại	sáw đee·ụhn twại
Where's the ...?	... ở đâu?	... ẻr đoh
conference	Hội nghị	họy ngyẹẹ
meeting	Buổi họp	boỏ·ee họp
I need (a/an) ...	Tôi cần ...	doy ğùhn ...
computer	một máy tính	mạwt máy díng
Internet	vào mạng	vòw mạạng
connection		
interpreter	một người	mạwt nguhr·eè
	phiên dịch	fee·uhn zịk
more business	in danh thiếp	in zaang tee·úhp
cards	nữa	nũhr·uh
some space to	một chỗ để	mạwt jãw đẻ
set up	chuẩn bị	joo·ụhn bẹẹ
to send a fax	gửi một	gủhr·ee mạwt
	bản fax	baản faak

That went very well.
Buổi họp có kết quả   boỏ·ee họp ğó ğét ğwaả
tốt rồi.   dáwt zòy

Shall we go for a drink?
Mời bạn đi uống nước.   mer·eè bạn đee oo·úhng nuhr·érk

Shall we go for a meal?
Mời bạn đi ăn cơm.   mer·eè bạn đee uhn ğerm

It's on me.
Tôi mời bạn.   doy mer·eè bạn

Facilities for people with a disability are limited to new office buildings and foreign hotels.

I have a disability.
Tôi bị khuyết tật.   doy beẹ kwee·úht dụht

I need assistance.
Tôi cần sự trợ giúp.   doy gùhn sụhr chẹr zúp

I'm deaf.
Tôi bị điếc.   doy beẹ đee·úhk

I have a hearing problem.
Tôi có vấn đề về thính giác.   doy ğó vúhn đè vè tíng zaák

I have a hearing aid.
Tôi dùng thiết bị trợ thính.   doy zùm tee·úht beẹ chẹr tíng

My (friend) is blind.
(Bạn) tôi bị mù.   (bạạn) doy beẹ moò

Are guide dogs permitted?
Có chó dẫn đường cho   ğó jó zũhn đuhr·èrng jo
người khiếm thị không?   nguhr·eè kee·úhm teẹ kawm

What services do you have for people with a disability?
Bạn có những dịch vụ   bạạn ğó nyũhrng zịk voọ
gì cho người bị khuyết   zeè jo nguhr·eè beẹ kwee·úht
tật không?   dụht kawm

How wide is the entrance?
Lối vào rộng bao nhiêu?   lóy vòw zạạm bow nyee·oo

How many steps are there?
Có bao nhiêu bậc thang?   ğó bow nyee·oo bụhk taang

Is there a lift?
Có thang máy không?   ğó taang máy kawm

Is there wheelchair access?
Có đường dành riêng   ğó đuhr·èrng zaàng zee·uhng
cho xe lăn không?   jo sa luhn kawm

Are there disabled toilets?

Có la-bô cho người khuyết tật ở đây không?
ğó laa·baw jo nguhr·eè kwee·úht dụht ẻr đay kawm

Are there rails in the bathroom?

Có tay vịn nào trong nhà vệ sinh không?
ğó day vịn nòw chom nyaà vẹ sing kawm

Are there disabled parking spaces?

Có chỗ đỗ xe dành cho người khuyết tật không?
ğó jãw đãw sa zaàng jo nguhr·eè kwee·úht dụht kawm

Can you call me a disabled taxi?

Bạn có thể gọi hộ tôi một taxi dành cho người khuyết tật không?
bạạn ğó tẻ gọy hạw doy mạwt dúhk·see zaàng jo · nguhr·eè kwee·úht dụht kawm

Can you help me cross the street safely?

Bạn có thể giúp tôi qua đường an toàn không?
bạạn ğó tẻ zúp doy ğwaa đuhr·èrng aan dwaàn kawm

Is there somewhere I can sit down?

Có chỗ nào tôi có thể ngồi được không?
ğó jãw nòw doy ğó tẻ ngòy đuhr·ẹrk kawm

guide dog	*chó dẫn đường*	jó zũhn đuhr·èrng
older person	*người cao tuổi*	nguhr·eè ğow doỏ·ee
person with a disability	*người khuyết tật*	nguhr·eè kwee·úht dụht
ramp	*đường dốc*	đuhr·èrng záwp
walking frame	*khung tập đi*	kum dụhp đee
walking stick	*gậy chống*	gạy jáwm
wheelchair	*xe lăn*	sa luhn

travelling with children

du lịch với trẻ em

A crèche is almost unheard of in Vietnam, so when it comes to leaving the kids behind for an outing, a babysitter (*bảo mẫu* bỏw mỗh) is the service to ask for.

Is there a …?	*Có … ở đây không?*	ğó … èr đay kawm
baby change room	*phòng thay đồ cho trẻ sơ sinh*	fòm tay đàw jo chả ser sing
child-minding service	*dịch vụ trông trẻ*	zịk voọ chawm chẻ
children's menu	*thực đơn trẻ em*	tụhrk đern chả am
child's portion	*xuất ăn dành cho trẻ*	swúht uhn zaàng jo chả
discount for children	*giảm giá cho trẻ em*	zaảm zaá jo chả am
family ticket	*vé gia đình*	vá zaa đìng

I need a/an …	*Tôi cần một …*	doy ğùhn mạwt …
baby seat	*ghế trẻ sơ sinh*	gé chả ser sing
(English-speaking) babysitter	*bảo mẫu (nói được tiếng Anh)*	bỏw mỗh (nóy đuhr·ẹrk dee·úhng aang)
booster seat	*ghế đẩy*	gé đảy
cot	*giường cũi*	zuhr·èrng ğoỗ·ee
highchair	*ghế cao dành cho trẻ*	gé ğow zaàng jo chả
plastic bag	*túi nhựa*	doo·eé nyuhr·ụh
plastic sheet	*miếng nhựa*	mee·úhng nyuhr·ụh
potty	*cái bô*	ğái baw
pram	*xe đẩy*	sa đảy
sick bag	*túi nôn*	doo·eé nawn
stroller	*xe nôi*	sa noy

Where's the nearest ...?	Cái ... gần nhất ở đâu?	ğaí ... ğùhn nyúht ér đoh
drinking fountain	vòi uống nước	vòy oo·úhng nuhr·érk
park	công viên	ğawm vee·uhn
playground	sân chơi	suhn jer·ee
swimming pool	bể bơi	bẻ ber·ee
tap	vòi nước	vòy nuhr·érk
theme park	công viên vui chơi	ğawm vee·uhn voo·ee jer·ee
toyshop	cửa hàng đồ chơi	ğủhr·uh haàng đàw jer·ee

Do you sell ...?	Bạn có bán ... không?	baạn ğó baán ... kawm
baby wipes	giấy chùi đít cho em bé	záy joo·eè đít jo am bá
disposable nappies	tã giấy	daã záy
painkillers for infants	thuốc giảm đau cho trẻ	too·úhk zaảm đoh jo chẻ
powdered milk	sữa bột	sũhr·uh baạt
tissues	giấy lau	záy loh

Do you hire prams/strollers?
Bạn có cho thuê
xe đẩy/nôi không?
baạn ğó jo twe
sa đảy/noy kawm

Is there space for a pram?
Có chỗ nào để xe
đẩy không?
ğó jãw nòw đẻ sa
đảy kawm

Are children allowed?
Trẻ em có được phép
vào không?
chẻ am ğó đuhr· erk fáp
vòw kawm

Is this suitable for (three)-year old children?
Cái này có thích hợp với
trẻ em (ba) tuổi không?
ğaí này ğó tík hẹrp ver·eé
chẻ am (ba) doỏ·ee kawm

Where can I change a nappy?
Tôi có thể thay tã ở đâu?
doy ğó tẻ tay daã ér đoh

Do you mind if I breast-feed here?
Bạn có phiền không nếu baạn ğó fee·ùhn kawm nay·oó
tôi cho con bú ở đây? doy jo ğon boó ẻr đay

Could I have some paper and pencils?
Làm ơn cho tôi giấy laàm ern jo doy záy
và bút chì. vaà bút jeè

Do you know a dentist/doctor who is good with children?
Bạn có biết một nha/bác baạn ğó bee·úht mạwt nyaa/baák
sĩ cho trẻ em không? seẽ jo chả am kawm

For more on medical needs, see **health**, page 175.

talking with children

trò chuyện với trẻ em

What's your name?
Tên cháu là gì? den jów laà zeè

How old are you?
Cháu bao nhiêu tuổi? jów bow nyee·oo dỏy

When's your birthday?
Khi nào là sinh nhật kee nòw laà sing nyụht
của cháu? ğoỏ·uh jóh

Do you go to school?
Cháu đã đi học chưa? jóh đaã đẹ họp juhr·uh

What grade are you in?
Cháu học lớp mấy? jóh họp lérp máy

Do you learn English?
Cháu có học tiếng jóh ğó họp dee·úhng
Anh không? aang kawm

What do you do after school?
Cháu thường làm gì jóh tuhr·èrng laàm zeè
sau khi đi học về? soh kee đee họp về

Do you like (sport)?
Cháu có thích (thể thao) jóh ğó tík (tẻ tow)
không? kawm

talking about children

When's the baby due?
Khi nào sinh con? — kee nòw sing ğon

What are you going to call the baby?
Bạn sẽ đặt tên con là gì? — bạạn sả đụht den ğon laà zeè

Is this your first child?
Đây có phải là con đầu lòng không? — đay ğó fai laà ğon đòh lòm kawm

How many children do you have?
Bạn muốn có mấy con? — bạạn moo·úhn ğó máy ğon

What a beautiful child!
Đứa trẻ xinh quá! — đuhr·úh chả sing ğwaá

Is it a boy or a girl?
Đó là con trai hay con gái? — đó laà ğon chai hay ğon gaí

What's his/her name?
Tên cậu/cô bé là gì? — dan ğọh/ğaw bá laà zeè

How old is he/she?
Cậu/Cô bé bao nhiêu tuổi? — ğọh/ğaw bá bow nyee·oo doỏ·ee

Does he/she go to school?
Cậu/Cô bé có đi học không? — ğọh/ğaw bá ğó đee họp kawm

He/She ...	Cậu/Cô bé ...	ğọh/ğaw bá ...
has your eyes	*có mắt giống bạn*	ğó múht záwm bạạn
looks like you	*trông có giống bạn*	chawm ğó záwm bạạn

basics

cơ bản

Yes.	*Dạ.*	zaạ/yaạ ⑧/⑤
No.	*Không.*	kawm
Please.	*Xin.*	sin
Thank you	*Cảm ơn*	ğaảm ern
(very much).	*(rất nhiều).*	(zúht nyee·oò)
You're welcome.	*Không có gì.*	kawm ğó zeè
Excuse me.	*Xin lỗi.*	sin lõy
Sorry.	*Xin lỗi.*	sin lõy

For more on expressing agreement or confirmation, see the box **just don't say no**, page 110.

no thanks

The words 'please' and 'thank you' aren't used as often as you might expect, so don't be offended if you don't hear them – the sentiment will still be there.

greetings & goodbyes

lời chào hỏi & lời chia tay

When meeting older or respected people bow your head slightly and take off your hat. The traditional form of greeting – pressing your hands together in front of your body and bowing slightly – is still used by Buddhist monks and nuns and it's polite to respond the same way.

Hello.	*Xin chào.*	sin jòw
Hi.	*Chào.*	jòw

Good ...	Chào buổi ...	jòw boỏ·ee ...
afternoon	chiều	jee·oò
day	trua	chuhr·uh
evening	tối	dóy
morning	sáng	saáng

How are you?
Bạn khoẻ không?　　　　　bạạn kwả kawm

Fine. And you?
Khoẻ. Còn bạn thì sao?　　kwả ğòn bạạn teè sow

What's your name?
Tên bạn là gì?　　　　　　den bạạn laà zeè

My name is ...
Tên tôi là ...　　　　　　　den doy laà ...

I'm pleased to meet you.
Tôi rất vui được　　　　　doy zúht voo·ee đuhr·ẹrk
gặp bạn.　　　　　　　　　ğụhp bạạn

I'd like to introduce you to ...
Tôi muốn giới thiệu　　　　doy moo·úhn zer·eé tee·oọ
bạn với ...　　　　　　　　bạạn ver·eé ...

This is my ...	Đây là ... của tôi.	đay laà ... ğoỏ·uh doy
child	con	ğon
colleague	đồng nghiệp	đàwm ngyee·ụhp
friend	bạn	bạạn
husband	chồng	jòm
partner (intimate)	tình nhân	đing nyuhn
wife	vợ	vẹr

For more kinship terms, see **family**, page 103.

See you later.	Hẹn gặp lại.	hạn ğụhp lại
Goodbye.	Tạm biệt.	dạạm bee·ụht
Bye.	Chào nhé.	jòw nyá
Good night.	Chúc ngủ ngon.	júp ngoỏ ngon
Bon voyage!	Chúc thượng lộ bình an!	júp tuhr·ẹrng lạw bìng aan

addressing people

When addressing someone, the Vietnamese use a title before the person's first name. It varies according to age, gender and the relationship with that person – we've given the most common ones in the box below. Formal terms equivalent to 'Mr' or 'Mrs' in English are only used on first meeting someone or when addressing an elderly person. For some informal terms of address, see **romance** and the box **who do you love**, page 121. You can also find some more information on Vietnamese names in the box **what's in a name?**, page 68.

Mr	*Ông*	awn
Mrs	*Bà*	baà
Miss	*Cô*	ğaw

title case

anh	aang	males a little older than you
bà	baà	females older than your parents
bác	baák	females and males older than your parents
cháu	jów	male or female young enough to be your children or grandchildren
chị	jeẹ	females a little older than you
em	am	females & males younger than you (children & teenagers only)
ông	awn	males older than your parents

making conversation

What a beautiful day!
Hôm này đẹp trời thế!   hawm này đạp cher·eè té

That's (beautiful), isn't it!
Cái đó (đẹp) lắm, phải không?   ğaí đó (đạp) lúhm faị kawm

Nice/Awful weather, isn't it?
Thời tiết đẹp/xấu,   ter·eè dee·úht đạp/sóh
phải không?   faị kawm

What's this called?
Cái này gọi là gì?   ğaí nàuy gọi laà zeè

Where are you going?
Bạn đi đâu thế?   baạn đee đoh té

What are you doing?
Bạn đang làm gì đấy?   baạn đaang laàm zeè đáy

Can I take a photo (of you)?
Tôi có thể chụp ảnh   doy ğó tẻ jụp ảng
(bạn) được không?   (baạn) đuhr·ẹrk kawm

Do you live here?
Bạn sống ở đây không?   baạn sáwm ẻr đay kawm

Do you like it here?
Bạn có thích ở đây không?   baạn ğó tík ẻr đay kawm

I love it here.
Tôi ở đây thích lắm.   doy ẻr đay tík lúhm

How long are you here for?
Bạn định ở đây bao   baạn địng ẻr đay bow
nhiêu lâu?   nyee·oo loh

I'm here for (four) weeks/days.
Tôi định ở đây (bốn)   doy địng ẻr đay (báwn)
tuần/ngày.   dwùhn/ngày

Are you here on holiday?
Bạn đang nghỉ ở đây   baạn đaang ngyeẻ ẻr đay
phải không?   faị kawm

I'm here …	*Tôi đang đi …*	doy đaang đee …
for a holiday	*nghỉ*	ngyeẻ
on business	*làm*	laàm
to study	*học*	họp

Hey!	Này!	này
Great!	Tuyệt!	dwee·ụht
Sure.	Được.	đuhr·ẹrk
Maybe.	Có thể.	ğó tẻ
No way!	Không được đâu!	kawm đuhr·ẹrk đoh
Just joking.	Chỉ đùa thôi.	jeẻ đoo·ùh toy
Just a minute.	Chỉ một phút thôi.	jeẻ mạwt fút toy
It's OK.	Được rồi.	đuhr·ẹrk zòy
No problem.	Không sao.	kawm sow

nationalities

quốc tịch

Where are you from?	Bạn là người nước nào?	bạan laà nguhr·eè nuhr·érk nòw
I'm from ...	Tôi là người ...	doy laà nguhr·eè ...
Australia	Úc	úp
Canada	Ca-na-đa	ğaa·naa·đaa
England	Anh	aang
New Zealand	Tân Tây Lan	duhn day laan
the USA	Mỹ	meẻ

age

tuổi

How old ...?	... bao nhiêu tuổi?	... bow nyee·oo dỏy
are you	Bạn	bạan
is your daughter	Con gái của bạn	ğon gái ğoỏ·uh bạan
is your son	Con trai của bạn	ğon chai ğoỏ·uh bạan

I'm … years old.
Tôi … tuổi.　　　　　　　doy … dỏy

My son/daughter is … years old.
Con trai/ gái của tôi …　　ğon chai/ğaí ğoỏ·uh doy …
tuổi.　　　　　　　　　　dỏy

Too old!
Quá già!　　　　　　　　ğwaá zaà

I'm younger than I look.
Tôi trẻ hơn so với　　　　doy chẻ hern so ver·eé
bề ngoài.　　　　　　　bè ngwaì

For your age, see **numbers & amounts**, page 35.

occupations & studies

nghề nghiệp & học vấn

What's your occupation?	*Bạn làm nghề gì?*	bạn laàm ngyè zeè
I'm a …	*Tôi là …*	doy laà …
chef	*đầu bếp*	đòh bép
doctor	*bác sĩ*	baák seē
farmer	*nông dân*	nawm zuhn
journalist	*nhà báo*	nyaà bów
teacher	*giáo viên*	zów vee·uhn
I work in …	*Tôi làm trong …*	doy laàm chom …
administration	*bộ phận*	bạw fụhn
	hành chính	naàng jíng
health	*y tế*	ee dé
sales &	*bán hàng và*	baán haàng vaà
marketing	*tiếp thị*	dee·úhp teẹ
I'm …	*Tôi …*	doy …
retired	*đã về hưu*	đaã vè huhr·oo
self-employed	*là doanh*	laà zwaang
	nghiệp tư	ngyee·ụhp duhr
	nhân	nyuhn
unemployed	*thất nghiệp*	túht ngyee·ụhp

What are you studying?	Bạn đang học cái gì?	baán đaang họp ğaí zeè
I'm studying …	Tôi đang học …	doy đaang họp …
humanities	nhân chủng học	nyuhn júm họp
science	khoa học	kwaa họp
Vietnamese	tiếng Việt	dee·úhng vee·ụht

family

gia đình

Do you have a …?	Bạn có … không?	baạn ğó … kawm
I (don't) have a …	Tôi (không) có …	doy (kawm) ğó …
brother (older)	anh trai	ang chai
brother (younger)	em trai	am chai
daughter	con gái	ğon gaí
family	gia đình	zaa đìng
husband	chồng	jàwm
partner (intimate)	tình nhân	đìng nyuhn
sister (older)	chị	jeẹ
sister (younger)	em gái	am gái
son	con trai	ğon chai
wife	vợ	vẹr

Are you married?

Bạn lập gia đình chưa?   baạn lụhp zaa đìng juhr·uh

I live with someone.

Tôi đang sống với một người.   doy đaang sóm ver·eé mạwt nguhr·eè

I'm …	Tôi …	doy …
married	đã lập gia đình	đaã lụhp zaa đìng
separated	đã chia tay	đaã jee·uh day
single	độc thân	đạwp tuhn

For more family members, see the **dictionary**.

farewells

Tomorrow is my last day here.

Ngày mai là ngày cuối ngày mai laà ngày ğoo·eé
cùng của tôi ở đây. ğùm ğoỏ·uh doy ẻr đay

If you come to (Ireland) you can stay with me.

Nếu bạn đến (Ái-len) ne·oó bạn đén (aí·laan)
bạn có thể ở với tôi. bạan ğó tẻ ẻr ver·eé doy

Keep in touch!

Giữ liên lạc nhé! zũhr lee·uhn laạk nyá

It's been great meeting you.

Thật vui được gặp bạn. tụht voo·ee đuhr·ẹrk gụhp bạan

Here's my ... *Đây là ... của tôi.* đay laà ... ğoỏ·uh doy
   (email) address *địa chỉ (email)* đẹ·uh jeẻ (ee·mayl)
   phone number *số điện thoại* sáw đee·ụhn twại

What's your ...? *... của bạn là gì?* ... ğoỏ·uh bạan laà zeè
   (email) address *Địa chỉ (email)* đẹ·uh jeẻ (ee·mayl)
   phone number *Số điện thoại* sáw đee·ụhn twại

well-wishing

Bon voyage!	*Chúc thượng lộ bình an!*	júp tuhr·ẹrng lạw bìng aan
Congratulations!	*Xin chúc mừng!*	sin júp mùhrng
Good luck!	*Chúc may mắn!*	júp may múhn
Happy Birthday!	*Chúc sinh nhật vui vẻ!*	júp sing nyụht voo·ee vả
Happy Lunar New Year!	*Chúp mừng tết vui!*	júp mùhrng dét voo·ee
Happy New Year!	*Chúp mừng năm mới!*	júp mùhrng nuhm mer·eé
Merry Christmas!	*Chúc giáng sinh vui vẻ!*	júp zaáng sing voo·ee vả

SOCIAL

common interests

sở thích chung

What do you do in your spare time?
Khi bạn có thời gian   kee baạn ğó ter·eè zaan
rỗi bạn thường làm gì?   zõy baạn tuhr·èrng laàm zeè

Do you like …?	*Bạn có thích*	baạn ğó tík
	… không?	… kawm
I (don't) like …	*Tôi (không)*	doy (kawm)
	thích …	tík …
computer	*trò chơi*	chò jer·ee
games	*điện tử*	đee·uhn dủhr
cooking	*nấu ăn*	nóh uhn
dancing	*khiêu vũ*	kee·oo voõ
drawing	*vẽ*	vã
films	*xem phim*	sam feem
gardening	*làm vườn*	laàm vuhr·èrn
hiking	*đi bộ*	đee baạw
	đường dài	đuhr·èrng zaì
karaoke	*hát karaoke*	haát ğaa·raa·o·ğe
music	*nghe nhạc*	ngya nyaạk
painting	*hội hoạ*	hoạy hwaạ
photography	*chụp ảnh*	jụp ảng
reading	*đọc sách*	đoạp saák
shopping	*đi mua sắm*	đee moo·uh súhm
socialising	*giao tiếp*	sow dee·úhp
sport	*chơi thể thao*	jer·ee tẻ tow
surfing the Internet	*tìm trang web*	dìm chaang web
travelling	*đi du lịch*	đee zoo lịk
water-puppet	*xem múa rối*	sam moo·úh zóy
theatre		

For sporting activities, see **sport**, page 131.

music

Do you …?	Bạn có … không?	baạn ğó … kawm
dance	biết khiêu vũ	bee·úht kee·oo voõ
go to concerts	hay đi nghe nhạc	hay đee ngya nyaạk
listen to music	nghe nhạc	ngya nyaạk
play an instrument	chơi nhạc	jer·eé nyaạk
sing	biết hát	bee·úht haát

What … do you like?	Bạn thích những … nào?	baạn tík nyũhrng … nòw
bands	ban nhạc	baan nyaạk
music	dòng nhạc	zòm nyaạk
singers	ca sĩ	ğaa seẽ

classical music	nhạc cổ điển	nyaạk ğảw đeẻ·uhn
electronic music	nhạc điện tử	nyaạk đee·uhn dủhr
traditional Vietnamese music	nhạc cổ truyền Việt Nam	nyaạk ğảw chwee·ùhn vee·uht naam
world music	nhạc quốc tế	nyaạk ğwók dé

Planning to go to a concert? See **tickets**, page 44, and **going out**, page 115.

---

poetic hat

The Vietnamese trademark, the conical hat (*cái nón* ğaí nón), is a very practical item – women all over the country wear it to protect their faces from the sun, but it also serves as an umbrella in the rain.

However, there's a poetic side to it as well – the hats made in the Hue region, known as *nón bài thơ* nón baì ter (lit: poem hat), have proverbs or poetry inscribed inside the brim, visible only when the hat is held up to the light and viewed from inside.

cinema & theatre

I feel like going to a …	Tôi muốn đi xem …	doy moo·úhn đee sam …
Did you like the …?	Bạn có thích … không?	bạan ğó tík … kawm
ballet	vũ ba lê	voõ baa le
film	bộ fim	bạw feem
play	vở kịch	vẻr ğịk

I thought it was …	Tôi cho rằng nó …	doy jo zùhng nó …
boring	chán	jaán
excellent	tuyệt vời	dwee·ụht ver·eè
long	quá dài	ğwaá zaì
OK	cũng được thôi	ğũm đuhr·ẹrk toy

What's showing at the … tonight?	Tối này có gì ở … không?	dóy này ğó zeè ér … kawm
cinema	rạp chiều bóng	zạap chee·oó bóm
theatre	rạp hát	zạap haát

Is it in English?
Có tiếng Anh không? ğó dee·úhng ang kawm

Does it have (English) subtitles?
Có phụ đề (tiếng Anh) không? ğó fọo đè (dee·úhng ang) kawm

Have you seen …?
Bạn đã xem … chưa? bạan đaã sam … juhr·uh

Who's in it?
Có những diễn viên nào? ğó nyũhrng zeẽ·uhn vee·uhn nòw

It stars …
Những diễn viên chính là … nyũhrng zeẽ·uhn vee·uhn jíng laà …

Is this seat taken?
Chỗ này có người ở không? jãw này ğó nguhr·eè ér kawm

Do you like …?	*Bạn có thích fim …*	bạạn ğó tík feem …
	không?	kawm
I (don't) like …	*Tôi (không)*	doy (kawm)
	thích fim …	tík feem …
action movies	*hành động*	haàng đạwm
animated films	*hoạt hình*	hwạat hìng
(Vietnamese)	*điện ánh*	đee·ụht ảng
cinema	*(Việt Nam)*	(vee·ụht naam)
comedies	*hài*	haì
documentaries	*tài liệu*	daì lee·ọọ
drama	*chính kịch*	jíng ğik
horror movies	*rùng rợn*	zùm zẹrn
sci-fi	*khoa học*	kwaa họp
	viễn tưởng	veẽ·uhn dủhr·erng
short films	*ngắn*	ngúhn
thrillers	*giật gân*	zạạt guhn
war movies	*chiến tranh*	jee·úhn chaan

In the Vietnamese lunar calendar, years are represented by one of the 12 animals of the zodiac (listed below), and the cycle is repeated every 12 years. To find out someone's zodiac sign (based on the year of birth), just ask:

What animal are you?
Bạn tuổi con gì?   bạạn doỏ·ee ğon zeè

Rat	*Tý*	deé
Buffalo	*Sửu*	sửhr·oo
Tiger	*Dần*	zùhn
Cat	*Mẹo*	may·ọọ
Dragon	*Thìn*	tìn
Snake	*Tỵ*	dee
Horse	*Ngọ*	ngọ
Goat	*Mùi*	moo·eè
Monkey	*Thân*	tuhn
Rooster	*Dậu*	zọh
Dog	*Tuất*	dwúht
Pig	*Hợi*	her·ẹẹ

feelings

Are you ...?	Bạn có thấy ... không?	baạn ğó táy ... kawm
I'm (not) ...	Tôi (không) thấy ...	doy (kawm) táy ...
cold	lạnh	laạng
disappointed	thất vọng	túht voṃ
embarrassed	xấu hổ	sóh hảw
happy	vui	voo·ee
hot	nóng	nóm
hungry	đói	đóy
in a hurry	vội	voṃ
OK	khoẻ	kwả
sad	buồn	boo·ùhn
surprised	ngạc nhiên	ngak nyee·uhn
thirsty	khát nước	kaát nuhr·érk
tired	mệt mỏi	meṭ mỏy
worried	lo lắng	lo lúhng

If you're feeling unwell, see **health**, page 175.

mixed feelings		
a little	hơi	her·ee
I'm a little confused.	Tôi thấy hơi lộn xộn.	doy táy her·ee lạwn sạwn
extremely	vô cùng	vaw ğùm
I'm extremely sorry.	Tôi vô cùng xin lỗi.	doy vaw ğùm sin lõy
very	rất	zúht
I feel very lucky.	Tôi thấy mình rất may mắn.	doy táy mìng zúht may múhn

opinions

Did you like it?
Bạn có thích nó không?   baạn ğó tík nó kawm

What do you think of it?
Bạn thấy nó như thế nào?   baạn táy nó nyuhr té nòw

I thought it was …	*Tôi nghĩ nó …*	doy ngyeè nó …
It's …	*Nó …*	nó …
awful	*tồi tệ*	dòy dẹ
beautiful	*đẹp*	đạp
boring	*chán*	chaán
(too) expensive	*(quá) tốn kém*	(ğwaá) dáwn ğắm
great	*tuyệt vời*	dwee·ụht ver·eè
interesting	*hay*	hay
OK	*cũng được*	ğũm đuhr·ẹrk
strange	*lạ*	laạ

just don't say no

There are several ways of saying 'yes' in Vietnamese. The formal 'yes', particularly in the north, is *dạ, vâng* zaạ vuhng. It shows approval and is a polite way to answer a question – when dealing with officials, for example. Wherever you are, if the answer you'll give is 'no' but you want to be very polite, you can begin your response with *dạ* zaạ/yaạ ⑧/⑤, before going on to disagree!

Both *phải* fai (lit: right/correct) and *đúng* đúm (lit: exact/true) can be used to express agreement or confirmation with little difference in meaning.

Có ğó (lit: have) is used as 'yes' with 'have' questions and *được* đuhr·ẹrk (lit: can) with 'can' questions. Most other verbs used in questions are commonly repeated in answers instead of saying 'yes'. For more on questions and answers, see the **phrasebuilder**, page 25.

SOCIAL

politics & social issues

chính trị & các vấn đề xã hội

Who do you vote for?
Bạn thường bầu cho ai?   bạạn tuhr·èrng bòh jo ai

I support the	*Tôi ủng*	doy ủm
… party.	*hộ đảng …*	hạw đảng …
I'm a member	*Tôi là đảng*	doy laà đaảng
of the … party.	*viên của*	vee·uhn ğoỏ·uh
	đảng …	đaảng …

communist	*cộng sản*	ğạwm saản
conservative	*bảo thủ*	bỏw toỏ
democratic	*dân chủ*	zuhn choỏ
green	*xanh*	saang
liberal	*tự do*	dụhr zo
social	*dân chủ*	zuhn choỏ
democratic	*xã hội*	saã họy
socialist	*xã hội*	saã họy

Did you hear about …?
Bạn đã nghe về … chưa?   bạạn đaã ngya vè … juhr·uh

Do you agree with it?
Bạn có đồng ý với   bạạn ğó đàwm eé ver·eé
cái đó không?   ğaí đó kawm

I (don't) agree with …
Tôi (không) đồng ý với …   doy (kawm) đàwm eé ver·eé …

How do people feel about …?
Người ta cảm thấy   nguhr·eè daa ğaảm táy
thế nào về …?   té nòw vè …

How can we support …?
Chúng tôi có thể ủng   júm doy ğỏ tẻ ủm
hộ … như thế nào?   hạw … nyuhr té nòw

feelings & opinions

111

abortion	*nạn phá thai*	naạn faá tai
animal rights	*quyền lợi*	ğwee·ùhn ler·eẹ
	của động vật	ğoỏ·uh đạwm vụht
black market	*nạn chợ đen*	naạn jẹr đan
bureaucracy	*nạn quan liêu*	naạn ğwaan lee·oo
corruption	*nạn tham nhũng*	naạn taam nyũm
crime	*nạn tội phạm*	naạn dọy faạm
discrimination	*nạn phân biệt*	naạn fuhn bee·ụht
	đối xử	đóy gủhr
drugs	*nạn ma tuý*	naạn maa dweé
the economy	*nền kinh tế*	nèn ğing dé
education	*nền giáo dục*	nèn zów zụp
equal	*sự bình đẳng*	sụhr bìng đủhng
opportunity	*về cơ hội*	vè ğer họy
euthanasia	*sự gây chết*	sụhr gay jét
	không đau đớn	kawm đoh đérn
globalisation	*sự toàn cầu hoá*	sụhr dwaàn gòh hwaá
human rights	*vấn đề nhân*	vúhn đè nyuhn
	quyền	ğwee·ùhn
immigration	*vấn đề nhập cư*	vúhn đè nyụhp ğuhr
indigenous issues	*dân tộc thiểu số*	zuhn dọc teẻ·oo sáw
inequality	*sự không bình*	sụhr kawm bìng
	đẳng	đủhng
land mines	*mìn nổ*	mìn nảw
paedophilia	*nạn lạm dụng*	naạn laạm zụm
	tình dục trẻ em	dìng zụp chả am
party politics	*vấn đề tinh thần*	vúhn đè ding tùhn
	đảng phái	daảng faí
poverty	*nạn nghèo đói*	naạn ngyay·oò đóy
privatisation	*sự tư nhân hoá*	sụhr duhr nyuhn hwaá
prostitution	*nạn mại dâm*	naạn maị zuhm
racism	*nạn phân biệt*	naạn fuhn bee·ụht
	chủng tộc	jủm dạwp
sexism	*nạn thành kiến*	naạn taàng ğee·úhn
	giới tính	zer·eé díng
social welfare	*phúc lợi xã hội*	fúp ler·eẹ saã họy
terrorism	*nạn khủng bố*	naạn kủm báw
unemployment	*nạn thất nghiệp*	naạn túht ngyee·ụhp
the war in …	*chiến tranh …*	jee·úhn chaang …
war veterans	*cựu chiến binh*	ğụhr·oọ jee·úhn bing

Many Vietnamese proverbs are about food – figuratively, of course. Here are some examples:

Not to see the wood for the trees.

Tham bát bỏ mâm.	taam baát bỏ muhm

(lit: to crave the rice but forget
the whole table of food)

Better an open enemy than a false friend.

Ăn mặn nói ngay,	uhn mụhn nóy ngay
còn hỏn ăn chay nói dối.	ğòn hỏn uhn jay nóy zóy

(lit: better to eat meat and tell the truth
than to eat vegetables and tell lies)

the environment

vấn đề về môi trường

Is this a	*... này có được*	... này ğó đuhr·ẹrk
protected ...?	*bảo vệ không?*	bỏw vẹ kawm
forest	*Rừng*	zùhrng
park	*Vườn quốc gia*	vuhr·èrn ğwawk zaa
species	*Loài động vật*	lwaì đạwm vụht

Is there a ... problem here?

Có gặp vấn đề về ...	ğó gụhp vúhn đè vè ...
ở đây không?	ẻr day kawm

What should be done about ...?

Người ta nên giải quyết	nguhr·eè da nen zaỉ ğwee·úht
vấn đề ... như thế nào?	vúhn đè ... nyuhr táy nòw

conservation	bảo vệ bảo tồn môi trường	bỏw vẹ bỏw dàwn moy chuhr·èrng
deforestation	phá rừng	faá zùhrng
drought	hạn hán	haạn haán
ecosystem	hệ sinh thái	hẹ sing taí
ecotourism	du lịch sinh thái	zoo lịk sing taí
endangered species	những loài động vật quý hiếm	nyũhrng lwaì đạwm vụht ğweé hee·úhm
the environment	vấn đề môi trường	vúhn đè moy chuhr·èrng
erosion	xói mòn của đất	sóy mòn ğoỏ·uh đúht
flooding	nạn lũ lụt	naạn loõ lụt
genetically modified food	thực phẩm thay đổi gen	tụhrk fủhm tay đỏy jen
global warming	sự hâm nóng toàn cầu	sụhr huhm nóm dwaàn ğòw
herbicide	thuốc diệt cỏ	too·úhk zee·ụht ğỏ
hunting	nạn săn bắt	naạn suhn búht
hydroelectricity	thuỷ điện	tweẻ đee·ụhn
irrigation	thuỷ lợi	tweẻ ler·ẹe
land mines	mìn sát thương	mìn saát tuhr·erng
napalm	bom napan	bom naa·paan
nuclear energy	năng lượng hạt nhân	nuhng luhr·ẹrng haạt nyuhn
nuclear testing	thử vũ khí hạt nhân	tủhr voõ keé haạt nyuhn
overfishing	đánh cá quá mức	đaáng ğaá ğwaá múhrk
ozone layer	tầng ozôn	dùhng o·zawn
pesticides	thuốc trừ sâu	too·úhk chùhr soh
pollution	ô nhiễm môi trường	aw nyee·ũhm moy chuhr·èrng
recycling programme	chương trình tái chế	juhr·erng chìng daí jé
reforestation	tái lập rừng	daí lụp zùhrng
toxic waste	chất độc hại	júht đọp haị
water supply	nguồn nước uống	ngoo·ùhn nuhr·érk oo·úhng

where to go

đi đâu

What's there to do in the evenings?
Có chỗ nào để đi chơi — ğó jõ nòw để đee jer·ee
vào buổi tối ở đây không? — vòw boó·ee dóy ẻr đay kawm

Do you know a good restaurant?
Bạn có biết nhà hàng — bạn ğó bee·úht nyaà haàng
nào ngon không? — nòw ngon kawm

What's on …?	*Có cái gì hay*	ğó ğaí zeè hay
	… không?	… kawm
locally	*gần đây*	gùhn đay
this weekend	*cuối tuần này*	ğoo·eé dwùhn này
today	*hôm nay*	hawm nay
tonight	*tối nay*	dóy nay
Where can I find …?	*Tôi có thể tìm*	doy ğó tẻ dìm
	các … ở đâu?	kaák … ẻr đoh
clubs	*vũ trường*	voõ chuhr·èrng
gay venues	*quán mà giới*	ğwaán maà zer·eé
	đồng tính	đàwm díng
	hay đến	hay đén
places to eat	*quán ăn ngon*	ğwaán uhn ngon
pubs	*quán rượu*	ğwaán zee·oọ
Is there a local … guide?	*Có quyển sách*	ğó ğweẻ·en sák
	nào hướng dẫn	nòw huhr·érng zũhn
	các … của	kaák … ğoỏ·uh
	nơi này không?	ner·ee này kawm
entertainment	*chỗ giải trí*	jõ zai cheé
film	*phim*	feem
gay	*nơi của*	ner·ee ğoỏ·uh
	giới đồng tính	zer·eé đàwm díng
music	*nơi nghe nhạc*	ner·ee ngye nyaạk

I feel like going to a ...	Tôi muốn đi ...	doy moo·úhn đee ...
ballet	xem balê	sam ba·le
bar	đến quán bar	đén ğwaán baa
café	đến quán càfê	đén ğwaán ğaà·fe
concert	nghe hoà nhạc	ngye hwaà nyaạk
film	xem phim	sam feem
karaoke bar	hát karaoke	haát ğaa·raa·o·ğe
nightclub	đến câu lạc bộ đêm	đén ğoh laạk bạw đem
party	dự tiệc	zụhr dee·ụhk
performance	xem trình diễn	sam chìng zeē·uhn
play	xem kịch	sam ğịk
pub	đến quán rượu	đén ğwaán zee·oọ
restaurant	đến nhà hàng	đén nyaà haàng
water-puppet theatre	xem múa rối	sam moo·úh zóy

For more on bars and drinks, see **romance**, page 119, and **eating out**, page 149.

invitations

lời mời

What are you doing ...?	Bạn làm gì ...?	baạn laàm zeè ...
now	bây giờ	bay zèr
this weekend	vào cuối tuần	vòw ğoo·eé dwùhn
tonight	vào tối nay	vòw dóy nay

Would you like to go (for a) ...?	Bạn có muốn đi ... không?	baạn ğó moo·úhn đee ... kawm
coffee	uống cà phê	oo·úhng ğaà fe
dancing	khiêu vũ	kee·oo voõ
drink	uống rượu	oo·úhng zee·oọ
meal	ăn	uhn
out somewhere	chơi	jer·ee
walk	dạo	zọw

Do you want to come to the concert with me?
    Bạn có muốn nghe hoà   baạn ğó moo·úhn nyge hwaà
    nhạc với tôi không?   nyaạk ver·eé doy kawm

We're having a party.
    Chúng tôi sẽ làm tiệc.   júm doy sã laàm dee·ụhk

You should come.
    Mời bạn đến dự.   mer·eè baạn đén zụhr

responding to invitations

đáp lại lời mời

Yes, I'd love to.
    Vâng, tôi rất muốn.   vuhng doy zúht moo·úhn

That's very kind of you.
    Bạn thật tốt bụng.   baạn tụht dáwt bụm

No, I'm afraid I can't.
    Không, tôi e rằng   kawm doy a zùhng
    tôi không thể.   doy kawm tảy

What about tomorrow?
    Còn ngày mai thì sao?   gòn ngày mai teè sow

Sorry, I can't sing/dance.
    Xin lỗi, tôi không   sin lõy doy kawm
    biết hát/nhảy.   bee·úht haát/nyảy

arranging to meet

thu xếp để gặp gỡ

What time will we meet?
    Mấy giờ chúng ta sẽ   máy zèr chúm daa sã
    gặp nhau?   gụhp nyoh

Where will we meet?
    Chúng ta sẽ gặp nhau   chúm daa sã gụhp nyoh
    ở đâu?   ẻr đoh

Let's meet at ...	*Hãy gặp nhau ...*	hãy gụhp nyoh ...
(eight) o'clock	*vào lúc (tám) giờ*	vòw lúp (daám) zèr
the entrance	*tại cửa*	dại ğúhr·uh

I'll pick you up.
Tôi sẽ đón bạn.   doy sã đón bạan

I'll see you then.
Hẹn bạn sau.   hạn bạan soh

I'm looking forward to it.
Tôi mong gặp lại bạn.   doy mom gụhp lại bạan

Are you ready?
Bạn chuẩn bị xong chưa?   bạan jủ·uhn bẹ som juhr·uh

I'm ready.
Tôi chuẩn bị xong rồi.   doy jủ·uhn bẹ som zòy

Sorry I'm late.
Xin lỗi, tôi đến muộn.   sin lõy doy đén moo·ụhn

Never mind.
Không sao.   kawm sow

drugs

                 ma tuý

Do you want to have a smoke?
Bạn có muốn hút không?   bạan ğó moo·úhn hút kawm

Do you have a light?
Bạn có bật lửa không?   bạan ğó bụht lủhr·uh kawm

I don't take drugs.
Tôi không dụng ma túy.   doy kawm zụm maa dweé

I take ... occasionally.
Thi thoảng tôi dùng ...   tee twaảng doy zùm ...

If the police are talking to you about drugs, see **police**, page 172.

romance
lãng mạn

In this chapter, we've used the correct pronoun appropriate for the context (whereas most of the book uses neutral forms). Where gender-specific forms have been used, they're marked as **m** (male) and **f** (female). For more on pronouns, see the **phrasebuilder**, page 23.

asking someone out

rủ ai đó đi chơi

Where would you like to go (tonight)?
  Bạn muốn đi đâu   bạan moo·úhn đee đoh
  (tối này)?   (dóy này)

Would you like to do something (tomorrow)?
  Bạn có muốn đi chơi   bạan ğó moo·úhn đee jer·ee
  (ngày mai) không?   (ngày mai) kawm

Yes, I'd love to.
  Có, tôi rất muốn.   ğó doy zúht moo·úhn

Sorry, I can't.
  Xin lỗi, tôi không thể. sin lõy doy kawm tảy

---

local talk

He/She is a babe.
  Anh/Cô ấy đẹp dã man.   aang/ğaw áy đạp zãã maan

He/She is hot.
  Anh/Cô ấy gợi cảm thế. aang/ğaw áy ger·eẹ ğaảm táy

---

romance

119

pick-up lines

Would you like a drink?
Bạn có muốn uống gì không?
bạạn ğó moo·úhng oo·úhng zeè kawm

You look like someone I know.
Bạn trông quen thế.
bạạn chawm ğwan táy

You're a fantastic dancer.
Bạn nhảy rất đẹp.
bạạn nyảy zúht đạp

Can I …?	*Tôi có thể … không?*	doy ğó tẻ … kawm
dance with you	*nhảy với bạn*	nyảy ver·eé bạạn
sit here	*ngồi đây*	ngòy đay
take you home	*đưa bạn về nhà*	đuhr·uh bạạn về nyaà

rejections

những lời cự tuyệt

No, thank you.
Không, cám ơn.
kawm ğaám ern

I'd rather not.
Tôi không muốn thế.
doy kawm moo·úhn táy

I'm here with my girlfriend/boyfriend.
Tôi đến đây với bạn gái/trai của tôi.
doy đén đay ver·eé bạạn gaí/chai ğoỏ·uh doy

Excuse me, I have to go now.
Xin lỗi, tôi phải đi bây giờ.
sin lõy doy fai đee bay zèr

local talk

Leave me alone!	*Buông tha tôi ra!*	boo·uhng taa doy raa
Piss off!	*Cút đi!*	ğút đee

getting closer

gần gũi hơn

You're great.
Anh/Em thật tuyệt   aang/am tụht dwee·ụht
vời. m/f   ver·eè

I like you very much. (man saying)
Anh thích em lắm.   aang tík am lúhm

I like you very much. (woman saying)
Em thích anh lắm.   am tík aang lúhm

Can I kiss you? (man asking)
Anh có thể hôn   aang ğó tẻ hawn
em được không?   am đụhr·ẹrk kawm

Can I kiss you? (woman asking)
Em có thể hôn   am ğó tẻ hawn
anh được không?   aang đụhr·ẹrk kawm

Do you want to come inside for a while?
Anh/Em có muốn vào   aang/am ğó moo·úhn vòw
trong nhà một lát   chom nyaà mạwt laát
được không? m/f   đụhr·ẹrk kawm

Do you want a massage?
Anh/Em có muốn   aang/am ğó moo·úhn
mát-xa không? m/f   maát·saa kawm

---

who do you love

In this book, we've generally used the neutral pronoun for 'you', but in everyday speech, the age and gender appropriate pronoun would be used. Talking about love is one context that definitely requires perfect delivery, so to express your love to another, you'll need to use the correct pronoun:

I love you.   *Anh yêu em.*   aang ee·oo am
  (man saying)
I love you.   *Em yêu anh.*   am ee·oo aang
  (woman saying)

romance

sex

Kiss me.
Hôn anh/em đi. m/f   hawn aang/am đee

I want you. (man saying)
Anh muốn em.   aang moo·úhn am

I want you. (woman saying)
Em muốn anh.   am moo·úhn aang

Let's go to bed.
Chúng ta lên giường đi.   júm daa len zuhr·èrng đee

Touch me here.
Anh/Em sờ vào đây. m/f   aang/am sèr vòw đay

Do you like this?
Anh/Em có thích không? m/f aang/am ǧó tík kawm

I (don't) like that.
Anh/Em (không)   aang/am (kawm)
thích lắm. m/f   tík lúhm

I think we should stop now.
Anh/Em nghĩ chúng ta   aang/am ngyeē júm daa
nên dừng lại bây giờ. m/f   nen zùhrng laị bay zèr

Do you have a (condom)?
Anh/Em có (bao cao su)   aang/am ǧó (bow ǧow soo)
không? m/f   kawm

Let's use a (condom).
Chúng ta nên dùng   júm daa nen zùm
(bao cao su).   (bow ǧow soo)

I won't do it without protection.
Anh/Em sẽ không làm   aang/am sã kawm laàm
chuyện này nếu không   chwee·ụhn này nay·oó kawm
có biện pháp bảo vệ. m/f   ǧó bee·ụhn faáp bỏw vẹ

It's my first time.
Đây là lần đầu tiên   đay laà lùhn đòh dee·uhn
của anh/em. m/f   ğoỏ·uh aang/am

It helps to have a sense of humour. (said to man/woman)
Nếu anh/em mình cười   nay·oó aang/am mìng ğuhr·eè
nó sẽ bớt căng thẳng.   nó sã bért ğuhng tẳhng

Oh my god!	*Ôi trời ơi!*	oy cher·eè er·ee
That's great.	*Sướng quá!*	suhr·érng ğwaá
Easy tiger!	*Cứ từ từ!*	ğúhr dùhr dùhr

That was …	*Thật là …*	tụht laà …
amazing	*tuyệt*	dwee·ụht
romantic	*lãng mạn*	laãng mạan
wild	*hoang dã*	hwaang zaã

love

tình yêu

I think we're good together.
Anh/Em nghĩ rằng chúng   aang/am ngyeẽ zùhng júm
ta hợp nhau. m/f   daa hẹrp nyoh

I love you. (man saying)
Anh yêu em.   aang ee·oo am

I love you. (woman saying)
Em yêu anh.   am ee·oo aang

Do you really love me? (man asking)
Em có yêu anh   am ğó ee·oo aang
thực lòng không?   tụhrk lòm kawm

Do you really love me? (woman asking)

Anh có yêu em   aang ğó ee·oo am
thực lòng không?   tụhrk lòm kawm

I will love you forever. (man saying)

Anh sẽ yêu em mãi mãi.   aang sã ee·oo am maĩ maĩ

I will love you forever. (woman saying)

Em sẽ yêu anh mãi mãi.   am sã ee·oo aang maĩ maĩ

Will you …?	*Em có …*	am ğó …
(man asking)	*không?*	kawm
go out with me	*yêu anh*	ee·oo aang
marry me	*cưới anh*	ğuhr·eé aang
meet my	*muốn gặp bố*	moo·úhn gụhp báw
parents	*mẹ của anh*	mạ ğoỏ·uh aang

Will you …?	*Anh có …*	aang ğó …
(woman asking)	*không?*	kawm
go out with me	*yêu em*	ee·oo am
marry me	*cưới em*	ğuhr·eé am
meet my	*muốn gặp bố*	moo·úhn gụhp báw
parents	*mẹ của em*	mạ ğoỏ·uh am

---

sweet as honey

(Honey,) You make me so happy. (man saying)

(Cưng ơi,) Em làm cho   (ğuhrng er·ee) am laàm jo
anh thật hạnh phúc.   aang tụht haạng fúp

(Honey,) You make me so happy. (woman saying)

(Cưng ơi,) Anh làm cho   (ğuhrng er·ee) aang laàm jo
em thật hạnh phúc.   am tụht haạng fúp

(Sweetie,) You are my everything. (man saying)

(Bé yêu ơi,) Em là tất   (bá ee·oo er·ee) am laà dúht
cả đối với anh.   ğaả đóy ver·eé aang

(Sweetie,) You are my everything. (woman saying)

(Bé yêu ơi,) Anh là tất   (bá ee·oo er·ee) aang laà dúht
cả đối với em.   ğaả đóy ver·eé am

problems

những vấn đề

Are you seeing someone else? (man asking)
Em có bạn trai khác không?   am ğó bạan chai kaák kawm

Are you seeing someone else? (woman asking)
Anh có bạn gái khác không?   aang ğó bạan gaíkaák kawm

He/She is just a friend.
Anh/Cô ấy chỉ là bạn thôi.   aang/ğaw áy jeé laà bạan toy

You're just using me for sex. (man saying)
Em chỉ muốn làm   am jeé moo·úhn laàm
tình với anh thôi.   dìng ver·eé aang toy

You're just using me for sex. (woman saying)
Anh chỉ muốn làm   aang jeé moo·úhn laàm
tình với em thôi.   dìng ver·eé am toy

I never want to see you again. (man saying)
Anh không bao giờ   aang kawm bow zèr
muốn gặp lại em   moo·úhn gụhp lại am
một lần nào nữa.   mạwt lùhn nòw nũhr·uh

I never want to see you again. (woman saying)
Em không bao giờ   am kawm bow zèr
muốn gặp lại anh   moo·úhn gụhp lại aang
một lần nào nữa.   mạwt lùhn nòw nũhr·uh

I don't think it's working out.
Anh/Em nghĩ chúng mình   aang/am ngyeẽ júm mìng
không hợp nhau lắm. m/f   kawm hẹrp nyoh lúhm

We'll work it out.
Chúng mình sẽ vượt   júm mìng sã vuhr·ẹrt
qua mọi khó khăn.   ğwaa mọy kó kuhn

romance

125

leaving

I have to leave (tomorrow).
(Ngày mai) Anh/Em   (ngày mai) aang/am
phải đi. **m/f**   faị đee

I'll …	*Anh sẽ …*	aang sã …
(man speaking)		
keep in touch	*liên lạc*	lee·uhn laạk
miss you	*nhớ em*	nyér am
visit you	*đến thăm em*	đén tuhm am

I'll …	*Em sẽ …*	am sã …
(woman speaking)		
keep in touch	*liên lạc*	lee·uhn laạk
miss you	*nhớ anh*	nyér aang
visit you	*đến thăm anh*	đén tuhm aang

body language

To summon a person, use your hand with the fingers facing down. It's considered very rude to beckon someone with your finger, or to make the sign of crossing two fingers in front of a female person.

As the head is the symbolic highest point in Asia and considered sacred, never pat or touch someone on the head. On the other hand, feet are considered the least holy part of the body – never point the soles of your feet towards other people or a Buddha statue, as it's considered extremely rude.

SOCIAL

126

beliefs & cultural differences

tín ngưỡng & những sự khác nhau về văn hoá

religion

tôn giáo

What's your religion?
Bạn theo đạo nào?   baạn tay·oo đọ̆w nòw

I'm not religious.
Tôi không theo đạo nào.   doy kawm tay·oo đọ̆w nòw

I'm ...	*Tôi theo đạo ...*	doy tay·oo đọ̆w ...
agnostic	*bất khả tri*	búht kaả chee
Buddhist	*Phật*	fụht
Catholic	*Thiên Chúa*	tee·uhn joo·úh
Christian	*Cơ Đốc*	ğer đáwp
Confucian	*Khổng Tử*	kảwm dủhr
Hindu	*Ấn-Độ Giáo*	úhn·đạw zów
Jewish	*Do Thái*	zo taí
Muslim	*Hồi*	hòy
Protestant	*Tin Lành*	din laàng
Taoist	*Lão*	lōw

I (don't) believe in ...	*Tôi (không) tin vào ...*	doy (kawm) din vòw ...
astrology	*thiên văn*	tee·uhn vuhn
fate	*số phận*	sáw fụhn
God	*Chúa Trời*	joo·úh cher·eè

Can I ... here?	*Tôi có thể ... ở đây không?*	doy ğó tẻ ... ở đ̆ay kawm
Where can I ...?	*Tôi có thể ... ở đâu?*	doy ğó tẻ ... ở đoh
attend mass	*tham gia buổi lễ nhà thờ*	taam zaa boỏ·ee lẽ nyaà tèr
attend a service	*tham gia buổi lễ nhà thờ*	taam zaa boỏ·ee lẽ nyaà tèr
pray	*cầu nguyện*	ğòh ngwee·ụhn
worship	*thờ cúng*	tèr ğúm

127

cultural differences

những sự khác nhau về văn hoá

Is this a local or national custom?
Đây là phong tục của đay laà fom dụp ğoỏ·uh
địa phương này hay đee·ụh fuhr·erng này hay
là của cả nước? laà ğoỏ·uh ğaả nuhr·érk

I don't want to offend you.
Tôi không muốn làm doy kawm moo·úhn laàm
cho bạn bị xúc phạm. jo bạn beẹ súp faạm

I didn't mean to do/say anything wrong.
Tôi không cố ý làm/nói doy kawm ğáw eé laàm/nóy
cái gì sai. ğaí zeè sai

I'm not used to this.
Tôi chưa quen với cái này. doy juhr·uh ğwan ver·eé ğaí này

I'd rather not join in.
Xin lỗi, tôi không muốn sin lõy doy kawm moo·úhn
tham gia. taam zaa

I'll try it.
Tôi sẽ thử nó. doy sã tủhr nó

I'm sorry, it's *Xin lỗi, cái đó là* sin lõy ğaí đó laà
against my … *trái ngược* chaí nguhr·ẹrk
với … của tôi. ver·eé … ğoỏ·uh doy
  beliefs *đức tin* đúhrk din
  religion *tôn giáo* dawn zów

This is … *Cái này là …* ğaí này laà …
  different *mới lạ* mer·eé laạ
  fun *vui* voo·ee
  interesting *thú vị* toó veẹ

When's the gallery open?
Mấy giờ phòng tranh | máy zèr fòm chaang
mở cửa? | mér ğúhr·uh

When's the museum open?
Mấy giờ bảo tàng | máy zèr bỏw daàng
mở cửa? | mér ğúhr·uh

What kind of art are you interested in?
Bạn quan tâm đến loại | baạn ğwaan duhm đén lwaị
nghệ thuật nào? | ngyẹ twụht nòw

What's in the collection?
Có những gì trong bộ | ğó nyũhrng zeè chom bạw
sưu tập đó? | suhr·oo dụhp đó

What do you think of …?
Bạn nghĩ gì về …? | baạn ngyeẽ zeè vè …

It's an exhibition of …
Nó là triển lãm về … | nó laà cheé·uhn laãm vè …

I'm interested in …
Tôi quan tâm đến … | doy ğwaan duhm đén …

… art	nghệ thuật …	ngyẹ twụht …
graphic	đồ hoạ	đàw hwaạ
impressionist	trường phái	chuhr·èrng faí
	ấn tượng	úhn duhr·ẹrng
modern	hiện đại	hee·ụhn đaị
performance	cuộc biểu	ğoo·ụhk beé·oo
	diễn	zee·uhn
Renaissance	Phục hưng	fụp huhrng
traditional	truyền thống	chwee·ùhn táwm

architecture	kiến trúc	ğee·úhn chúp
art	nghệ thuật	ngyẹ twụht
artwork	tác phẩm nghệ thuật	daák fủhm ngyẹ twụht
ceramics	đồ gốm	đàw gáwm
curator	người phụ trách	nguhr·eè foọ chaák
design n	thiết kế	tee·úht ğé
embroidery	đồ thêu	đàw te·oo
etching	đồ khắc axit	đàw kaák aa·sit
exhibit n	cuộc triển lãm	ğoo·ụhk cheé·uhn laãm
exhibition hall	nhà triển lãm	nyaà cheé·uhn laãm
installation	nghệ thuật sắp đặt	ngyẹ twụht súhp đụht
lacquerware	đồ sơn mài	đàw sern mài
opening	lễ khai mạc	lẽ kai maạk
painter	hoạ sĩ	hwaạ seẽ
painting (artwork)	bức tranh	búhrk chaang
painting (technique)	vẽ tranh	vã chaang
period	thời kỳ	ter·eè ğeè
permanent collection	bộ sưu tập cố định	bạw suhr·oo dụhp ğáw địng
print n	bức ảnh in	búhrk aảng in
sculptor	nhà điêu khắc	nyaà đee·oo kúhk
sculpture	tác phẩm điêu khắc	daák fủhm đee·oo kúhk
silk painting	bức tranh lụa	búhrk chaang loo·ụh
statue	bức tượng	búhrk duhr·ẹrng
studio	xưởng vẽ	súhr·erng vã
style n	phong cách nghệ thuật	fom ğaák ngyẹ twụht
technique	kỹ thuật	ğeẽ twụht
textiles	vải dệt	vải đẹt
woodcarving	đồ khắc gỗ	đàw kúhk gãw

sporting interests

những môn thể thao yêu thích

What sport do you ...?	Bạn ... loại thể thao nào?	baạn ... lwaị tảy tow nòw
follow	thích	tík
play	hay chơi	hay jo
I play/do ...	Tôi chơi ...	doy jer·ee ...
I follow ...	Tôi thích ...	doy tík ...
athletics	điền kinh	đee·ùhn ğing
badminton	cầu lông	ğòh lawm
basketball	bóng rổ	bóm zảw
boxing	môn quyền anh	mawn ğwee·ùhn aang
football (soccer)	bóng đá	bóm đaá
golf	gôn	gawn
gymnastics	thể dục dụng cụ	tẻ zụp zụm ğoọ
karate	võ caratê	võ ğaa·raa·te
martial arts	võ thuật	võ twụht
scuba diving	lặn biển	luhn beé·uhn
table tennis	bóng bàn	bóm baán
tennis	ten-nít	de·nít
volleyball	bóng truyền	bóm chwee·ùhn
I ...	Tôi hay tập ...	doy hay dụhp ...
cycle	xe đạp	sa đaạp
run	chạy	jaỵ
walk	đi bộ	đee baụ
Who's your favourite ...?	... mà bạn thích nhất là ai?	... maà baạn tík nyúht laà ai
sportsperson	Vận động viên thể thao	vụhn đaạwm vee·uhn tẻ tow
team	Câu lạc bộ thể thao	ğoh laạk baụ tẻ tow

Do you like (soccer)?
    Bạn có thích (bóng đá)   baạn ğó tík (bóm đaá)
    không?   kawm

Yes, very much.
    Có, tôi rất thích.   ğó doy zúht tík

Not really.
    Tôi không thích lắm.   doy kawm tík lúhm

I like watching it.
    Tôi thích xem thôi.   doy tík sam toy

For more sports, see the **dictionary**.

going to a game

đi xem trận đấu

Would you like to go to a game?
    Bạn có muốn đi xem   baạn ğó moo·úhn đee sam
    một trận đấu không?   mạwt chụhn đóh kawm

Who are you supporting?
    Bạn ủng hộ đội nào?   baạn ủm hạw đọy nòw

scoring

What's the score?
    Tỷ số là bao nhiêu?   deẻ sáw laà bow nyee·oo

draw/even	*trận hoà*	chụhn hwaà
love (zero)	*không*	kawm
match point	*điểm thắng*	đeẻ·uhm túhng
nil (zero)	*không*	kawm

Who's ...?	Đội nào đang ...?	đọy nòw đaang ...
playing	thi đấu	tee đóh
winning	thắng	túhng
That was a	Đó là một trận	đó laà mạwt chụhn
... game!	đấu thật là ...!	đóh tụht laà ...
bad	tồi tệ	dòy dẹ
boring	chán	jaán
great	hay	hay

playing sport

chơi thể thao

Do you want to play?
Bạn có muốn chơi không baạn ğó moo·úhn jer·ee kawm

Can I join in?
Tôi có thể chơi được không? doy ğó tẻ jer·ee đuhr·ẹrk kawm

That would be great.
Hay quá. hay ğwaá

I can't.
Tôi không thể. doy kawm tảy

I have an injury.
Tôi bị chấn thương. doy beẹ júhn tuhr·erng

Your/My point.
Điểm của bạn/tôi. đeẻ·uhm ğoỏ·uh baạn/doy

Kick/Pass it to me!
Hãy đá/chuyển bóng cho tôi! hãy đaá/jweẻ·uhn bóm jo doy

You're a good player.
Bạn chơi rất hay. baạn jer·ee zúht hay

Thanks for the game.
Cám ơn bạn nhiều. ğaám ern baạn nyee·oò

What a …!	Một … rất xuất sắc!	mạwt … zúht swúhk súhk
goal	bàn thắng	baàn túhng
hit	cú đòn	ğoó đòn
kick	cú đá	ğoó đaá
pass	chuyền bóng	jweè·uhn bóm
performance	cuộc cuốc trận đấu	ğoo·ụhk chụhn đów

Where's a good place to …?	Bạn có biết chỗ nào hay để … không?	bạạn ğó bee·úht jãw nòw hay dẻ … kawm
fish	câu cá	ğoh ğaá
go horse riding	cưỡi ngựa	ğũhr·ee nguhr·ụh
run	đi chạy	đee jạy
ski	trượt tuyết	chuhr·ẹrt dwee·úht
snorkel	lặn bằng ống thở	lụhn bùhng áwm tẻr
surf	lướt sóng	luhr·ért sóm

Where's the nearest …?	Cái … gần nhất ở đâu?	ğaí … gùhn nyút ẻr đoh
golf course	sân gôn	suhn gawn
gym	câu lạc bộ tập thể hình	ğoh lạạk bạw dụhp tẻ hìng
swimming pool	bể bơi	bẻ ber·ee
tennis court	sân ten-nít	suhn de·nít

Do I have to be a member to attend?
Tôi có cần phải là thành viên mới được vào không? — doy ğó ğùhn faỉ laà taàng vee·uhn mer·eé đuhr·ẹrk vòw kawm

Is there a women-only session?
Có buổi nào dành riêng cho phụ nữ không? — ğó boỏ·ee nòw zaàng zee·uhng jo fọọ nũhr kawm

Where are the changing rooms?
Phòng thay quần áo ở đâu? — fòm tay ğwùhn ów ẻr đoh

What's the charge per ...?	Tôi phải đóng bao nhiêu tiền cho một ...?	doy fai đóm bow nyee·oo dee·ùhn jo mạwt ...
day	ngày	ngày
game	trận đấu	chụhn đóh
hour	giờ	zèr
visit	lần vào	lùhn vòw
Can I hire a ...?	Tôi có thể thuê một ... được không?	doy ǧó tẻ twe mạwt ... đuhr·ẹrk kawm
ball	quả bóng	ǧwaả bóm
bicycle	xe đạp	sa đaạp
court	sân đánh	suhn đaáng
racquet	vợt	vẹrt

extreme sports

thể thao mạo hiểm

I'd like to go ...	Tôi muốn đi ...	doy moo·úhn đee ...
bungee jumping	nhảy độ cao	nyảy đạw ǧow
caving	leo hang	lay·oo haang
game fishing	đánh cá ngoài khơi	đaáng ǧaá ngwaì ker·ee
mountain biking	đua xe đạp địa hình	đoo·uh sa đaạp dee·ụh hìng
parasailing	lướt gió	luhr·ért zó
rock climbing	leo núi	lay·oo noo·eé
skydiving	nhảy dù	nyảy zoò
white-water rafting	đua thuyền địa hình	đoo·uh twee·ùhn dee·ụh hìng

Is the equipment secure?
  Thiết bị này có an toàn không? — tee·úht bẹ này ǧó aan dwaàn kawm

Is this safe?
  Cái này có an toàn không? — ǧaí này ǧó aan dwaàn kawm

fishing

Where are the good spots?
Những nơi câu cá
tốt ở đâu?
nyũhrng ner·ee ǧoh ǧaá
dáwt ẻr đoh

Do I need a fishing permit?
Tôi có cần thẻ đăng ký
mới được phép đánh
cá không?
doy ǧó ǧùhn tảy đaang ǧeé
mer·eé đuhr·ẹrk fáp đaáng
ǧaá kawm

Do you do fishing tours?
Bạn có tổ chức những
chuyến đánh cá không?
bạan ǧó dảw júhrk nyũhrng
jwee·úhn đáng ǧaá kawm

What's the best bait?
Loại mồi nào là tốt nhất?
lwại mòy nòw laà dáwt nyúht

Are they biting?
Chúng nó có rỉa nhiều
không?
júm nó ǧó zeẻ·uh nyee·oò
kawm

What kind of fish are you landing?
Bạn đang câu được
những loài cá nào?
bạan đaang ǧoh đuhr·ẹrk
nyũhrng lwaì ǧaá nòw

How much does it weigh?
Nó nặng bao nhiêu?
nó nụhng bow nyee·oo

bait	*mồi*	mòy
fishing line	*dây câu cá*	zay ǧoh ǧaá
flare	*đèn báo hiệu*	dàn bów hee·ọo
	cấp cứu	ǧúhp ǧuhr·oó
float n	*phao câu cá*	fow ǧoh ǧaá
hooks	*lưới câu*	lũhr·ee ǧoh
lures	*nhử mồi*	nyủhr mòy
rod	*cần câu*	ǧùhn ǧoh
sinkers	*chì cần câu*	jeè ǧùhn ǧoh

horse racing

đua ngựa

Where's the racetrack?
Đường đua ngựa   đuhr·èrng đoo·uh nguhr·ụh
ở đâu?   ẻr đoh

How do I make a bet?
Tôi cá cược như   doy ǧaá ǧuhr·ẹrk nyuhr
thế nào?   té nòw

How much do you want to bet?
Bạn muốn cá cược   bạn moo·úhn ǧaá ǧuhr·ẹrk
bao nhiêu?   bow nyee·oo

What are the odds?
Tỷ lệ cá cược là gì?   deé lẹ ǧaá ǧuhr·ẹrk laà zeè

What weight is the horse carrying?
Trọng lượng con ngựa   chọm luhr·ẹrng ǧon nguhr·ụh
đang mang là bao nhiêu?   đaang maang laà bow nyee·oo

This horse is (five to one).
Con ngựa này là   ǧon nguhr·ụh này laà
(năm ăn một).   (nuhm uhn mạwt)

Which horse ...?	*Con ngựa nào ...?*	ǧon nguhr·ụh nòw ...
is the favourite	*là hay nhất*	laà hay nyúht
should I back	*tôi nên cá*	doy nen ǧaá
	cược	ǧuhr·ẹrk

I'd like to bet on	*Tôi muốn cá*	doy moo·úhn ǧaá
(number two) ...	*cược cho (số hai) ...*	ǧuhr·ẹrk jo (sáw hai) ...
for a place	*thứ tự xếp*	túhr dụhr sép
	hạng	hạạng
for a win	*chiến thắng*	jee·úhn túhng

bet v	*cá cược*	ǧaá ǧuhr·ẹrk
bookmaker	*người thu cá*	nguhr·eè too ǧaá
	cược	ǧuhr·ẹrk
jockey	*tay đua ngựa*	day đoo·uh nguhr·ụh
photo finish	*chụp ảnh phân*	jụp aảng fuhn
	thắng thua	túhng too·uh
race n&v	*đua*	đoo·uh

horse riding

How much is a (one)-hour ride?
Cưỡi ngựa là bao
nhiêu tiền (một) giờ?
ğŭhr·ee nguhr·ụh laà bow
nyee·oo dee·èn (mạwt) zèr

How long is the ride?
Cưỡi ngựa bao
nhiêu lâu?
ğŭhr·ee nguhr·ụh bow
nyee·oo loh

I'm (not) an experienced rider.
Tôi (không) phải một
người cưỡi ngựa giầu
kinh nghiệm.
doy (kawm) fai mạwt
nguhr·eè ğŭhr·ee nguhr·ụh zòh
ğing ngyee·ụhm

Can I rent a hat and boots?
Tôi có thuê một cái mũ
và một đôi ủng?
doy ğó twe mạwt ğaí moõ
vaà mạwt đoy ủm

bit	hàm thiếc ngựa	haàm tee·úhk nguhr·ụh
bridle	dây cương	zay ğuhr·erng
canter v	chạy nước kiệu	jạy nuhr·érk kee·oọ
crop	tay cầm	day ğùhm
gallop v	phi ngựa đại	fee nguhr·ụh đại
groom v	chải lông	jai lawm
horse	con ngựa	ğon nguhr·ụh
pony	con ngựa nhỏ	ğon nguhr·ụh nyỏ
reins	thắt lưng	túht luhrng
saddle	yên ngựa	yen nguhr·ụh
stable	chuồng ngựa	joo·ùhng nguhr·ụh
stirrup	bàn đạp ngựa	baàn đaạp nguhr·ụh
trot v	đi nước kiệu	đee nuhr·érk ğee·oọ
walk v	đi chậm	đee jụhm

soccer

Who plays for (Hanoi)?
*Những ai chơi cho đội
(Hà Nội)?*
nyũhrng ai jer·ee jo đọy
(haà nọy)

He's a great (player).
*Anh ấy là (cầu thủ)
xuất sắc.*
aang áy laà (ğoh toỏ)
swúht súhk

He played brilliantly in the match against (Hue).
*Anh ấy đá hay lắm trong
trận gặp (Huế).*
aang áy đaá hay lúhm chom
chụhn gụhp (hwáy)

Which team is at the top of the league?
*Đội nào đang dẫn
đầu trong giải?*
đọy nòw đaang zũhn
dòh chom zai

What a great/terrible team!
*Đội này đá thật là
tuyệt/chán!*
đọy này đaá tụht laà
dwee·ụht/jaán

ball	*quả bóng*	ğwaả bóm
coach n	*huấn luyện*	hwúhn lwee·ụhn
	viên	vee·uhn
corner (kick)	*đá phạt góc*	đaá faạt góp
expulsion	*bị đuổi*	beẹ đoỏ·ee
fan	*cổ động viên*	ğảw đạwm vee·uhn
foul	*phạm lỗi*	faạm lõy
free kick	*đá phạt*	đaá faạt
goalkeeper	*thủ môn*	toỏ mawn
manager	*ông bầu*	awm bòh
offside	*việt vị*	vee·ụht veẹ
penalty	*phạt đền*	faạt đèn
player	*cầu thủ*	ğòh toỏ
red card	*thẻ đỏ*	tẻ đỏ
referee	*trọng tài*	chọm dày
throw in n	*ném biên*	nám bee·uhn
yellow card	*thẻ vàng*	tẻ vaàng

tennis & table tennis

I'd like to …	Tôi muốn …	doy moo·úhn …
book a time	đăng ký	đuhng ğeé
to play	giờ chơi	zèr jer·ee
play table tennis	chơi bóng bàn	jer·ee bóm baàn
play tennis	đánh ten-nít	đaáng de·nít
ace	cú giao bóng	ğoó zow bóm
	thắng điểm	túhng đeé·uhm
(table tennis) bat	vợt bóng bàn	vẹrt bóm baàn
clay	sân đất sét	suhn đúht sát
fault	ngoài	ngwaì
game, set, match	trận đấu kết	chụhn đóh ğét
	thúc rồi	túp zòy
grass	sân cỏ	suhn ğỏ
(hard) court	sân đất (cứng)	suhn đúht (ğúhrng)
net	lưới	luhr·eé
play doubles	đánh đôi	đaáng đoy
racquet	vợt	vẹrt
serve v	phát bóng	faát bóm
set n	ván	vaán
table-tennis ball	quả bóng bóng bàn	ğwaả bóm bóm baàn
tennis ball	quả bóng ten-nít	ğwaả bóm de·nít

Can we play at night?
Chúng tôi có thể chơi
vào buổi tối không?
júm doy ğó tẻ jer·ee
vòw boỏ·ee dóy kawm

I need my racquet restrung.
Tôi cần phải thay dây vợt.
doy ğùhn faỉ tay zay vẹrt

---

with or without you

The pronoun 'we' has two forms in Vietnamese, depending on whether the speaker is using the word to include the listener or not – *chúng tôi* júm doy ('we' – excluding 'you') and *chúng ta* júm daa ('we' – including 'you'). For more on pronouns, see the **phrasebuilder**, page 23.

water sports

Can I book a lesson?	*Tôi có thể đặt buổi học không?*	doy ğó tẻ đụht boỏ·ee họp kawm
Can I hire (a) …?	*Tôi có thể thuê … không?*	doy ğó tẻ twe … kawm
boat	*thuyền*	twee·ùhn
canoe	*ca-nô*	ğa·naw
diving equipment	*trang thiết bị lặn*	chaang tee·úht beẹ lụhn
kayak	*xuồng cai-ac*	soo·ùhng ğai·aak
life jacket	*áo phao*	ów fow
snorkelling gear	*thiết bị lặn bằng ống thở*	tee·úht beẹ lụhn bùhng ăwm tẻr
water-skis	*ván lướt nước*	vaán luhr·ért nuhr·érk
wetsuit	*bộ quần áo lặn*	bạw ğwaàn ów lụhn
Are there any …?	*Có … ở đây không?*	ğó … ẻr đay kawm
reefs	*san hô*	saan haw
rips	*dòng nước xiết chảy*	zòm nuhr·érk see·úht jảy
water hazards	*những hiểm hoạ do nước*	nyũhrng heẻ·uhm hwaạ zo nuhr·érk
Are there …?	*Có … ở đó không?*	ğó … ẻr đó kawm
currents	*dòng chảy mạnh*	zòm jảy maạng
sharks	*cá mập*	ğaá mụhp
whales	*cá voi*	ğaá voy
guide n	*người hướng dẫn*	nguhr·eè huhr·érng zũhn
motorboat	*xuồng máy*	soo·ùhng máy
sailboarding	*đi lướt ván buồm*	đee luhr·ért vaán boo·ùhm
sailing boat	*thuyền buồm*	twee·ùhn boo·ùhm
surfboard	*ván lướt sóng*	vaán luhr·ért sóm
surfing	*đi lướt sóng*	đee luhr·ért sóm

Where's a good diving site?
Những chỗ tốt để lặn biển ở đâu?
nhũhrng jãw dáwt dẻ lụhn beẻ·uhn ẻr đoh

Is the visibility good?
Nước ở đó có trong không?
nuhr·érk ẻr đó ğó chom kawm

How deep is the dive?
Lặn biển ở đó bao sâu?
lụhn beẻ·uhn ẻr đó bow soh

Is it a boat/shore dive?
Đây là một cuộc lặn biển từ tầu/bờ?
đay laà mạwt ğoo·ụhk lụhn beẻ·uhn dùhr dòh/bèr

I need an air fill.
Tôi cần phải bơm đầy bình ôxy.
doy ğùhn faỉ berm đày bìng aw·see

I'd like to …	Tôi muốn …	doy moo·úhn …
explore caves/ wrecks	xem các hang/tàu đắm	sam ğaák haang/dòh đúhm
go night diving	lặn vào buổi tối	lụhn vòw boỏ·ee dóy
go scuba diving	lặn	lụhn
go snorkelling	lặn bằng ống thở	lụhn bùhng áwm tẻr
join a diving tour	tham gia tour lặn	tuhm zaa tu lụhn
learn to dive	học lặn	họp lụhn

buddy	bạn lặn	baạn lụhn
cave n	hang động	haang đạwm
dive n	chuyến lặn biển	jwee·úhn lụhn beẻ·uhn
dive v	lặn	lụhn
diving boat	tàu lặn	dòh lụhn
diving course	lớp dạy lặn	lérp zạy lụhn
night dive	lặn vào buổi tối	lụhn vòw boỏ·ee dóy
wreck n	tàu đắm	dòh đúhm

hiking

đi bộ đường dài

English	Vietnamese	Pronunciation
Where can I …?	*Tôi có thể … ở đâu?*	doy ğó tẻ … ẻr đoh
buy supplies	*mua đồ dùng*	moo·uh đầw zùm
	mang theo	maang tay·oo
find someone	*tìm người có*	dìm nguhr·eè ğó
who knows	*hiểu biết*	heẻ·oo bee·úht
this area	*về nơi này*	vè ner·ee này
get a map	*mua bản đồ*	moo·uh baản đàw
hire hiking	*thuê đồ đi*	twe đàw đee
gear	*đường xa*	đuhr·èrng saa

English	Vietnamese	Pronunciation
How …?	*… bao nhiêu?*	… bow nyee·oo
high is the	*Leo núi này*	lay·oo noo·eé này
climb	*là cao*	laà ğow
long is the	*Đường mòn*	đuhr·èrng mòn
trail	*này dài*	này zaì
Which is the	*Lối đi nào*	lóy đee nòw
… route?	*là …?*	laà …
easiest	*dễ nhất*	zẽ nyúht
most	*thú vị nhất*	toó veẹ nyúht
interesting		
shortest	*ngắn nhất*	ngúhn nyúht
Is the track …?	*Lối đi có … không?*	lóy đee ğó … kawm
(well) marked	*(nhiều) biển*	(nyee·oò) beẻ·uhn
	hướng dẫn	huhr·érng zũhn
open	*dễ đi*	zẽ đee
scenic	*thắng cảnh đẹp*	túhng ğaảng đạp

Do we need a guide?
Chúng tôi có cần júm doy ğó ğùhn
người hướng dẫn không? nguhr·eè huhr·éng zũhn kawm

Are there guided treks?
Có người hướng dẫn ğó nguhr·eè huhr·éng zũhn
cho những chuyến jo nyũhrng jwee·úhn
đường dài không? đuhr·èrng zaì kawm

Are there any land mines in the area?
Có mìn ở khu vực ğó mìn ér koo vụhrk
này không? này kawm

Is it safe?
Nó có an toàn không? nó ğó aan dwaàn kawm

When does it get dark?
Khi nào thì trời tối? kee nòw teè cher·eè dóy

Do we need to take …?	Chúng tôi có cần phải mang … không?	júm doy ğó ğùhn fai maang … kawm
bedding	tư trang	duhr chaang
food	thức ăn	túhrk uhn
water	nước uống	nuhr·érk oo·úhng

Where can I find the …?	Tôi có thể tìm … ở đâu?	doy ğó tẻ dìm … ẻr đoh
camping ground	nơi cắm trại	ner·ee ğúhm chại
nearest village	làng gần nhất	laàng gùhn nyúht
showers	chỗ tắm	jãw dúhm
toilets	nhà vệ sinh	nyaà vẹ sing

Where have you come from?
Bạn từ đâu về đây?   bạan dùhr đoh vè đay

How long did it take?
Từ đó về đây là bao lâu?   dùhr đó vè đay laà bow loh

Does this path go to …?
Đường mòn này có dẫn đến … không?   đuhr·èrng mòn này ğó zũhn đén … kawm

Can I go through here?
Tôi có thể đi qua đây được không?   doy ğó tẻ đee ğwaa đay đuhr·ẹrk kawm

Is there a hut?
Có nhà nhỏ ở đó không?   ğó nyaà nyỏ ẻr đó kawm

Is the water OK to drink?
Nước có thể uống được không?   nuhr·érk ğó tẻ oo·úhng đuhr·ẹrk kawm

---

not easy being green … or blue

The word *xanh* saang is used for both 'blue' and 'green', but to be clear, a few extra words make all the difference:

| *xanh da trời* | saang zaa cher·eè | **blue (as the sky)** |
| *xanh lá cây* | saang laá ğay | **green (as leaves)** |

beach

bãi biển

Where's the ... beach?	Bãi biển ... ở đâu?	baī beẻ·uhn ... ẻr đoh
best	đẹp nhất	đạp nyúht
nearest	gần nhất	ğùhn nyúht
nudist	khoả thân	kwaa tuhn
public	công cộng	ğawm ğạwm

How much for a/an ...?	Một cái ... bao nhiêu tiền?	mạwt ğaí ... bow nyee·oo dee·ùhn
chair	ghế	gé
hut	lều tranh	le·oò chaang
umbrella	ô/dù ⓝ/ⓢ	aw/yoò ⓝ/ⓢ

Is it safe to dive/swim here?
Có an toàn để lặn/bơi ğó aan dwaàn đẻ lụhn/ber·ee
ở đây không? ẹr đay kawm

What time is high/low tide?
Mấy giờ thuỷ triều máy zèr tweé chee·oò
lên/xuống? len/soo·úhng

Do we have to pay?
Có cần phải trả tiền ğó ğùhn faỉ chaả dee·ùhn
không? kawm

listen for ...

Hãy cẩn thận khi sóng dội từ bờ!
   hãy ğủhn tụhn kee sóm   **Be careful of the undertow!**
   zọy dùhr bèr

Nó nguy hiểm đấy!
   nó ngwee heẻ·uhm đáy   **It's dangerous!**

Cấm Bơi	ğúhm ber·ee	**No Swimming**
Cấm Lao Xuống	ğúhm low soo·úhng	**No Diving**

weather

thời tiết

What's the weather like?
Thời tiết thế nào?   ter·eè dee·úht té nòw

What will the weather be like tomorrow?
Thời tiết ngày mai   ter·eè dee·úht ngày mai
như thế nào?   nyuhr té nów

It's …	*Trời …*	cher·eè …
cloudy	*có mây*	ğó may
cold	*lạnh*	laạng
dry	*khô*	kaw
hot	*nóng*	nóm
raining	*mưa*	muhr·uh
sunny	*nắng*	núhng
warm	*ấm*	úhm
wet	*ẩm ướt*	ùhm uhr·ért
windy	*gió to*	zó do

Where can I buy a/an …?	*Tôi có thể mua … ở đâu?*	doy ğó tẻ moo·uh … ẻr đọh
rain jacket	*áo mưa*	ów muhr·uh
umbrella	*cái ô*	ğaí aw

dry season	*mùa khô*	moo·ùh kaw
monsoon season	*mùa mưa bão*	moo·ùh muhr·uh bõw
tsunami	*nạn nhân*	naạn nyuhn
	sóng thần	sóm tùhn
typhoon	*cơn bão*	ğern bõw
wet season	*mùa mưa*	moo·ùh muhr·uh

flora & fauna

What … is that?	*Đó là loài … gì?*	đó laà lwài … zeè
animal	*động vật*	đạwm vụht
flower	*hoa*	hwaa
plant	*thực vật*	tụhrk vụht
tree	*cây*	ğay

Is it …?	*Nó có phải … không?*	nó ğó fai … kawm
common	*bình thường*	bìng tuhr·èrng
dangerous	*nguy hiểm*	ngwee heé·uhm
endangered	*quý hiếm*	ğweé hee·úhm
poisonous	*độc*	đawp
protected	*được bảo vệ*	đuhr·erk bỏw vẹ

What's it used for?
Nó có những tác dụng gì?   nó ğó nyũhrng daák zụm zeè

Can you eat the fruit?
Quả này có ăn được không?   ğwaả này ğó uhn đuhr·ẹrk kawm

local plants & animals

bamboo	*cây tre*	ğay cha
mangrove forest	*rừng đước*	zùhrng đuhr·érk
orchid	*cây hoa lan*	ğay hwaa laan
pine	*cây thông*	ğay tawm
rhododendron	*cây đỗ quyên*	ğay đãw ğwee·uhn
rice field	*cánh đồng lúa*	ğaáng đàwm loo·úh
cobra	*rắn hổ mang bành*	zúhn hảw maang baàng
crocodile	*cá sấu*	ğaá sóh
elephant	*con voi*	ğon voy
monkey	*con khỉ*	ğon keẻ
python	*con trăn*	ğon chuhn
tiger	*con hổ*	ğon hảw

basics

cơ bản

breakfast	*ăn sáng*	uhn saáng
lunch	*ăn trưa*	uhn chuhr·uh
dinner	*ăn tối*	uhn dóy
snack	*ăn nhẹ*	uhn nyạ
eat v	*ăn*	uhn
drink v	*uống*	oo·úhng
I'd like ...	*Tôi muốn ...*	doy moo·úhn ...
Please.	*Làm ơn.*	laàm ern
Thank you.	*Cám ơn.*	ğaám ern
I'm starving!	*Tôi đói dã man!*	doy đóy zaã maan

food around the clock

The traffic and street vendor calls make it obvious – the Vietnamese day starts early. Breakfast is usually taken before 8am. Crouch low and sit at tiny tables set up on a street corner for the morning rush, and order beef or chicken noodle soup (*phở bò/gà* fẻr bò/ğaà), the meal of choice. It's served with lemon (*chanh* jaang), bean sprouts (*gía* zaá), chilli (*ớt* ért) and various herbs (*rau* zoh). The soups and rice congees (*cháo* jów) of breakfast are served throughout the day and prove popular as late evening snacks.

Lunch is based around rice and a number of meat, fish and vegetable dishes. People often go home to eat, though cheap canteen-style lunches packed full of diners are everywhere to be found – look for *Quán Ăn Cơm* gwaán uhn ğerm or *Cơm Bình Dân* ğerm bìng zuhn. At these restaurants, dishes offered are set out on display – simply choose what you'd like added to a steaming plate of rice.

The evening meal is similar to lunch, perhaps with an extra dish or two. Dessert is not so common, though you might be offered *rau câu* zoh ğoh (a jelly-like pudding made from agar-agar) or fresh fruit (*trái cây* chaí ğay).

finding a place to eat

Can you recommend a ...?	*Bạn có thể giới thiệu một ... không?*	bạan ğó tẻ zer·eé tee·oọ mạwt ... kawm
bar	*quán bar*	ğwaán baa
café	*quán càfê*	ğwaán ğaà·fe
restaurant	*nhà hàng*	nyaà haàng
rice-and-noodle shop	*quán ăn bình dân*	ğwaán uhn bìng zuhn
Where would you go for (a) ...?	*Những chỗ hay để ... ở đâu?*	nyũhrng jãw hay đẻ ... ẻr đoh
celebration	*xem lễ hội*	sam lẽ họy
cheap meal	*ăn một bữa rẻ*	uhn mạwt bũhr·uh zả
local specialities	*đặc sản địa phương*	đụhk saản đee·ụh fuhr·erng
I'd like to reserve a table for ...	*Tôi muốn đặt bàn cho ...*	doy moo·úhn đụht baàn jo ...
(two) people	*(hai) người*	(hai) nguhr·eè
(eight) o'clock	*vào lúc (tám) giờ*	vòw lúp (đúhm) zèr
I'd like a/the ...	*Xin cho tôi ...*	sin jo doy ...
children's menu	*thực đơn cho trẻ em*	tụhrk đern jo chả am
drink list	*thực đơn đồ uống*	tụhrk đern đàw oo·úhng
half portion	*một nửa xuất*	mạwt nủhr·uh swúht
menu (in English)	*thực đơn (bằng tiếng Anh)*	tụhrk đern (bùhng dee·úhng aang)
nonsmoking section	*bàn trong khu không hút thuốc*	baàn chom koo·úhk kawm hút too·úhk
smoking section	*bàn có hút thuốc*	baàn ğó hút too·úhk
table for (five)	*một bàn cho (năm) người*	mạwt baàn jo (nuhm) nguhr·eè

Are you still serving food?
Bạn còn bán hàng không?   baạn gòn baán haàng kawm

How long is the wait?
Phải đợi bao nhiêu lâu?   fai đer·eẹ bow nyee·oo loh

restaurant

nhà hàng

What would you recommend?
Bạn có giới thiệu   baạn gó zer·eé tee·oọ
những món gì?   nyũhrng món zeè

What's in that dish?
Có những gì ở trong   gó nyũhrng zeè ẻr chom
cái đĩa kia?   gaí đeẽ·uh ğee·uh

What's that called?
Món đó tên gì?   món đó den zeè

I'll have that.
Tôi chọn món đó.   doy jọn món đó

Does it take long to prepare?
Món đó có mất thời   món đó ğó múht ter·eè
gian để làm không?   zaan để laàm kawm

Is it self-serve?
Có thể tự phục vụ không?   ğó tẻ dụhr fụp voọ kawm

eating out

151

Is there a cover charge?

Có phải mất tiền	ğó fai múht dee·ùhn
vào cửa?	vòw ğủhr·uh

Is service included in the bill?

Tiền boa có cộng	dee·ùhn bo·uh ğó ğạwm
vào hoá đơn?	vòw hwaá đern

Are these complimentary?

Cái này có khuyến	ğaí này ğó kwee·úhn
mại không?	mại kawm

I'd like it	*Tôi muốn ăn*	doy moo·úhn uhn
with …	*nó với …*	nó ver·eé …
I'd like it	*Tôi muốn ăn*	doy moo·úhn uhn
without …	*nó không có …*	nó kawm ğó …
butter	*bơ*	ber
chilli (sauce)	*(tương) ớt*	(duhr·erng) ért
garlic	*tỏi*	dỏy
ketchup	*sốt cà chua*	sáwt ğaà joo·uh
MSG	*mì chính*	meè jíng
nuts	*hạt lạc*	haạt laạk
oil	*dầu ăn*	zòh uhn
pepper	*hạt tiêu*	haạt dee·oo
salt	*muối*	moo·eé
tomato sauce	*tương cà chua*	duhr·erng ğaà juhr·uh
vinegar	*dấm*	zúhm

For other specific meal requests, see **vegetarian & special meals**, page 163.

For other specific meal requests, see **vegetarian & special meals**, page 163.

---

listen for …

Bạn có thích …?	
bạạn ğó tík …	**Do you like …?**
Tôi đề nghị …	
doy đè ngyẹẹ …	**I suggest the …**
Bạn muốn nó nấu như thế nào?	
bạạn moo·úhn nó	**How would you like**
nóh nyuhr té nòw	**that cooked?**

I'd like (a/the) ...	Tôi muốn ...	doy moo·úhn ...
chicken	ăn thịt gà	uhn tịt gaà
local speciality	món đặc sản địa phương	món đụhk saản dee·ụh fuhr·erng
meal fit for a king	một bữa đàng hoàng	mạwt bũhr·uh đaang hwaàng
menu	thực đơn	tụhrk đern
sandwich	bánh sandwich	baáng saan·wit
that dish	món kia	món ğee·uh

look for ...

Phở	fér	Flat rice noodles
Bún	bún	Thin rice noodles
Mì	meè	Yellow egg noodles
Canh	ğaang	Soups
Cơm	ğerm	Rice dishes
Món thịt gà	món tịt gaà	Chicken dishes
Món thịt bò	món tịt bò	Beef dishes
Món thịt lợn/heo Ⓝ/Ⓢ	món tịt lẹrn/hay·oo Ⓝ/Ⓢ	Pork dishes
Món hải sản	món haỉ saản	Seafood dishes
Sa lát	saa laát	Salads
Món tráng miệng	món chaáng mee·ụhng	Desserts
Đồ uống	đàw oo·úhng	Drinks
Nước ngọt	nuhr·érk ngọk	Soft Drinks
Rượu	zee·ọọ	Spirits
Bia	bee·uh	Beers
Rượu vang có ga	zee·ọọ vaang ğỏ gaa	Sparkling Wines
Rượu vang trắng	zee·ọọ vaang chaáng	White Wines
Rượu vang đỏ	zee·ọọ vaang đỏ	Red Wines

For more words you might find on a menu, see the **menu decoder**, page 165.

at the table

Please bring (a/the) …	Xin mang …	sin maang …
bill	hoá đơn	hwaá đern
cloth	khăn trải bàn	kuhn chaí baàn
(wine)glass	một ly (rượu)	mạwt lee (zee·oọ)
serviette	một khăn ăn	mạwt kuhn uhn

This is …	Món này …	món này …
(too) cold	(quá) lạnh	(ğwaá) laạng
spicy	cay quá	ğay ğwaá
superb	tuyệt ngon	dwee·ụht ngon

I didn't order this.
Tôi không gọi món này.   doy kawm gọy món này

There's a mistake in the bill.
Có sự nhầm lẫn trên   ğó sụhr nyùhm lũhn chen
hoá đơn.   hwaá đern

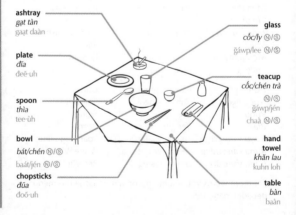

ashtray
gạt tàn
gaạt daàn

glass
cốc/ly ⑧/⑤
ğáwp/lee ⑧/⑤

plate
đĩa
deẽ·uh

teacup
cốc/chén trà
⑧/⑤
ğáwp/jén
chaà ⑧/⑤

spoon
thìa
tee·ùh

bowl
bát/chén ⑧/⑤
baát/jén ⑧/⑤

hand towel
khăn lau
kuhn loh

chopsticks
đũa
đoõ·uh

table
bàn
baàn

talking food

trò chuyện về thức ăn

I love this dish.
Món này ngon thế.   món này ngon té

I love the local cuisine.
Tôi rất thích những   doy zúht tík nhũhrng
món ăn ở đây.   món uhn ẻr đay

That was delicious!
Ngon tuyệt!   ngon dwee·ụht

My compliments to the chef.
Đầu bếp thật tài ba.   đòu bép tụht dài baa

I'm full.
Tôi no rồi.   doy no zòy

methods of preparation

phương pháp nấu ăn

I'd like it ...	*Tôi thích nó ...*	doy tík nó ...
I don't want it ...	*Tôi không*	doy kawm
	thích nó ...	tík nó ...
boiled	*luộc*	loo·ụhk
broiled	*nướng*	nuhr·érng
deep-fried	*rán kỹ*	zaán ğeē
fried	*rán*	zaán
grilled	*nướng vỉ*	nuhr·érng veé
mashed	*nghiền*	nghyee·ùhn
medium	*vừa*	vuhr·ùh
rare	*tái*	daí
reheated	*làm nóng lại*	laàm nóm laị
steamed	*hấp*	húhp
well-done	*nhừ*	nyùhr
without ...	*không có ...*	kawm ğó ...

eating out

155

bò bia   bò bee·uh   mini rice-paper rolls
These are filled with white radish, Chinese pork sausage, dried prawns and herbs. They're eaten with a rich dark sauce, laced with chilli and dried onions. Find a cart (perhaps by a park) and order them by the plateful!

bánh ngọt   baáng ngọt   cake
As you'd expect, there's an obvious French influence on Vietnamese cakes and pastries, from brioche-like croissants to light sponge cakes. Vendors push their cake carts around at all times of the day.

trái cây   chaí ğay   fruit
Don't miss a refreshing fruit fix from one of the refrigerated-with-a-block-of-ice carts that get around every town and city. Popular favourites include mango (*xoài* swaì), watermelon (*dưa hấu* zuhr·uh hóh), pineapple (*dứa* zuhr·ùh), water apple (*mận* muhn), pomelo (*bưởi* búhr·ee) and papaya (*đu đủ* đoo đoỏ). Look out for the little dipping bag of chilli and salt (*ớt và muối* ért vaà moo·eé) which traditionally accompanies fresh fruit – a little strange, but possibly addictive. You're guaranteed to find a cart outside schools around 11am on school days.

nonalcoholic drinks

đồ uống

boiled water	*nước sôi*	nuhr·érk soy
hot water	*nước nóng*	nuhr·érk nóm
orange juice	*nước cam*	nuhr·érk ğaam
soft drink	*nước ngọt*	nuhr·érk ngok
sparkling mineral water	*nước sô-đa*	nuhr·érk saw·đaa
still mineral water	*nước suối*	nuhr·érk soo·eé

(cup of) coffee ...	(một cốc) cà phê ...	(mạwt ğáwp) ğaà fe ...
(cup of) tea ...	(một cốc) trà ...	(mạwt ğáwp) chaà ...
with milk	có sữa	ğó sũhr·uh
without milk	không sữa	kawm sũhr·uh
without sugar	không có đường	kawm ğó đuhr·èrng
with sugar	có đường	ğó đuhr·èrng

alcoholic drinks

các loại rượu

brandy	rượu branđi	zee·oọ braan·đee
champagne	rượu sâm banh	zee·oọ suhm baang
cocktail	côctai	ğawk·tai
a shot of ...	một ngụm rượu ...	mạwt ngụm zee·oọ ...
gin	gin	jin
rum	rom	zom
tequila	têquila	te·kee·laa
vodka	vốtka	váwt·ğaa
whisky	uytky	wit·ğee

a bottle/glass	*một chai/cốc*	mạwt jai/ğáwp
of ... wine	*rượu vang ...*	zee·oọ vaang ...
dessert	*tráng miệng*	cháang mee·ụhng
red	*đỏ*	đỏ
sparkling	*có ga*	ğó gaa
white	*trắng*	cháang
a ... of beer	*một ... bia*	mạwt ... bi·uh
glass	*cốc/ly* ⑧/⑤	ğáwp/lee ⑧/⑤
jug	*bình*	bìng
large bottle	*chai to*	jai do
small bottle	*chai nhỏ*	jai nyỏ

local drinks

bia tươi/	bee·uh duhr·ee/	draught beer
hơi ⑧/⑤	her·ee ⑧/⑤	
nước dừa	nuhr·érk zuhr·ùh	coconut milk
nước mía	nuhr·érk mee·úh	sugar-cane juice
rượu nếp	zee·oọ nép	rice wine
rượu rắn	zee·oọ zúhn	snake wine

in the bar

tại quán bar

Excuse me!
 Xin lỗi! — sin lõy

I'm next.
 Đã đến lượt của tôi. — đaã đén luhr·ẹrt ğoỏ·uh doy

I'll have ...
 Cho tôi ... — jo doy ...

Same again, please.
 Cho một cái nữa. — jo mạwt ğaí nũhr·uh

No ice, thanks.
 Đừng cho đá vào. — đùhrng jo đaá vòw

I'll buy you a drink.
Cho tôi mua một   jo doy moo·uh mạwt
ly rượu cho bạn.   lee zee·oọ jo bạạn

What would you like?
Bạn thích uống gì?   bạạn tík oo·úhng zeè

I don't drink alcohol.
Tôi không biết uống   doy kawm bee·úht oo·úhng
rượu.   zee·oọ

It's my round.
Đến lượt của tôi,   đén luhr·ẹrt ğoỏ·uh doy
tôi phải trả.   doy faỉ chaả

How much is that?
Cái đó bao nhiêu?   ğaí đó bow nyee·oo

Do you serve meals here?
Có phục vụ đồ ăn   ğó fụp voọ đàw uhn
ở đây không?   ẻr đay kawm

listen for ...

Bạn uống gì?	bạạn oo·úhng zeè	**What are you having?**
Bạn đã uống quá nhiều rồi.	bạạn đaã oo·úhng ğwaá nyee·oò zòy	**I think you've had enough.**
Bạn say lắm rồi!	bạạn say lúhm zòy	**You're drunk!**

drinking up

uống mừng

A common toast you'll hear around drinking establishments is *Trăm phần trăm!* chuhm fùhn chuhm (lit: hundred percent), which is a call to empty your glass in one go.

Cheers!
Chúc sức khoẻ!   júp súhrk kwả

This is hitting the spot.
Uống cái này ngon lắm!   oo·úhng ğaí này ngon lúhm

I feel fantastic!
Tôi thấy mình vui vui!   doy táy mìng voo·ee voo·ee

I think I've had one too many.
Tôi đã uống quá nhiều rượu rồi.   doy đaã oo·úhng ğwaá nyee·oò zee·oọ zòy

I'm drunk.
Tôi say rồi.   doy say zòy

Where's the toilet?
Nhà vệ sinh ở đâu?   nyaà vẹ sing ẻr đoh

I'm tired, I'd better go home.
Tôi mệt rồi, tốt nhất là đi về thôi.   doy mẹt zòy dawt nyúht laà đee vè toy

I don't think you should drive.
Bạn không nên lái xe.   bạạn kawm nen laí sa

Can you call a taxi for me?
Bạn có thể gọi taxi cho tôi được không?   bạạn ğó tẻ gọy dúhk·see jo doy đuhr·ẹrk kawm

buying food

mua đồ ăn

What's the local speciality?
Có những đặc sản   ğó nhũhrng đụhk saản
gì ở đây?   zeè ẻr đay

What's that?
Cái đó là cái gì?   ğaí đó laà ğaí zeè

Can I taste it?
Tôi có thể ăn thử   doy ğó tẻ uhn tủhr
được không?   đuhr·ẻrk kawm

How much is a kilo of (rice)?
Một cân (gạo) là bao   mạwt ğuhn (gọw) laà bow
nhiêu?   nyee·oo

Can I have a bag, please?
Cho tôi xin một cái túi?   jo doy sin mạwt ğaí doo·eé

I don't need a bag, thanks.
Tôi không cần bao.   doy kawm ğùhn bow

I'd like …	*Cho tôi …*	jo doy …
(200) grams	*(hai trăm) gam*	(hai chuhm) gaam
(two) kilos	*(hai) cân*	(hai) ğuhn
(three) pieces	*(ba) cái*	(baa) ğaí
a bottle	*một chai*	mạwt jai
a dozen	*một tá*	mạwt daá
a packet	*một gói*	mạwt góy
a tin	*một hộp*	mạwt hạwp
this/that one	*cái này/đó*	ğaí này/đó

self-catering

Less.	Ít hơn.	ít hern
A bit more.	Một chút nữa.	mạwt júp nhủr·uh
Enough.	Đủ rồi.	đoỏ zòy
Do you have ...?	Bạn có ... không?	bạan ğó ... kawm
anything cheaper	cái gì rẻ hơn	ğaí zeè zả hern
other kinds	những loại khác	nhũhrng lwại kaák
Where can I find the ... section?	Cho tôi biết chỗ bán ... ở đâu?	jo doy bee·úht jãw baán ... ẻr đoh
dairy	đồ sữa	đàw sũhr·uh
frozen goods	đồ ướp lạnh	đàw uhr·érp laạng
fruit and vegetable	rau và hoa quả	zoh vaà hwaa ğwaả
meat	thịt	tịt
seafood	đồ biển	đàw beé·uhn

cooking utensils

đồ dùng nấu ăn

I need a ...	Tôi cần một ...	doy ğùhn mạwt ...
chopping board	cái thớt	ğaí tért
frying pan	cái chảo rán	ğaí jỏw zaán
knife	con dao	ğon zow

For more cooking implements, see the **dictionary**.

how would you like that?		
cooked	nấu sẵn	nóh sũhn
cured	ướp muối	uhr·érp moo·eé
dried	khô	kaw
fresh	tươi	duhr·ee
fried	rán	zaán
frozen	ướp lạnh	uhr·érp laạng
raw	sống	sáwm
smoked	hun khói	hun kóy

vegetarian & special meals
đồ ăn chay & đồ ăn kiêng

ordering food

Asking if something contains gluten or caffeine will more than likely get a blank look, particularly outside of restaurants catering to foreigners. It's best to work out beforehand which foods might have such elements and avoid them.

Is there a vegetarian restaurant near here?

	Có nhà hàng đồ chay	ğó nyaà haàng đàw jay
	nào gần đây không?	nòw gùhn đay kawm

Is it cooked in/with …?

	Có … ở trong đó không?	ğó … ér chom đó kawm

Do you have	Bạn có làm món	bạan ğó laàm món
… food?	gì theo luật …	zeè tay·oo loo·uht …
	không?	kawm
halal	Hồi giáo	hòy zów
kosher	Do Thái	zo taí

Could you	Bạn có thể chuẩn	bạan ğó tẻ joỏ·uhn
prepare a meal	bị những món	beẹ nhũhrng món
without …?	không có …	kawm ğó …
	được không?	đuhr·ẹrk kawm
butter	bơ	ber
eggs	trứng	chúhrng
fish stock	nước hầm	nuhr·érk hùhm
	xương cá	suhr·erng gaá
meat	thịt đỏ	tịt đỏ
meat stock	nước hầm	nuhr·érk hùhm
	xương thịt	suhr·erng tịt
MSG	mì chính	meè jíng
oil	dầu ăn	zòh uhn
pork	thịt lợn/heo ⑧/⑨	tịt lẹrn/hay·oo ⑧/⑨
poultry	thịt gà hay vịt	tịt gaà hay vịt

163

Is this …?	Cái này có … không?	ğaí này ğó … kawm
free-range (chicken)	phải là (gà) ta	fai laà (gaà) da
genetically modified	dùng thực phẩm biến đổi gen	zùm tụhrk fủhm bee·úhn đỏy jen
low-fat	ít chất béo	ít júht bay·oó
low in sugar	ít đường	ít đuhr·èrng
organic	phải là rau trồng hữu cơ	fai laà zoh chòm hũhr·oo ğer

special diets & allergies

ăn kiêng & dị ứng

I'm on a special diet.
Tôi đang theo chế
độ ăn kiêng.
doy đaang tay·oo jé
đạw uhn ğee·uhng

I'm a vegan/vegetarian.
Tôi là người ăn chay.
doy laà nguhr·eè uhn jay

I'm allergic to …	Ăn … làm cho tôi bị dị ứng nặng.	uhn … laàm jo doy beẹ zeẹ úhrng nụhng
dairy	đồ làm từ	đàw laàm dùhr
produce	sữa	sũhr·uh
eggs	trứng	chúhrng
gelatine	chất giêlatin	júht ze·laa·teen
gluten	chất glutên	júht gloo·ten
honey	mật ong	mụht om
MSG	mì chính	meè jíng
nuts	các loại hạt	ğaák lwại haạt
peanuts	hạt lạc	haạt laạk
seafood	đồ biển	đàw beé·uhn
shellfish	tôm cua sò hến	dawm ğoo·uh sò hén

This miniguide to Vietnamese cuisine lists both dishes and ingredients. It's designed to help you get the most out of your gastronomic experience by providing you with food terms that you may see on menus and in markets. The words are listed according to the Vietnamese alphabetical order (see the alphabet box below). The order of tone marks on the same vowel is: *a, á, à, á, ã, ạ.* When we've given both the northern and the southern translation of a word, the two options are marked as Ⓝ and Ⓢ (for more details on regional variations, see **pronunciation**, page 15).

vietnamese alphabet

A a aa	*Ă ă* uh	*Â â* uh	*B b* be	*C c* se	*D d* ze	*Đ đ* de	*E e* a	*Ê ê* e
G g zhe	*H h* haat	*I i* ee	*K k* ğaa	*L l* e·luh	*M m* e·muh	*N n* e·nuh	*O o* o	*Ô ô* aw
Ơ ơ er	*P p* be	*Q q* koo	*R r* e·ruh	*S s* e·suh	*T t* de	*U u* u	*Ư ư* uhr	*V v* ve
X x ek·suh	*Y y* ee·gret							

A

anh đào aang dòw *cherry*
anh túc aang dúp *poppy seed*

B

bánh baáng *bread • bun • cake • pie pastry*
bánh chay baáng jay *boiled dumpling*
bánh chưng baáng juhrng
    *rice cake – boiled dumpling of glutinous
    rice wrapped in bamboo leaves*
bánh cốm baáng gáwm
    green sticky rice cake
bánh cuốn baáng ğoo·úhn
    steamed roll made of rice flour
bánh dày baáng zày *rice cake*
bánh đa baáng đaa
    rice pancake • rice wafer

bánh giò baáng zò *meat pie*
bánh hấp baáng húhp *dumpling*
bánh hỏi baáng hoi *rice vermicelli*
bánh Hue baáng hwé *rice-flour pudding
    stuffed with minced shrimp*
bánh kẹp baáng ğẹp *pancake*
bánh khoai baáng kwai
    sweet-potato cake • sweet-potato crepe
bánh mì baáng meè *bread*
bánh mì kẹp baáng meè ğẹp *sandwich*
bánh mì nướng baáng meè nuhr·érng
    toast
bánh mì thịt baáng meè tịt
    meat (usually pork) roll with vegetables
bánh nậm baáng nụhm *sweet cake*
bánh ngô non baáng ngaw non
    steamed bread made of corn flour
bánh ngọt baáng ngọt *cake*
bánh nướng baáng nuhr·érng *pastry*
bánh phở baáng fér *flat rice noodles*

bánh phồng tôm baáng fòm dawm
  prawn crackers • shrimp chips
bánh tráng baáng chaáng *rice paper*
bánh tráng nem baáng chaáng nam
  rice wrapper
bánh tro baáng cho
  sweet cake made with the pits of
  Japanese lily fruit, water, lime & rice
bánh ướt baáng uhr·ért
  rice-noodle sheets usually cut up into
  thin strands for soups & stir-fries
bánh xèo baáng say·oò
  cross between an omelette & a crepe,
  filled with pork & prawns & wrapped
  in lettuce
bánh xừng bò baáng sùhrng bò *croissant*
bào ngư bòw nguhr *abalone*
bạch hà baạk haà *mint • peppermint*
bạch tuột baạk doo·ụht *octopus*
bắp búhp *corn*
bắp cải tàu búhp gaỉ dòh *Chinese cabbage*
bắp chuối búhp joo·eé *banana blossom*
bắp non búhp non *baby corn*
bắp rang búhp zaang *popcorn*
bia bee·uh *beer*
bia tươi/hơi Ⓝ/Ⓢ bi·uh duhr·ee/her·ee
  draught beer
bí beé *squash*
bí xanh beé saang *courgette • zucchini*
bò lá lốt bò laá láwt *minced beef*
  wrapped in betel leaves & char-grilled
bông cải xanh bawm gaỉ saang *broccoli*
bộ lòng bạw lòm *offal*
bột cà ri bạwt gaà ree *curry powder*
bột lúa mì bạwt loo·úh meè
  wholewheat flour
bột mì bạwt meè *flour*
bơ ber *butter • margarine*
bún bún *rice vermicelli*
bún bò bún bò
  rice noodles with braised beef & chilli
bún bò Huế bún bò hwé
  rice vermicelli soup with beef & chilli
bún ốc bún áwp
  rice noodles with cooked snail meat
bưởi bủhr·ee *pomelo*

C

cam thảo ğaam tỏw *liquorice*
canh ğaang *soup*
canh chua cá ğaang joo·uh ğaá
  hot & sour fish soup
cá ğaá *fish*
cá hồi ğaá hòy *salmon*
cá mòi ğaá mòy *sardine*
cánh gà chiên ğaáng gà jee·uhn
  fried chicken wings
cá quả hấp với bia rau gía vị ğaá ğwaả
  húhp ver·eé bee·uh zoh zaả veẹ
  rock fish steamed in beer & seasoned
cà chua ğaà joo·uh *tomato*
càfê ğaà·fe *coffee*
càfê đá ğaà·fe đaá *iced black coffee*
càfê đen ğaà·fe đan *black coffee*
càfê sữa ğaà·fe sũhr·uh *white coffee*
càfê sữa đá ğaà·fe sũhr·uh đaá
  iced white coffee
cà ri ğaà ree *curry*
cà tím ğaà dím *aubergine • eggplant*
cải bắp gaỉ báhp *cabbage*
cải bẹ trắng gaỉ bẹ chúhng *bok choy*
cải bru xen gaỉ broo san *Brussels sprout*
cải hoa gaỉ hwaa *cauliflower*
cải tàu gaỉ dòw *mustard greens*
cải xanh gaỉ saang *cabbage*
chanh vàng jaang vaàng *lemon*
chanh xanh jaang saang *lime*
chay jay *vegetarian* a
cháo jów *congee (rice porridge)*
chả cá jaả ğaá *fish paste • fried fish*
chả cá lã vọng jaả ğaá laã vọm
  fried fish cooked with noodles & spring
  onions in a charcoal brazier
chả giò jaả zò *fried spring rolls wrapped*
  in a lettuce leaf with various herbs &
  dipped in nước chấm
chả lụa jaả loo·ụh *ground pork sausage*
chạo tôm jow dawm *minced shrimp*
  wrapped around a piece of sugar cane
chân juhn *leg*
chân gà juhn gà *chicken feet/legs*

chè jà *tea • dessert usually made from legumes*

chè bánh trôi jà baáng choy
pudding made of large & small round balls eaten with sweet sauce – the large balls are stuffed with cooked green beans

chè thái jà taí
'Thai pudding' – tapioca pudding with banana & coconut cream

chè trôi nước jà choy nuhr·érk
sweet pudding

chim bồ câu jim bàw ğoh *pigeon*

chim cút jim ğút *quail*

chôm chôm jawm jawm *rambutan*

chuối joo·eé *banana*

con cá trích ğon ğaá chík *herring*

con mực ğon muhrk *squid*

con sò lò ğon sò lò *scallop*

cơm ğerm *meal • rice*

cơm chiên ğerm jee·uhn *fried rice*

cơm hương giang ğerm huhr·erng zaang
Hue rice with vegetables

cua ğoo·uh *crab*

củ cà rốt ğoó ğaà ráwt *carrot*

củ cải ğoó ğai *turnip*

củ cải đỏ ğoó ğai đỏ *radish*

củ cải trắng ğoó ğai chúhng *daikon • turnip*

củ dền ğoó zèng *beetroot*

củ đậu ğoó đọ
jicama (brown-skinned root vegetable)

củ hành ğoó haàng *onion*

củ kiệu ğoó ğee·oọ *leek*

củ kiệu chua ğoó ğee·oọ joo·uh
pickled shallots

củ sen ğoó san *lotus root*

cừu ğuhr·oò *lamb*

D

dạ dày zaạ zày *tripe*

dâu zoh *berries*

dâu tằm zoh dùhm *mulberry*

dâu tây zoh day *strawberry*

dâu tím zoh dím *raspberry*

dấm zúhm *vinegar*

dầu zòh *oil*

dầu hào zòh hòw *oyster sauce*

dầu mè zòh mà *sesame oil*

dồi tiết zòy dee·úht
'blood pudding' – coagulated blood cubes (often in Hue-style noodle soup – bún Bò Huế)

dưa zuhr·uh *melon*

dưa chuột zuhr·uh joo·ụht *cucumber*

dưa chuột xanh zuhr·uh joo·ụht saang
gherkin

dưa đỏ zuhr·uh đỏ *cantaloupe*

dưa hấu zuhr·uh hóh *watermelon*

dưa leo zuhr·uh lay·oo *cucumber*

dưa vàng zuhr·uh vaàng *rockmelon*

dưa xanh zuhr·uh saang *chayote • choko*

dứa zuhr·úh *pineapple*

dừa zuhr·ùh *coconut*

Đ

đào dòw *peach*

đậu bắp đọh búhp *okra*

đậu đen đọh đan *black bean*

đậu đỏ đọh đỏ *red kidney bean*

đậu đũa đọh đoõ·uh *long bean*

đậu đũa ngắn đọh đoõ·uh ngúhn *snap pea*

đậu hòa lan xanh đọh hwaà laan saang
snow pea

đậu hũ đọh hoõ *bean curd • tofu*

đậu lăng đọh luhng *lentil*

đậu nành đọh naàng *soya bean*

đậu phộng đọh fọm *groundnut • peanut*

đậu phụ đọh foọ *see đậu hũ*

đậu que đọh ğwa *string bean*

đậu tằm đọh dùhm *broad bean*

đậu tây đọh day *haricot bean*

đậu thân leo đọh tuhn lay·oo
runner bean

đậu trắng đọh chaáng *butter bean*

đậu vườn tươi đọh vuhr·èrn duhr·ee
fresh garden pea

đậu xanh đọh saang *mung bean*

đinh hương ding huhr·erng *clove*

đu đủ đoo đoỏ *papaya • pawpaw*

đùi lợn muối đoo·eè lẹrn móy *ham*

đường đuhr·èrng *sugar*

Ê

ếch ék *frog*

G

gan gaan *liver*
gà gaà *chicken*
gà lôi gaà loy *pheasant*
gà tây gaà day *turkey*
gạo gow *uncooked rice*
gia cầm zaa ğùhm *poultry*
giá zaá *bean sprouts*
gỏi cuốn goi ğoo·úhn *fresh rice-paper rolls*
gỏi ngó sen goi ngó san *lotus stem salad*
gừng gùhrng *ginger*

H

hải sản hai saản *seafood*
hạt điều haạt dee·oò *cashew*
hạt sen haạt san *lotus seed*
heo rừng hay·oo zùhrng *wild boar*
hẹ tây haạ day *shallot onion*
hến hén *mussel*
hồng hàwm *persimmon*
hột dẻ haạwt zé *chestnut*
hột vịt lộn haạwt vịt laạwn *boiled duck egg*

K

kem ğam *cream • ice cream*
kẹo ğay·oọ *candy • lollies • sweets*
khế ké *star fruit*
khoai lang kwai laang *sweet potato*
khoai mì kwai meè *cassava • manioc*
khoai môn kwai mawn *taro root*
khoai tây kwai day *potato*
khoai tây chiên kwai day jee·uhn *chips • fries*
khô bò kaw bò *beef jerky*
khổ qua kảw ğwaa *bitter melon (also called mướp đắng)*

L

lá lốt laá láwt *betel leaf*
lạp xưởng laạp suhr·ẻrng *sweet Chinese pork sausage*
lẩu lóh *hotpot*
lẩu dê lòh ze *lamb or goat hotpot*
lẩu lươn lóh luhr·ern *eel hotpot*
lê le *pears*
lòng lòm *giblets • offal*
lươn luhr·ern *eel*

M

măng cầu maăng ğòh *custard apple*
mắm nêm múhm nem *anchovy sauce*
mắm ruốc múhm roo·úhk *shrimp sauce*
măng muhng *bamboo shoots*
măng cụt muhng ğụt *mangosteen*
măng tây muhng day *asparagus*
mận muhn *plum*
mật ong muht om *honey*
me ma *tamarind*
men man *yeast*
mè mà *sesame seeds*
miến mee·úhn *vermicelli*
mía mee·úh *sugar cane*
mì meè *noodles*
mì ống meè áwm *pasta*
mít mít *jackfruit*
món ăn nhẹ món uhn nyạ *snack*
mơ mer *apricot*
mỡ lợn mẻr lẹrn *(pork) lard*
muối moo·eé *salt*
mù tạc moò daạk *mustard*
mướp đắng muhr·érp dúhng *bitter melon (also called khổ qua)*
mực muhrk *squid*
mực khô muhrk kaw *dried squid*
mứt múhrt *jam • sugared dried fruits & vegetables*
mứt mận khô múhrt muhn kaw *prune*

nấm núhm *mushrooms*

nấm hương núhm huhr·erng
Chinese black mushrooms

nấm núhm may·oọ *tree ear mushrooms –
also called 'cloud ears' or 'wood ears'*

nấm rơm núhm zerm *straw mushrooms*

nem nam *ground pork sausage (cold
meat often used in sandwiches)*

nem nướng nam nuhr·érng *grilled meat-
balls eaten with rice noodles & fish sauce*

nem rán nam zaán
spring rolls (north Vietnam)

ngô ngaw *corn*

ngỗng ngãwn *goose*

nhãn nyuhn *longan*

nho nyo *grapes*

nước nuhr·èrk *water*

nước cam nuhr·érk ğaam *orange juice*

nước chấm nuhr·èrk júhm
*dipping sauce made from fish sauce,
sugar, lime juice & chilli*

nước dừa nuhr·èrk zuhr·ùh *coconut milk*

nước mắm nuhr·èrk múhm *fish sauce*

nước mía zee·oọ mee·úh *sugar-cane juice*

nước ngọt nuhr·èrk ngọk *soft drink*

nước tương nuhr·èrk duhr·erng *soy sauce*

nước sô-đa nuhr·èrk saw·daa
sparkling mineral water

nước suối nuhr·èrk soo·eé
still mineral water

Ô

ô mai aw mai *apricots (or other small
fruits) preserved in salt, licorice & ginger*

ốc áwp *snails*

ốc cuốn chả áwp ğoo·úhn jaá *rolled snails*

ốc hấp bia áwp húhp bee·uh
snails cooked with beer

ốc xào cả vỏ áwp sòw ğaả võ
stir-fried snails (still in their shells)

ổi àw·ee *guava*

Ơ

ớt ért *chilli*

ớt hiểm ért heẻ·uhm
'bird's eye chilli' – small, fiery chilli

ớt ngọt ért ngok *capsicum*

ớt xanh ért saang
green capsicum • pepper (sweet)

P

phó mát fó maát *cheese*

phòng phong fòm fom *parsnip*

phở fér *noodle soup usually served with
beef or chicken*

phở bò fér bò *noodles served with beef*

phở gà fér ğaà *noodles served with
chicken*

Q

quả/trái bơ Ⓝ/Ⓢ ğwaá/chaí ber *avocado*

quít ğwít *mandarin • tangerine*

R

rau cải ngọt tây zoh ğaỉ ngọk day *spinach*

rau má zoh maá *pennywort*

rau muống zoh moo·úhng *water spinach*

rau mùi Ⓝ zoh moo·eè *cilantro • coriander*

rau ngò Ⓢ zoh ngò *spinach*

rau sống zoh sáwm *vegetables*

rau xanh zoh saang *greens*

rau xà lách zoh zaà laák *lettuce • salad*

râu giấm zoh zúhm *pickles*

rượu zee·oọ *wine*

rượu cần zee·oọ ğùhn *mild rice wine
drunk with a straw from the jar it's
brewed in*

rượu cồn zee·oọ ğàwn *spirits*

rượu nếp zee·oọ nép *rice wine*

rượu rắn zee·oọ zúhn *'snake wine' – rice
wine with a pickled snake floating in it*

rượu sâm banh zee-oọ suhm baang *champagne*

rượu vang có ga zee-oọ vaang ğó gaa *sparkling wine*

rượu vang đỏ zee-oọ vaang đỏ *red wine*

rượu vang trắng zee-oọ vaang chaáng *white wine*

S

sa lát saa laát *salad*

sà lách son saà laák son *watercress*

sầu riêng sòh zee-uhng *durian*

sò sò *mussel • oyster*

sô cô la saw ğaw laa *chocolate*

sữa sửh-uh *milk*

sữa chua sửh-uh joo-uh *yogurt*

sữa đậu nành sửh-uh đọh naàng *soy milk*

sữa tươi không béo sửh-uh duhr-ee kawm bay-oó *skim milk*

sườn suhr-èrn *ribs*

T

táo dów *apple*

thận tụhn *kidney*

thì là teè-laà *fennel*

thịt bê tịt be *veal*

thịt bò tịt bò *beef*

thịt chó tịt jó *dog meat*

thịt cừu tịt ğuhr-oò *lamb*

thịt heo hun khói tịt hay-oo hun kóy *bacon*

thịt kho nước dừa tịt ko nuhr-érk zuhr-ùh *pork braised in coconut milk*

thịt lợn/heo Ⓝ/Ⓢ tịt lẹrn/hay-oo *pork*

thịt nướng tịt nuhr-érng *grilled meat*

thịt rắn tịt zúhn *snake meat*

thỏ tỏ *rabbit*

tiêu dee-oo *pepper (spice)*

tim dim *heart*

tỏi dọi *garlic*

tôm dawm *shrimp*

tôm đất dawm đúht *crayfish*

tôm hùm dawm hùm *lobster*

tôm khô dawm kaw *dried shrimp*

tôm to dawm do *prawn*

tôm xào hành nấm dawm sòw haàng núhm *shrimp with mushrooms*

trái bí đỏ chaí beé đỏ *pumpkin*

trái bưởi tây chaí bủhr-ee day *grapefruit*

trái cam chaí ğaam *orange*

trái cây chaí ğay *fruit*

trái chanh dây chaí jaang zay *passionfruit*

trái đậu chaí đọh *legume*

trái nho khô chaí nyo kaw *raisin*

trà chaà *tea*

trầu không chôh kawm *betel*

trứng chúhrng *egg*

trứng bóc vỏ luộc chúhrng bóp vỏ loo-ụhk *poached egg*

trứng luộc chín chúhrng loo-ụhk jín *hard-boiled egg*

trứng tráng chúhrng chaáng *omelette*

trứng vừa chín chúhrng vuhr-ùh jín *soft-boiled egg*

tương duhr-erng *soy sauce*

tương ớt duhr-erng ért *chilli sauce*

V

vải vaí *lychee*

vịt vịt *duck*

X

xá xíu saá see-oó *barbecue pork*

xả saả *lemon grass*

xì dầu seè zòh *soy sauce*

xoài swaì *mango*

xò nhỏ sò nyỏ *cockle*

xôi soy *glutinous rice*

xúc xích lợn súp sík lẹrn *pork sausage*

xúc xích Ý súp sík eé *salami*

xúp súp *soup*

xương sườn suhr-erng suhr-èrn *sparerib*

emergencies

trường hợp khẩn cấp

Help!	Cứu tôi với!	ğuhr·oó doy vér·ee
Stop!	Dừng lại đi!	zùhrng lại đee
Go away!	Đi đi!	đee đee
Thief!	Cướp!	ğuhr·érp
Fire!	Cháy!	jáy
Watch out!	Cẩn thận!	ğúhn tụhn

Call the police!
Gọi cảnh sát!
gọy ğaảng saát

Call a doctor!
Gọi bác sĩ!
gọy baák seẽ

Call an ambulance!
Gọi một xe cứu thương!
gọy mạwt sa ğuhr·oó tuhr·erng

It's an emergency.
Đó là một ca cấp cứu.
đó laà mạwt ğaa ğúhp ğhuhr·oó

There's been an accident.
Có một tai nạn.
ğó mạwt dai nạạn

Can I use your phone?
Tôi có thể dùng điện thoại của bạn được không?
doy ğó tẻ zùm đee·ụhn twại ğoỏ·uh bạạn đuhr·ẹrk kawm

signs

Bệnh Viện	bẹng vee·ụhn	**Hospital**
Cảnh Sát	gaản saát	**Police**
Đồn Cảnh Sát	đàwn gaản saát	**Police Station**
Phòng Cấp Cứu	fòm ğúhp ğuhr·oó	**Emergency Department**

Could you please help?
Làm ơn giúp đỡ?   laàm ern zúp đẽr

I'm lost.
Tôi bị lạc.   doy beẹ laạk

Where are the toilets?
Nhà vệ sinh ở đâu?   nyaà veẹ sing ér đoh

Is it safe ...?	*Nó có an toàn*	nó ğó aan dwaàn
	... không?	... kawm
at night	*vào ban đêm*	vòw baan đem
for gay	*cho những người*	jo nyũhrng nguhr·eè
people	*lưỡng tính*	lũhr·erng díng
for travellers	*cho khách du lịch*	jo kaák zoo lịk
for women	*cho phụ nữ*	jo foọ nũhr
on your own	*cho bản thân*	jo baản tuhn

police

cảnh sát

Where's the police station?
Đồn cảnh sát ở đâu?   đàwn ğaảng saát ér đoh

Please telephone the Tourist Police.
Làm ơn gọi đến phòng   laàm ern gọy đén fòm
Cảnh Sát Du Lịch.   ğaảnh sát zoo lịk

I want to report an offence.
Tôi muốn tường trình   doy moo·úhn duhr·èrng chìng
một hành vi phạm tội.   mạwt haàng vee faạm dọy

It was him/her.
Đó là anh/cô ấy.   đó laà aang/ğaw áy

I have insurance.
Tôi có bảo hiểm.   doy ğó bỏw heẻ·uhm

I've been ...	*Tôi đã từng bị ...*	doy đaã dùhrng beẹ ...
assaulted	*hành hung*	haàng hum
raped	*hiếp dâm*	hee·úhp zuhm
robbed	*ăn cướp*	uhn ğuhr·érp

My ... was/were stolen.	... của tôi đã bị lấy cắp.	... ğoỏ·uh doy đaã beẹ láy ğúhp
credit card	Thẻ tín dụng	tả dín zụm
handbag	Túi sách tay	doo·eé saák day
papers	Giấy tờ	záy dèr
passport	Hộ chiếu	hạw chee·oó
wallet	Ví	veé

I've lost my ...	Tôi đã bị mất ...	doy đaã beẹ múht ...
backpack	ba lô	ba law
bags	túi sách	doo·eé saák
jewellery	trang sức	chaang súhrk
money	tiền	dee·ùhn
travellers cheques	séc du lịch	sák zoo lịk

What am I accused of?
Tôi bị kết tội gì?   doy beẹ ğét dọy zeè

I didn't realise I was doing anything wrong.
Tôi không hề biết là tôi   doy kawm hè bee·úht laà doy
đã làm điều gì sai trái.   đã laàm đee·oò zeè sai chaí

I didn't do it.
Tôi đã không làm điều đó.   doy đaã kawm laàm đee·oò đó

Can I pay an on-the-spot fine?
Tôi có thể trả tiền phạt   doy ğó tẻ chaả dee·ùhn faạt
ngay ở đây được không?   ngay ẻr đay đuhr·ẹrk kawm

Can I make a phone call?
Tôi có thể gọi điện   doy ğó tẻ gọy đee·ụhn
thoại được không?   twaị đuhr·ẹrk kawm

Can I have a lawyer (who speaks English)?
Tôi có thể có một luật   doy ğó tẻ ğó mọt lwụht
sư (nói tiếng Anh)   suhr (nóy dee·úhng aang)
được không?   đuhr·ẹrk kawm

This drug is for personal use.

Số ma tuý này là để — săw maa dweé này laà đẻ
sử dụng cá nhân. — sůhr zụm găá nyuhn

I have a prescription for this drug.

Tôi có đơn thuốc cho — doy gó đern too·úhk jo
loại thuốc này. — lwaị too·úhk này

I want to contact	*Tôi muốn liên*	doy moo·úhn lee·uhn
my ...	*lạc với ...*	laạk ver·eé ...
consulate	*phòng lãnh sự*	fòm laãng sụhr
embassy	*đại sứ quán*	đại súhr gwaán

the police may say ...

Anh/Cô bị	ang/gaw beẹ	**You're charged**
buộc tội về ... m/f	boo·ụhk dọy vè ...	**with ...**
ăn cấp	uhn gúhp	shoplifting
ăn trộm	uhn chạwm	theft
hành vi	haàng vee	possession
chiếm hữu	jee·úhm hũhr·oo	of illegal
tài sản trái phép	dài saản chaí fáp	substances
hành vi chống	haàng vee jóm	anti-
đối chính	đóy jíng	government
quyền	gwee·ùhn	activity
không có thị	kawm gó teẹ	not having
thực nhập cảnh	tụhrk nyụhp gaảng	a visa
tội hành hung	dọy haàng hum	assault
tội quấy	dọy gwáy	disturbing
rối trật tự	zaw·eé chụht dụhr	the peace
visa hết hạn	vee·saa hét haạn	overstaying
		your visa
Sẽ bị phạt	sã beẹ faạt	**It's a ... fine.**
tiền do ...	dee·ùhn zo ...	
đi xe quá tốc	đee sa gwaá dáwp	speeding
độ cho phép	đạw jo fáp	
đỗ xe không	đãw sa kom	parking
đúng chỗ	đúm jãw	
quy định	gwee địng	

doctor

bác sĩ

Where's the nearest ...?	... gần nhất ở đâu?	... ğùhn nyút èr đoh
dentist	Phòng khám nha khoa	fòm kaám nyaa kwaa
doctor	Bác sĩ	baák seē
emergency department	Phòng cấp cứu	fòm ğúhp ğuhr·oó
hospital	Bệnh viện	bẹng vee·ụhn
medical centre	Trung tâm khám bệnh	chum duhm kaám bẹng
optometrist	Phòng khám thị lực	fòm kaám tẹe lụhrk
(night) pharmacist	(Đêm) Cửa hàng dược phẩm	(đem) ğủhr·uh haàng zuhr·ẹrk fủhm

I need a doctor (who speaks English).
Tôi cần một bác sĩ (nói tiếng Anh).
doy ğùhn mạwt baák seē (nóy dee·úhng aang)

Could I see a female doctor?
Tôi có thể gặp một bác sĩ nữ được không?
doy ğó tẻ gụhp mạwt baák seē nũhr đuhr·ẹrk kawm

Could the doctor come here?
Bác sĩ có thể đến đây được không?
baák seē ğó tẻ đén đay đuhr·ẹrk kawm

Is there an after-hours emergency number?
Trong trường hợp khẩn cấp có số nào để gọi ngoài giờ làm việc không?
chom chuhr·èrng hẹrp kủhn ğúhp ğó sáw nòw đẻ gọy ngwại zèr laàm vee·ụhk kawm

I've run out of my medication.
Tôi đã hết thuốc điều trị.
doy đaã hét too·úhk đee·oò chẹe

This is my usual medicine.

Đây là thuốc uống bình thường của tôi.

đay laà too·úhk oo·úhng bìng tuhr·èrng ğoỏ·uh doy

My child weighs (20) kilos.

Con tôi nặng (hai mươi) cân.

ğon doy nụhng (hai muhr·ee) ğuhn

My prescription is …

Đơn thuốc của tôi là …

đern too·úhk ğoỏ·uh doy laà …

How much will it cost?

Cái đó là bao nhiêu?

ğaí đó laà bow nyee·oo

Can I have a receipt for my insurance?

Cho xin hoá đơn để gửi cho công ty bảo hiểm được không?

jo sin hwaá đern đẻ gủhr·ee jo ğom dee bỏw heẻ·uhm đuhr·ẹrk kawm

I don't want a blood transfusion.

Tôi không muốn truyền máu.

doy kawm moo·úhn chwee·ùhn móh

Please use a new syringe.

Xin hãy dùng ống tiêm mới.

sin hãy zùm áwm dee·uhm mer·eé

I have my own syringe.

Tôi có ống tiêm của mình rồi.

doy ğó áwm dee·uhm ğoỏ·uh mìng zaw·eè

I've been vaccinated against …	Tôi đã tiêm vắc-xin phòng bệnh …	doy đaã dee·uhm vúhk·seen fòm bẹng …
He/She has been vaccinated against …	Anh/Cô ấy đã tiêm vắc-xin phòng bệnh …	aang/ğaw áy đaã dee·uhm vúhk·seen fòm bẹng …
hepatitis A/B/C	viêm gan A/B/C	vee·uhm gaan aa/be/se
tetanus	uốn ván	oo·úhn vaán
typhoid	sốt thương hàn	sáwt tuhr·erng haàn
I need new …	Tôi cần … mới.	doy ğùhn … mer·eé
contact lenses	kính áp tròng	ğíng úhp chòm
glasses	kính	ğíng

Bạn có vấn đề gì?
baạn ğó vúhn đà zeè **What's the problem?**

Bạn thấy đau ở chỗ nào?
baạn táy đoh ẻr jãw nòw **Where does it hurt?**

Bạn có bị sốt không?
baạn ğó beẹ sáwt kawm **Do you have a temperature?**

Bạn bị đau như thế này bao lâu rồi?
baạn beẹ đoh nyuhr té này bow loh zòy **How long have you been like this?**

Bạn đã bị như thế này bao giờ chưa?
baạn đaã beẹ nyuhr té này bow zèr juhr·uh **Have you had this before?**

Cần đây bạn đã có quan hệ tình dục với ai không?
gùhn đay baạn đaã ğó ğwaan hẹ đìng zụp ver·eé ai kawm **Are you sexually active?**

Bạn đã bao giờ có quan hệ tình dục mà không dùng đến biện pháp an toàn chưa?
baạn đaã bow zèr ğó ğwaan hẹ đìng zụp maà kawm zùm đén bee·ụhn faáp aan dwaàn juhr·uh **Have you had unprotected sex?**

Bạn có dùng ma tuý không?
baạn ğó zùm maa dweé kawm **Do you take drugs?**

Bạn có hút thuốc lá không?
baạn ğó hút too·úhk laá kawm **Do you smoke?**

Bạn có uống rượu không?
baạn ğó oo·úhng zee·oọ kawm **Do you drink?**

Bạn bị dị ứng cái gì không?
baạn beẹ zeẹ úhrng ğaí zeè kawm **Are you allergic to anything?**

Bạn đang dùng thuốc không?
baạn đaang zùm too·úhk kawm **Are you on medication?**

health

177

Bạn định đi du lịch bao nhiêu lâu?
  baạn địng đee zoo lịk
  bow nyee·oo loh
How long are you travelling for?

Bạn cần phải nhập viện.
  baạn ğùhn fai nyụhp
  vee·ụhn
You need to be admitted to hospital.

Bạn nên đi khám lại khi bạn về nước.
  baạn nen đee kaám laị
  kee baạn vè nuhr·érk
You should have it checked when you go home.

Bạn nên đi về nước để điều trị bệnh luôn.
  baạn nen đee vè
  nuhr·érk đẻ dee·oò
  cheẹ beạng loo·uhn
You should return home for treatment.

Bạn là người mắc chứng nghi bệnh.
  baạn laà nguhr·eè múhk
  júhrng ngyee beạng
You're a hypochondriac.

symptoms & conditions

triệu chứng & bệnh tật

I'm sick.	*Tôi bị ốm.*	doy beạ áwm
My (child) is sick.	*(Con) của tôi đang bị ốm.*	(ğon) ğoỏ·uh doy đaang beạ áwm
He/She is having a/an ...	*Anh/Cô ấy đang ...*	aang/ğaw áy đaang ...
allergic reaction	*bị dị ứng*	beạ zeẹ úhrng
asthma attack	*bị cơn hen suyễn*	beạ ğern han sweẽ·uhn
baby (right now)	*đau đẻ*	doh đả
epileptic fit	*bị cơn động kinh*	beạ ğern đạwm ğing
heart attack	*bị cơn đau tim*	beạ ğern đoh dim

I've been ...	Tôi bị ...	doy bẹe ...
He/She has been ...	Anh/Cô ấy bị ...	aang/ğaw áy bẹe ...
injured	chấn thương	júhn tuhr·erng
vomiting	nôn	nawn

I feel ...	Tôi cảm thấy ...	doy ğủhm táy ...
anxious	hồi hộp	hòy hạwp
better	tốt hơn	dáwt hern
depressed	trầm cảm	chùhm ğảam
dizzy	choáng mặt	jwaáng mụht
hot and cold	vừa nóng	vuhr·ùh nóm
	vừa lạnh	vuhr·ùh lạang
nauseous	buồn nôn	boo·ùhn nawn
shivery	lạnh run	lạang zun
strange	lạ	lạa
weak	yếu	ee·óó
worse	đau hơn	đoh hern

It hurts here.
Nó đau ở chỗ này.   nó đoh èr jãw này

I'm dehydrated.
Tôi đang bị thiếu nước.   doy đaang bẹe tee·óó nuhr·érk

I can't sleep.
Tôi không ngủ được.   doy kawm ngoỏ đuhr·ẹrk

I think it's the medication I'm on.
Tôi nghĩ nó do thuốc   doy ngeẽ nó zo too·úhk
mà tôi đang dùng.   maà doy đaang zùm

I'm on medication for ...
Tôi đang dùng thuốc   doy đaang zùm too·úhk
để điều trị bệnh ...   đẻ đee·oò chẹe bẹng ...

He/She is on medication for ...
Anh/Cô ấy đang dùng   aang/ğaw áy đaang zùm
thuốc để điều   too·úhk đẻ đee·oò
trị bệnh ...   chẹe bẹng ...

I have (a/an) ...
Tôi bị ...   doy bẹe ...

He/She has (a/an) ...
Anh/Cô ấy bị ...   aang/ğaw áy bẹe ...

asthma	*bệnh hen suyễn*	bệng han swee·uhn
cold n	*cảm*	ğaảm
constipation	*táo bón*	dów bón
cough n	*ho*	ho
dengue fever	*bệnh sốt xuất huyết*	bệng sáwt swúht hwee·úht
diabetes	*bệnh tiểu đường*	bệng deé·oo đuhr·èrng
diarrhoea	*tiêu chảy*	dee·oo jảy
fever	*sốt*	sáwt
headache	*đau đầu*	đoh đòh
heat stroke	*lả đi vì nóng*	laả đee veè nóm
malaria	*bệnh sốt rét*	bệng sáwt zát
nausea	*buồn nôn*	boo·ùhn nawn
pain	*đau*	đoh
rabies	*bệnh dại*	bệng zại
sore throat	*viêm họng*	vee·uhm họm
sunburn	*sự rám nắng*	sụhr zúhm núhng

women's health

sức khoẻ của phụ nữ

(I think) I'm pregnant.
  (Tôi nghĩ) Tôi có bầu.   (doy ngyeẽ) doy ğó bòh

I'm on the pill.
  Tôi đang dùng thuốc tránh thai.   doy đaang zùm too·úhk cháang tai

I haven't had my period for (six) weeks.
  Hơn (sáu) tuần rồi tôi không bị hành kinh.   hern (sóh) dwaàn zòy doy kawm bẹ haàng ğing

I've noticed a lump here.
  Tôi mới thấy tôi có u ở đây.   doy mer·eé táy doy ğó oo ẻr đay

Do you have something for (period pain)?
  Bạn có thuốc gì để giảm (đau bụng hành kinh) không?   bạan ğó too·úhk zeè đẻ zaảm (đoh bụm haàng ğing) kawm

I have a ...	Tôi đang bị ...	doy đaang beẹ ...
urinary tract infection	nhiễm trùng đường tiết niệu	nyeē·uhm chum đuhr·èrng dee·úht nee·oọ
yeast infection	bệnh phụ khoa	beṇg foọ kwaa

I need ...	Tôi cần ... thai.	doy gùhn ... tai
contraception	thuốc ngừa	too·úhk nguhr·ùh
the morning-after pill	thuốc tránh	too·úhk chaáng
a pregnancy test	khám	kaám

the doctor may say ...

Bạn có dùng phương pháp nào để tránh thai không?
baạn gó zùm fuhr·erng faáp nòw đẻ chaáng tai kawm
Are you using contraception?

Bạn có đang bị hành kinh không?
baạn gó đaang beẹ haàng ğĭng kawm
Are you menstruating?

Bạn có bầu không?
baạn gó bòh kawm
Are you pregnant?

Kỳ hành kinh cuối cùng của bạn là bao giờ?
ğeè haàng ğĭng ğoo·eé ğùm ğoỏ·uh baạn laà bow zèr
When did you last have your period?

Bạn có bầu. ⓝ
Bạn đang mang thai. ⓢ
baạn gó bòh ⓝ
baạn đaang maang tai ⓢ
You're pregnant.

I have a skin allergy.	*Tôi bị dị ứng ngoài da.*	doy beẹ zeẹ úhrng ngwaì zaa
I'm allergic to ...	*... làm tôi bị dị ứng.*	... laàm doy beẹ zeẹ úhrng
He/She is allergic to ...	*... làm anh/cô ấy bị dị ứng.*	... laàm aang/ğaw áy beẹ zeẹ úhrng
antibiotics	*Thuốc kháng sinh*	too·úhk kaáng sing
anti-inflammatories	*Thuốc chống viêm*	too·úhk jóm vee·uhm
aspirin	*Thuốc giảm đau*	too·úhk zaảm đoh
bees	*Con ong*	ğon om
codeine	*Thuốc côđêin*	too·úhk ğo·đeen
penicillin	*Thuốc pênicilin*	too·úhk pe·nee·see·lin
pollen	*Phấn hoa*	fúhn hwaa
sulphur-based drugs	*Thuốc có chất lưu huỳnh*	too·úhk ğó júht luhr·oo hwìng
antihistamines	*thuốc chống dị ứng phấn hoa*	too·úhk jóm zeẹ úhrng fúhn hwaa
inhaler	*ống xịt thuốc*	áwm sịt too·úhk
injection	*phát tiêm*	faát dee·uhm

For food-related allergies, see **vegetarian & special meals**, page 164.

---

the good oil

Everywhere you go in Vietnam, the traditional pain treatment of choice is a green oil found in a tiny bottle – *dầu xanh* zòh saang. It's a blend of camphor, menthol and eucalyptus that's applied to temples, joints and other sore spots. If nothing else, it certainly clears the head. A dab is also used beneath the nostrils to mask unpleasant odours.

parts of the body

những bộ phận cơ thể

My ... hurts.
   ... của tôi đang bị đau.   ... ğoỏ·uh doy đaang beẹ đoh

I can't move my ...
   ... của tôi không vận   ... ğoỏ·uh doy kawm vụhn
   động được.   đạwm đuhr·ẹrk

I have a cramp in my ...
   ... bị chuột rút.   ... beẹ joo·ụht zút

My ... is swollen.
   ... của tôi đang   ... ğoỏ·uh doy đaang
   bị sưng.   beẹ suhrng

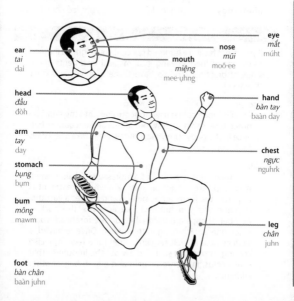

eye
mắt
múht

ear
tai
dai

nose
mũi
moõ·ee

mouth
miệng
mee·ụhng

head
đầu
đòh

hand
bàn tay
baàn day

arm
tay
day

chest
ngực
nguhrk

stomach
bụng
bụm

bum
mông
mawm

leg
chân
juhn

foot
bàn chân
baàn juhn

alternative treatments

I don't use (Western medicine).
Tôi không dùng (thuốc tây).   doy kawm zùm (too·úhk day)

I prefer ...	*Tôi thích ... hơn.*	doy tík ... hern
Can I see	*Tôi có thể gặp*	doy ǵo té guhp
someone who	*bác sĩ chuyên*	baák seẽ jwee·uhn
practices ...?	*gia về ...?*	zaa vè ...
acupuncture	*châm cứu*	júhm ğuhr·oó
herbal	*thuốc cổ*	too·úhk ǧăw
medicine	*truyền*	jwee·ùhn
naturopathy	*thiên nhiên*	tee·uhn nyee·uhn
	liệu pháp (không	lee·oọ faáp (kawm
	dùng thuốc)	zùm too·úhk)
reflexology	*vật lý trị liệu*	zụht leé cheé lee·oọ

---

written on the skin

If you're not feeling a hundred per cent you might be inclined to try one of the following local medical treatments (these kinds of practices tend to have Chinese origins – *đông y* đawm ee).

cạo gió   ğow zó
  An oil-dipped coin is used to score lines into the skin. The procedure is said to draw out illness and encourage balance in the body. The vivid, tell-tale welts take a few days to disappear.

giác   zaák
  This treatment is a form of acupressure. Small, heated, glass cups are placed on your skin where treatment is required, the heat causes suction and creates a vacuum, gripping the skin tight. On an area like the back, a number of cups are used while on the forehead, you'll enjoy one, smack-bang in the middle. Once removed, a perfect circular welt remains, often for a few days. Like coining, cupping is said to draw out the impurities that cause colds, flus, chronic pain and a grab bag of other ailments.

pharmacist

I need something for (a headache).
Tôi cần thuốc (đau đầu).   doy ğùhn too·úhk (đoh đòh)

Do I need a prescription for (antihistamines)?
Tôi có cần đơn thuốc   doy ğó ğùhn đern too·úhk
cho (thuốc chống dị   jo (too·úhk jóm zeę
ứng phấn hoa)?   úhrng fúhn hwaa)

I have a prescription.
Tôi có đơn thuốc đây.   doy ğó đern too·úhk đay

What's the correct dosage?
Liều lượng chính   lee·oò luhr·ęrng jín
xác là gì?   saák laà zeè

How many times a day?
Mấy lần một ngày?   máy lùhn mạwt ngày

Will it make me drowsy?
Thuốc này có gây   too·úhk này ğó gay
buồn ngủ không?   boo·ùhn ngoỏ kawm

antiseptic n	*thuốc diệt trùng*	too·úhk zee·ųht chùm
condoms	*bao cao su*	bow ğow soo
contraceptives	*thuốc tránh thai*	too·úhk chaáng tai
painkillers	*thuốc giảm đau*	too·úhk zaảm đoh
rehydration salts	*thuốc muối hyđrat*	too·úhk moo·eé hee·đraa

---

the pharmacist may say ...

Hai lần một ngày (với bữa ăn).
hai lùhn mạwt ngày
(ver·eé bũhr·uh uhn)   **Twice a day (with food).**

Bạn đã dùng thuốc này bao giờ chưa?
bạn đaã zùm too·úhk
này bow zèr juhr·uh   **Have you taken this before?**

Bạn phải dùng hết liều thuốc.
bạn fai zùm hét
lee·oò too·úhk   **You must complete the course.**

dentist

I have a …   *Tôi bị …*   doy beẹ …
- **broken tooth**   *gẫy một cái răng*   gãy mạwt ğaí zuhng
- **cavity**   *sâu răng*   soh zuhng
- **toothache**   *đau răng*   đoh zuhng

My dentures are broken.
Bộ răng giả của tôi   bạw zuhng zaả ğoỏ·uh doy
bị hỏng.   beẹ hỏm

My gums hurt.
Lợi của tôi đang bị đau.   ler·eẹ ğoỏ·uh doy đaang beẹ đoh

I don't want it extracted.
Tôi không muốn   doy kawm moo·úhn
nhổ răng.   nyảw zuhng

I need a/an …   *Tôi cần …*   doy ğùhn …
- **anaesthetic**   *thuốc gây tê*   too·úhk gay de
- **filling**   *vật liệu*   vụht lee·oọ
    trám răng   chaám zuhng

---

the dentist may say …

Cái này chắc không đau.
ğaí này júhk kawm đoh   **This won't hurt a bit.**

Cứ cắn vào cái này.
ğuhr·oó ğúhn vòw ğaí này   **Bite down on this.**

Cứ mở miệng rộng.
ğuhr·oó mẻr mee·ụhng zạwm   **Open wide.**

Đừng cử động.
đùhrng ğủhr đạwm   **Don't move.**

Súc miệng đi!
súp mee·ụhng dee   **Rinse!**

Lại đây, tôi chưa xong.
laị day doy juhr·uh som   **Come back, I haven't finished.**

In this dictionary, you'll find words marked with **n**, **a**, **adv**, **prep** and **v** (indicating noun, adjective, adverb, preposition and verb) where necessary. When we've given both the northern and the southern translation of a word, the two options are marked as Ⓝ and Ⓢ and separated with a slash (for more details on regional variations, see **pronunciation**, page 15). For food terms, see the **menu decoder**, page 165.

A

able *có thể* ğó tẻ
aboard (boat) *trên tàu* chen dòh
aboard (train) *xe* sa
abortion *sự phá thai* suhr faá tai
about *gần* gùhn
above *ở trên* ẻr chen
abroad *nước ngoài* súhp
  nhr·érk ngwài súhp
accept *nhận* nyuhn
accident *tai nạn* dai naạn
accommodation *chỗ ở* jãw ẻr
account *tài khoản* dài kwaản
across *từ bên này sang bên kia*
  dùhr ben này saang ben ğee·uh
activist *nhà hoạt động*
  nyaà hwaạt đạwm
actor *tài tử* dài dúhr
acupuncture *châm cứu* juhm ğuhr·oó
adaptor *ổ cắm điện* aw ğúhm đee·uhn
addiction *thói nghiện* tóy ngyee·uhn
address n *địa chỉ* đee·uh jẻe
administration *hành chánh* haàng jaáng
admission (price) *giá vé* zaá vá
admit *thú nhận* toó nyuhn
adult n *người lớn* nguhr·eè lérn
advertisement *bài quảng cáo*
  bài ğwaảng ğów
advice *lời khuyên* ler·eè kwee·uhn
aerobics *thể dục thẩm mỹ*
  tẻ zụp tủhm meẽ
aeroplane *máy bay* máy bay
afraid *sợ hãi* sẹr haĩ

Africa *Châu Phi* joh fee
after *sau* soh
afternoon *buổi chiều* boỏ·ee jee·oò
aftershave *nước hoa cho đàn ông*
  nhr·érk hwaa jo đaàn awm
again *lại* laị
against *đối lập với* đóy lụhp ver·eé
age n *tuổi* doỏ·ee
ago *cách đây* ğaák đay
agree *đồng ý* đàwm eé
agriculture *nông nghiệp* nawm ngyee·uhp
ahead *về phía trước* vè fee·úh chuhr·érk
AIDS *SIDA* see·đaa
air *không khí* lawm keé
air-conditioned *được không điều hòa*
  nhiệt độ đuhr·ẹrk kawm đee·oò hwaạ
  nyee·ụht đạw
air conditioning *điều hòa* đee·oò hwaạ
airline *hãng máy bay* haãng máy bay
airmail *đường hàng không* đuhr·èrng
  haàng kawm
airplane *máy bay* máy bay
airport *sân bay* suhn bay
airport tax *thuế hải quan* twé hai ğwaan
aisle (on plane) *lối đi* lóy đee
alarm clock *đồng hồ báo thức*
  đàwm hàw bów túhrk
alcohol *rượu* zee·oọ
all *tất cả* dúht ğaả
allergy *dị ứng* zeẹ úhrng
allow *cho phép* jo fáp
allowed *được phép* đuhr·ẹrk fáp
almost (time) *sắp* súhp
alone *một mình* mạwt mìng
already *rồi* zòy

also *cũng* ğům
altar *bàn thờ* baàn tèr
altitude *độ cao* đạw ğow
always *luôn luôn* loo·uhn loo·uhn
ambassador *đại sứ* đại súhr
ambulance *xe cấp cứu* sa ğúhp ğuhr·oó
American football *đá bóng Mỹ*
    đaá bóm meẽ
anaemia *bệnh thiếu máu*
    bẹng tee·oó móh
anarchist n
    người tin vào thuyết vô chính phủ
    nguhr·eè din vòw twee·úht vaw jíng foỏ
ancient *cổ* ğaỏ
and *và* vaà
angry *tức giận* dúhrk zụhn
animal *động vật* đạwm vụht
ankle *cổ chân* ğaỏ juhn
annual *hàng năm* haàng nuhm
another (different) *khác* kaák
another (more) *thêm* tem
answer n *câu trả lời* ğoh chaẻ ler·eè
ant *con kiến* ğon ğee·úhn
antibiotics *kháng sinh* kaáng sing
antigovernment (activity) *phản động*
    faỏn đạwm
antinuclear *chống hạt nhân*
    jáwm hạt nyuhn
antique n *đồ cổ* đàw ğaỏ
antiseptic n *khử trùng* koỏ chùm
any *mọi* mọy
apartment *căn phố* ğuhn fáw
appendix (body) *ruột dư* zoo·ụht zuhr
appointment *cái hẹn* ğaí hạn
April *tháng tư* taáng duhr
archaeological *liên quan đến khảo cổ học*
    lee·uhn ğwaan đén kỏw ğaỏ họp
architect *kiến trúc sư* ğee·úhn chúp suhr
architecture *khoa kiến trúc*
    kwaa ğee·úhn chúp
argue *cãi nhau* ğaĩ nyoh
arm *cánh tay* ğaáng day
arrest v *bắt* búht
arrivals (airport) *sự tới nơi*
    sụhr der·eé ner·ee
arrive *đến* đén
art *nghệ thuật* ngẹ twụht

art gallery *phòng triển lãm*
    fòm cheẻ·uhn laãm
artist *họa sĩ* hwaạ seẽ
ashtray *cái gạt tàn thuốc*
    ğaí gaạt daàn too·úhk
Asia *Châu Á* joh aá
ask (a question) *hỏi* hỏy
ask (for something) *nhờ* nyèr
aspirin *thuốc nhức đầu*
    too·úhk nyúhrk đòh
asthma *bệnh suyễn* bẹng swee·uhn
at *tại* dại
athletics *thể thao điên kinh*
    tẻ tow dee·uhn ğing
atmosphere *khí quyển* keé ğwee·uhn
August *tháng tám* taáng daám
aunt *dì* zeè
Australia *nước Úc* nuhr·érk úp
Australian Rules Football *đá banh Úc*
    đaá baang úp
automated teller machine (ATM)
    máy rút tiền tự động
    máy zút dee·ùhn dụhr đạwm
autumn *mùa thu* moo·ùh too
avenue *đại lộ* đại lạw
awful *khủng khiếp* kủm kee·úhp

B

B&W (film) *phim đen trắng*
    feem đan chúhng
baby *em bé* am bá
baby food *đồ ăn trẻ con* đàw uhn chả ğon
baby powder *phấn trẻ em* fúhn chả am
babysitter *người giữ trẻ* nguhr·eè zũhr chả
back (body) *lưng* luhrng
back (position) *ở đằng sau* ẻr đùhng soh
backpack *ba lô* baa law
bad *xấu* sóh
badminton *cầu long* ğòh lom
bag *túi sách* doo·eé saák
baggage *hành lý* haàng leé
baggage allowance *hạn chế hành lý*
    haạn jé haàng leé
baggage claim *thu hành lý* too haàng leé
bakery *tiệm bánh mì* dee·ụhm baáng meè
balance (account) *quyết toán*
    ğwee·úht dwaán

balcony *bao lơn* bow lern
ball (sport) *quả bóng* ğwaả bóm
ballet *múa ba lê* moo-úh baa le
bamboo *cây tre* ğay cha
band (music) *ban nhạc* baan nyaặk
bandage *băng* buhng
Band-Aid *băng dán* buhng zaán
bank *ngân hàng* nguhn haàng
bank account *tài khoản nhà băng*
  dài kwaản nyaà buhng
banknote *tờ bạc giấy* dèr baặk záy
baptism *lễ rửa tội* lẽ zủh-uh dọy
bar *quầy rượu* ğwày zee-oọ
barber *thợ hớt tóc* tẹr hért dóp
baseball *bóng chày* bóm jày
basket *cái rổ* ğaí zảw
basketball *bóng rổ* bóm zảw
bath n *bồn tắm* bàwn dúhm
bathing suit *bộ quần áo tắm*
  bặw ğwùhn ów dúhm
bathroom *phòng tắm* fòm dúhm
battery *pin* pin
bay *vịnh* vịng
be *là* laà
beach *bãi biển* baĩ beẻ-uhn
beach volleyball *bóng chuyền biển*
  bóm jwee-ùhn beẻ-uhn
beautiful *đẹp* đạp
beauty salon *thẩm mỹ viện*
  tủhm meẽ vee-ụhn
because *bởi vì* bẻr-ee veè
bed *cái giường* ğaí zuhr-èrng
bedding *chăn giường* juhn zuhr-èrng
bedroom *phòng ngủ* fòm ngoỏ
bee *con ong* ğon om
beer *bia* bee-uh
before *trước đây* chuhr-érk day
beggar *người ăn xin* nguhr-eè uhn xin
begin *bắt đầu* búht đòh
behind *đằng sau* đùhng soh
Belgium *nước Bỉ* nuhr-érk beẻ
below *phía dưới* fee-úh zuhr-eé
beside *bên cạnh* ben ğaặng
best *tốt nhất* dáwt nyúht
bet n *đánh cá* đaáng ğaá
better *tốt hơn* dáwt hern
between *ở giữa* ẻr zũh-uh
Bible *kinh Thánh* ğing taáng

bicycle *xe đạp* sa đaạp
big *lớn* lérn
bigger *lớn nhất* lérn nyúht
biggest *lớn hơn* lérn hern
bike *xe đạp* sa đaạp
bike chain *xích xe đạp* sík sa đaạp
bike lock *ổ khóa xe đạp* ảw kwaá sa đaạp
bike path *đường xe đạp*
  đuhr-èrng sa đaạp
bike shop *quán xe đạp* ğwaán sa đaạp
bill (restaurant) *hóa đơn* hwaá đern
binoculars *ống nhòm* áwm nyòm
bird *chim* jim
birth certificate *giấy khai sinh* záy kai sing
birthday *ngày sinh nhật* ngày sing nyụht
biscuit *bánh qui* baáng ğwee
bite (dog) n *cắn* ğúhn
bite (insect) n *chích* jík
bitter *đắng* đúhng
black *màu đen* mòh đan
black market *chợ đen* jẹr đan
bladder *bóng đái* bóm đaí
blanket *cái mền* ğaí mèn
blind *mù* moò
blister *vết bóng giập* vét bóm zụhp
blocked *kẹt* ğẹt
blood *máu* móh
blood group *nhóm máu* nyóm móh
blood pressure *huyết áp* hwee-úht aáp
blood test *xét nghiệm mẫu máu*
  sát ngyee-ụhm mõh móh
blue *xanh da trời* saang zaa cher-eè
board (plane/ship) *lên* len
boarding house *nhà nghỉ* nyaà ngyeẻ
boarding pass *giấy lên máy bay*
  záy len máy bay
boat *thuyền* tee-ùhn
body *thân thể* tuhn tẻ
boiled *sôi* soy
bombing *vụ nổ bom* voọ nảw bom
bone *xương* suhr-erng
book n *quyển sách* ğweẻ-uhn saák
book (make a booking) v *giữ trước*
  zuhr chuhr-érk
booked out *hết chỗ* hét jãw
book shop *tiệm sách* dee-ụhm saák
boots *giày ống* zày áwm
border n *biên giới* bee-uhn zer-eé

bored *chán* jaán
boring *buồn tẻ* boo·ùhn dẻ
borrow *mượn* muhr·ẹrn
botanic garden *vườn bách thảo* vuhr·èrn baák tỏw
both *cả hai* ğaả hai
bottle *chai* jai
bottle opener *cái mở chai* ğaí mẻr jai
bottle shop *quán rượu* ğwaán zee·ọọ
bottom (body) *mông* mawm
bottom (position) *đáy* đáy
bowl *chén* jén
box n *cái hộp* ğaí hạwp
boxer shorts *quần đùi* ğwùhn đoo·èè
boxing *quyền Anh* ğwee·ùhn aang
boy *con trai* ğon chai
boyfriend *bạn trai* bạan chai
bra *áo ngực* ów nguhrk
brakes (car) *cái thắng xe* ğaí túhng sa
brandy *rượu brandi* zee·ọọ braan·dee
brave *dũng cảm* zũm ğảảm
bread *bánh mì* baáng mèè
break v *gẫy* gãy
break down (car) *hư* huhr
breakfast *ăn sáng* uhn saáng
breast (body) *vú* voó
breathe *hít* hít
bribe n *tiền hối lộ* dee·ùhn hóy lạw
bridge *cầu* ğòh
briefcase *cái cặp* ğaí ğụhp
bring *mang theo* maang tay·oo
brochure *cuốn giới thiệu đồ* ğoo·úhn zer·eé tee·oọ đàw
broken *bị gẫy* bẹẹ gãy
broken down (car) *bị hư* bee huhr
bronchitis *bệnh viêm cuống phổi* bẹng vee·uhm ğoo·úhng fỏy
brother (older) *anh trai* aang chai
brother (younger) *em trai* am chai
brown *màu nâu* mòh noh
bruise n *vết bầm* vét bùhm
brush n *bàn chải* baàn jai
bucket *thùng* tùm
Buddha's Birthday *ngày Lễ Phật Đản* ngày lẽ fụht đaản
Buddhist n *Phật tử* fụht dủhr
budget *ngân sách* nguhn saák
buffalo *con trâu* ğon choh

bug *con rệp* ğon zẹp
build *xây dựng* say zụhrng
builder *thợ xây nhà* tẹr say nyaà
building *tòa nhà* dwaà nyaà
bumbag *bóp đeo bụng* bóp đay·oo bụm
bureaucracy *hệ thống hành chánh* hẹ táwm haàng jaáng
Burma *nước Miến Điện* nuhr·érk mee·úhn đee·ụhn
burn n *vết bóng* vét bỏm
burnt *bị cháy* bẹẹ jáy
bus *xe buýt* sa bweét
business *buôn bán* boo·uhn baán
business card *danh thiếp* zaang tee·úhp
business class *thượng hạn* tuhr·ẹrng hạan
businessperson *nhà kinh doanh* nyaà ğịng zwaang
business trip *hợp tác kinh doanh* hẹrp đaák ğịng zwaang
bus station *bến xe buýt* bén sa bweét
bus stop *trạm xe buýt* chụhm sa bweét
busy *bận rộn* bụhn zạwn
but *nhưng mà* nyuhrng maà
butcher *người bán thịt* nguhr·eè baán tịt
butcher's shop *hàng bán thịt* haàng baán tịt
butter *bơ* ber
butterfly *con bướm* ğon buhr·érm
button *cái nút bấm* ğaí nút búhm
buy *mua* moo·uh

C

cable car *cáp treo* ğaáp chay·oo
café *quán càfê* ğwaán ğaà·fe
cake *cái bánh ngọt* ğaí baáng ngọk
cake shop *tiệm bánh ngọt* dee·ụhm baáng ngọk
calculator *máy tính* máy díng
calendar *quyển lịch* ğwee·ủhn lịk
call v *kêu* ğay·oo
Cambodia *nước Kampuchia* nuhr·érk ğaam·poo·jee·uh
camera *máy chụp hình* máy júp hìng
camera shop *tiệm bán máy chụp hình* dee·ụhm baán máy júp hìng
camp v *cắm trại* ğúhm chại

camping ground *bãi cắm trại*
bai ğữhm chại

can (be able) *có thể* ğó tẻ

can (have permission) *được* đuhr·ẹrk

can (tin) n *lon* lon

Canada *nước Ca-na-đa*
nuhr·érk ğaa·naa·đaa

cancel *hủy bỏ* hwẻe bỏ

cancer *bệnh ung thư* bẹng um tůhr

candle *đèn cầy* đàn ğày

candy *kẹo* ğạy·oọ

caneware *đồ cây tre* đàw ğay cha

can opener *cái mở đồ hộp*
ğái mẻr đàw hậwp

capitalism *chủ nghĩa tư bản*
joỏ ngyẻe·uh duhr baản

car *xe hơi* sa her·ee

caravan *xe thùng* sa tùm

cardiac arrest *bệnh tim tạm ngừng*
bẹng dim đaạm ngừhng

cards (playing) *con bài* ğon bài

care (for someone) *quan tâm*
ğwaan duhm

car hire *dịch vụ thuê xem* zịk voọ twe sam

car owner's title *giấy đăng bộ xe*
záy đuhng bạw su

car park *bãi đậu xe* bai đọh sa

carpenter *thợ mộc* tẹr mộp

car registration *đăng bộ xe* đuhng bạw sa

carry *mang* maang

cash n *tiền* dee·ùhn

cash (a cheque) v *đổi tiền séc*
đỏy dee·ùhn sák

cashier *thu ngân viên* too nguhn vee·uhn

cash register *máy tính tiền*
máy díng dee·ùhn

casino *sòng bạc của khách sạn*
sòm baạk ğoỏ·uh kaák saạn

cassette *băng ghi âm* buhng gee uhm

castle *lâu đài* loh đài

casual work *công việc tính giờ*
ğawm vee·uhk díng zèr

cat *con mèo* ğon may·oò

cathedral *nhà thờ lớn* nyaà tèr lérn

Catholic n *theo đạo Thiên Chúa* tay·oo
đọw tee·uhn joo·úh

cave *hang động* haang đạwm

CD *CD* se·de

celebration *lễ kỷ niệm* lẽ ğẻe nee·ụhm

cell phone *điện thoại di động*
đee·ụhn twại zee đạwm

cemetery *nghĩa địa* ngyẻe·uh đee·uh

cent *xu* soo

centimetre *phân* fuhn

centre n *trung tâm* chum duhm

ceramics *đồ gốm* đàw gáwm

cereal *ngũ cốc* ngoo ğáwp

certificate *chứng chỉ* júhrng jẻé

chain n *xích* sík

chair n *ghế* ğé

champagne *rượu sâm banh*
zee·oọ suhm baang

championships *vô địch* vaw zịk

chance *sự ngẫu nhiên* sụhr ngỏh nyee·uhn

change v *thay đổi* tau đỏy

change (coins) n *tiền lẻ* dee·ùhn lẻ

change (money) v *đổi* đỏy

changing room *phòng thay quần áo*
fòm tay ğwùhn ów

charming *hấp dẫn* húhp zũhn

chat up *tán tỉnh* daán díng

cheap *rẻ* zả

check v *kiểm tra* ğẻé·uhm chaa

check (banking) n *tiền séc* dee·ùhn sák

check (bill) n *hóa đơn* hwaá đern

check-in (desk) n *quầy ghi danh*
ğwày gee zaang

checkpoint *trạm kiểm soát*
chụhm ğẻé·uhm swaát

cheese *pho mát* fo maát

chef *thợ nấu ăn* tẹr nóh uhn

chemist (person) *dược sĩ* zuhr·ẹrk seẽ

chemist (shop) *tiệm thuốc tây*
dee·ụhm too·úhk day

cheque (banking) *tiền séc* dee·ùhn sák

chess *cờ tướng* ğèr duhr·érng

chessboard *bàn cờ* baạn ğèr

chest (body) *ngực* nguhrk

chewing gum *kẹo cao su*
ğay·oọ ğow soo

chicken *gà* gaà

chicken pox *bệnh thủy đậu*
bẹng tweẻ đọh

child *đứa trẻ* đuhr·úh chả

child-minding service *giữ trẻ* zũhr chả

children *trẻ em* chả am

child seat *ghế ngồi trẻ con*
gé ngòy chả gọn

chilli *trái ớt* chaí ért

China *nước Trung Quốc*
nhr·érk chum gwáwk

chiropractor
y sĩ chữa bệnh đau cột sống
ee seẽ jühr·uh bẹng đoh gạwt sáwm

chocolate *sô cô la* saw gaw laa

choose *chọn* jọn

chopping board *cái thớt* gaí tért

chopsticks *đôi đũa* đoy đoo·uh

Christian n *người đạo Cơ đốc*
nghr·eè đọw ger đáwp

Christmas *Lễ Chúa Giáng Sinh*
lẽ joo·úh zaáng sing

Christmas Day *Ngày Chúa Giáng Sinh*
ngày joo·úh zaáng sing

Christmas Eve *Đêm Giáng Sinh*
đem zaáng sing

church *nhà thờ* nyaà tèr

cider *rượu táo* zee·oọ dów

cigar *điếu xì gà* zee·oó seè gaa

cigarette *thuốc lá* too·úhk laá

cigarette lighter *cái bật lửa*
gaí bụht lühr·uh

cigarette papers *giấy vấn thuốc*
záy vúhn too·úhk

cinema *rạp* zaạp

circus *đoàn xiếc* đwaàn see·úhk

citizenship *quyền công dân*
gwee·ùhn gawm zuhn

city *thành phố* taàng fáw

city centre *trung tâm thành phố*
chum duhm taàng fáw

city walls *vách tường thành*
vaák duhr·èrng taàng

civil rights *quyền tự do cá nhân*
gwee·ùhn dụhr zo gaá nyuhn

class (school) *lớp học* lérp họp

classical theatre *cải lương* gaí luhr·erng

class system *tầng lớp xã hội*
dùhng lérp saã họy

clean a *sạch sẽ* saạk sã

clean v *làm sạch* laàm saạk

cleaning *lau dọn* loh zọn

client *khách hàng* kaák haàng

cliff *vách đá* vaák đaá

climb v *leo* lay·oo

cloakroom *phòng giữ mũ áo*
fòm zũhr moõ ów

clock *đồng hồ* đàwm hàw

close a *gần* gùhn

close v *đóng* đáwm

closed *đóng* đáwm

clothesline *giây phơi quần áo*
zay fer·ee gwùhn ów

clothing *quần áo* gwùhn ów

clothing store *tiệm quần áo*
dee·ụhm gwùhn ów

cloud *mây* may

cloudy *mây mù* may moò

clutch (car) *cái côn* gaí gawn

coast *bờ biển* bèr beẻ·uhn

coat *áo choàng* ów jwaàng

cobra *con rắn mang bành*
gọn zúhn maang baàng

cocaine *cô kê* gọ ge

cockfighting *cuộc thi đá gà*
goo·ụhk tee đaá gaà

cockroach *con gián* gọn zaán

cocktail *rượu cốc tay* zee·oọ gáwp day

cocoa *ca cao* gaa gow

coffee *càfê* gaà·fe

coins *tiền cắc* dee·ùhn gúhk

cold (illness) n *cảm* gaảm

cold a *lạnh* laạng

colleague *bạn đồng nghiệp*
baạn đàwm ngyee·ụhp

collect call *cú điện thoại người nhận trả*
tiền goó đee·ụhn twaị nguhr·eè nyụhn
chaả dee·ùhn

college *trường cao đẳng*
chuhr·èrng gọw đủhng

colour n *màu sắc* mòh súhk

comb n *cái lược* gaí luhr·ẹrk

come *đến* đén

comedy *hài kịch* haì gịk

comfortable *thoái mái* twaí maí

commission *tiền hoa hòng*
dee·ùhn hwaa hòm

communications (profession) *liên lạc*
giao thông lee·uhn laạk zow tawm

communion *lễ ban thánh thể*
lẽ baan taáng tẻ

communism *chủ nghĩa cộng sản*
joó ngyeẽ·uh g̃awm saán

communist n *cộng sản* g̃awm saán

companion *bạn đường* baạn đuhr·èrng

company (business) *công ty* g̃awm dee

compass *la bàn* laa baàn

complain *kêu ca* g̃ay·oo g̃aa

complaint *lời kêu ca* ler·eè g̃ay·oo g̃aa

complimentary (free) *khuyến mãi* kwee·uhn maĩ

computer *máy vi tính* máy vee díng

computer game *trò chơi điện toán*
chò jer·ee đee·uhn dwaán

concert *buổi hòa nhạc* boó·ee hwaà nyaạk

concussion *chấn thương não*
júhn tuhr·erng nõw

conditioner (hair) *thuốc xả tóc*
too·úhk saả dóp

condom *bao cao su* bow g̃ow soo

conference (big) *hội nghị họy ngyeẹ*

conference (small) *cuộc họp*
g̃oo·uhk họp

confession *sự xưng tội* suhr suhrng dọy

confirm (a booking) *khẳng định*
kúhng địng

Confucianism *ý tưởng Công Phu Tử*
eé dúhr·erng g̃awm foo dủhr

congratulations *chúc mừng* júp mùhrng

conjunctivitis *viêm kết mạc*
vee·uhm g̃ét maạk

connection (transport) *chuyến* jweé·uhn

conservative n *bảo thủ* bów toó

constipation *tình trạng bị táo bón*
đìng chaạng beẹ dów bón

consulate *tòa lãnh sự* dwaà laãng suhr

contact lenses *kính áp tròng*
g̃íng aáp chòm

contact lens solution
dung dịch ngâm bảo quản kính
zum zịk nguhm bỏw ğwaản g̃íng

contraceptives *thuốc ngừa thai*
too·úhk nguhr·ùh tai

contract n *hợp đồng* hẹrp đàwm

convenience store *tiệm tạp hóa*
dee·uhm dụhp hwaá

convent *nữ tu viện* nũhr doo vee·ụhn

cook n *người nấu bếp* nguhr·eè nóh bép

cook v *nấu ăn* nóh uhn

cookie *bánh quy ngọt* baáng ğwee ngọk

cooking *sự nấu nướng*
suhr nóh nuhr·érng

cool (temperature) *mát* maát

corkscrew *cái khủi rượu* ğaí koó·ee zee·oọ

corn *trái bắp* chaí búhp

corner *góc* góp

corrupt *đồi bại* đòy baị

corruption *hối lộ* hóy laọ

cost n *gía* zaá

cotton *bông* bawm

cotton balls *bông gòn* bawm gòn

cotton buds *cây bông gòn* gay bawm gòn

cough v *chứng ho* júhrng ho

cough medicine *thuốc ho* too·úhk ho

count v *đếm* đém

counter (at bar) *quầy* g̃wày

country (nation) *quốc gia* g̃wáwk zaa

country (rural) *miền quê* mee·ùhn g̃we

coupon *phiếu thưởng hiện vật*
fee·oó túhr·erng hee·uhn vụht

court (legal) *tòa án* dwaà aán

court (sport) *sân* suhn

cover charge *giá vé vào cửa*
zaá vá vòw g̃ủhr·uh

cow *con bò* ğon bò

cracker (biscuit) *bánh quy mạn*
baáng g̃wee maạn

crafts *nghề thủ công* ngyè toỏ g̃awm

crash (vehicle) n *nạn đụng xe*
naạn đụm sa

crazy *điên* đee·uhn

cream (cosmetics/food) *kem* g̃am

crèche *nhà trẻ* nyaà chá

credit card *thẻ tín dụng* tá dín zụm

cricket (sport) *môn đánh banh bằng gậy*
mawn đaáng baang bùhng gạy

crocodile *con sấu* ğon sóh

crop n *mùa màng* moo·ùh maàng

cross n *cây thánh giá*
ğay taáng zaá

crowded *đông* đawm

cup *cái tách* ğaí daák

cupboard *tủ nhà bếp* doỏ nyaà bép

currency exchange *dịch vụ đổi tiền*
zịk voọ đỏy dee·ùhn

current (electricity) *dòng* zòm

current affairs *những sự kiện quan trọng trên thế giới* nyũhrng suhr ğee-ụhn ğwaan chọm chen té zer-eé

curry *cà ri* ğaà ree

custom *phong tục* fom dụp

customs (immigration) *hải quan* hai ğwaan

cut v *cắt* ğúht

cutlery *bộ dao nĩa* bạw zwaa neẽ-ụh

CV *bản lý lịch* baản leé lịk

cycle v *đạp xe* đaạp sa

cycling *môn đi xe đạp* mawn đee sa đaạp

cyclist *người đi xe đạp* nguhr-eè đee sa đaạp

cyclo (pedicab) *xe xích lô* sa sík law

cystitis *viêm bọng đái* vee-uhm bọm đaí

D

dad *ba* baa

daily adv *hằng ngày* nùhng ngày

dairy products *phó phẩm làm từ sữa* fó fúhm laàm dùhr sũhr-ụh

dance v *nháy* nyáy

dancing *khiêu vũ* kee-oo voõ

danger *sự nguy hiểm* sụhr ngwee heé-ụhm

dangerous *nguy hiểm* ngwee heé-ụhm

dark (colour) *đậm* đụhm

dark (night) *tối* đóy

date (appointment) n *cái hẹn* ğaí hẹn

date (day) n *ngày tháng* ngày taáng

date (go out with) v *hẹn ngày đi chơi* hạn ngày đee jer-ee

date of birth *ngày sinh nhật* ngày sing nyụht

daughter *con gái* ğon ğaí

dawn *bình minh* bìng ming

day *ngày* ngày

day after tomorrow *ngày mốt* ngày máwt

day before yesterday *ngày hôm kia* ngày hawm ğee-ụh

dead *chết* jét

deaf *điếc* đee-úhk

deal (cards) v *chia bài* jee-ụh baì

December *tháng mười hai* taáng muhr-eè hai

decide *quyết định* ğwee-úht dịng

deck (of ship) *sàn tàu* saàn dòw

deep *sâu* soh

deer *nai* nai

deforestation *sự phá rừng* sụhr faá zùhrng

degrees (temperature) *độ* đạw

delay n *sự chậm trể* sụhr jụhm chẽ

delirious *mê sáng* me saáng

deliver *đưa* đuhr-ụh

delta (river) *đồng bằng* đàwm bùhng

democracy *chế độ dân chủ* jé đạw zuhn joỏ

demonstration *sự biểu hiện* sụhr beé-oo hee-ụhn

dengue fever *bệnh sốt rét đăng ga* bẹng sáwt zét đuhng gaa

Denmark *nước Đan-mạch* nuhr-érk đaan-maạk

dental floss *sợi chỉ mềm làm sạch kẽ răng* ser-ẹe jeẻ mèm laàm saạk ğẽ zuhng

dentist *nha sĩ* nyaa seẽ

deny *từ chối* dùhr jóy

deodorant *chất khử mùi* júht kủhr moo-eè

depart *khởi hành* kẻr-ee haàng

department store *cửa hàng bách hóa* ğủhr-ụh haàng baák hwaá

departure *sự khởi hành* sụhr kẻr-ee haàng

departure gate *cửa lên máy bay* ğủhr-ụh len máy bay

deposit (on purchase) n *tiền đặt cọc* dee-ùhn đụht ğọp

derailleur *bộ phận sang số xe đạp* bạw fụhn saang sáw sa đaạp

descendent *người nối dõi* nguhr-eè nóy zõy

desert *sa mạc* saa maạk

design n *thiết kế* tee-úht ğé

dessert *món ăn tráng miệng* món uhn chaáng mee-ụhng

destination *nơi đến* ner-ee đén

destroy *phá hủy* faá hweé

details *chi tiết* jee dee-úht

diabetes *bệnh tiểu đường* bẹng deé-oo đuhr-èrng

dial tone *tiếng phát ra trong máy điện thoại* dee-úhng faát za chom máy đee-ụhn twại

diaper *cái tã* ğaí daã

diaphragm (medical) *mũ tử cung* moõ dúhr ğụm

diarrhoea *bệnh tiêu chảy* bẹng deé-oo jảy

diary *sổ nhật ký* sảw nyụt ğeé

dice n *xí ngầu súc sắc* seé ngòh súp súhk

dictionary *tự diễn* dụhr dee-úhn

die *chết* jét

diet n *chế độ ăn uống* jé đạw uhn oo-úhng

different *khác* kaák

difficult *khó* kó

dining car *toa xe lửa phục vụ bữa ăn* dwaa sa lúhr-uh fụp vọ bũhr-uh uhn

dinner *buổi ăn tối* boỏ-ee uhn dóy

direct a *trực tiếp* chụrk dee-úhp

direct-dial *quay số điện thoại trực tiếp* ğway sáw đee-ụhn twại chụp dee-úhp

direction *hướng* huhr-érng

director (company) *giám đốc* zaám đáwp

dirty *dơ* der

disabled (person) *bất lực* búht lụhrk

disco *phòng nhạc disco* fòm nyạk dis-ko

discount n *giảm giá* zaảm zaá

discrimination *sự kỳ thị* sụhr ğeè tẹẹ

disease *bệnh tật* bẹng dụht

disk (CD-ROM) *cái đĩa* ğaí đeẽ-uh

disk (floppy) *cái đĩa mềm* ğaí đeẽ-uh mèm

diving *môn lặn* mawn lụhn

diving equipment *đồ lặn nước* đàw lụhn nuhr-érk

divorced *ly dị* lee zẹẹ

dizzy *chóng mặt* chóm mụht

do *làm* laàm

doctor *bác sĩ* baák seē

documentary *phim tài liệu* feem daì leé-oọ

dog *con chó* ğon jó

dole (unemployment benefit) *trợ cấp thất nghiệp* chẹr ğúhp túht ngyee-ụhp

doll *con búp bê* ğon búp be

dollar *tiền đô la* dee-ùhn đaw laa

dong (currency) *đồng* đàwm

door *cửa* ğủhr-uh

dope (drugs) *thuốc tê mê* too-úhk de me

double a *đôi* đoy

double bed *giường đôi* zuhr-èrng đoy

double room *phòng đôi* fòm đoy

down *xuống* soo-úhng

downhill *xuống dốc* soo-úhng záwp

dozen *một tá* mạwt daá

drama *kịch* ğịk

draught beer *bia hơi* bee-uh her-ee

dream n *mơ* mer

dress n *áo đầm* ów đùhm

dried *khô* kaw

dried fruit *trái khô* chaí kaw

drink n *thức uống* túhrk oo-úhng

drink v *uống* oo-úng

drink (alcoholic) n *rượu* zee-oọ

drive v *lái xe* laí sa

drivers licence *bằng lái xe* bùhng laí sa

drizzle n *mưa phùng* muhr-uh fùm

drug (medicine) *thuốc* too-úhk

drug addiction *sự nghiện ma túy* sụhr ngyee-ụhn maa dweé

drug dealer *người bán ma túy* nguhr-eè baán maa dweé

drugs (illicit) *ma túy* maa dweé

drug trafficking *buôn bán thuốc lậu* boo-uhn baán too-úhk lọh

drug user *xì ke* seè ğa

drum (music) n *cái trống* ğaí cháwm

drunk a *bị say rượu* bẹẹ say zee-oọ

dry a *khô* kaw

dry (clothes) v *sấy* sáy

dry season *mùa khô* moo-ùh kaw

duck *con vịt* ğon vịt

dummy (pacifier) *núm vú giả* núm voó zaả

duty-free *hàng không đánh thuế* haàng kawm đaáng twé

DVD *đĩa DVD* đeẽ-uh de-ve-de

dynasty *triều vua* chee-oò voo-uh

E

each *mỗi* moõy

ear *cái tai* ğaí dai

early a *sớm* sérm

earn *kiếm được* ğee-úhm đuhr-ẹrk

earplugs *nút bít lỗ tai* nút bít lãw dai

earrings *bông tai* bawm dai

ears *tai* dai

Earth *quả đất* ğwaả đúht

earth (soil) *đất trồng trọt*
đúht chàwm chọt

earthquake *động đất* đạwm đúht

east n *hướng đông* huhr·érng đawm

Easter *Lễ Phục Sinh* lẽ fụp sing

easy *dễ* zẽ

eat *ăn* uhn

economy *nền kinh tế* nèn ğing té

economy class *cấp thường*
ğúhp tuhr·èrng

ecotourism *du lịch hợp với môi trường*
zoo lịk hẹrp ver·eé moy chuhr·èrng

ecstasy (drug) *thuốc lậu ecstasy*
too·úhk lọh ek·staa·see

eczema *bệnh chàm* bẹng jaàm

education *sự giáo dục* sụhr zów zụp

egg *quả trứng* ğwaả chứhrng

election *cuộc tuyển cử*
ğoo·ụhk dweé·uhn ğúhr

electrical store *tiệm đồ điện*
dee·ụhm đàw đee·ụhn

electricity *điện lực* đee·ụhn lụhrk

elephant *con voi* ğon voy

elevator *thang máy* taang máy

email *email* ee·mayl

embarrassed *bối rối* bóy zóy

embassy *đại sứ* đại súhr

embroidery *đồ thêu* đàw tay·oo

emergency *cấp cứu* ğúhp đúh·oó

emotional *cảm động* ğaảm đạwm

employee *công nhân* ğawm nyuhn

employer *người chủ* nguhr·eè joó

empty a *trống rỗng* cháwm zãwm

end n *kết thúc* ğét túp

endangered species
loài thú vật sắp tuyệt chủng
lwai toó vụht súhp dwee·ụht júm

engaged (to marry) *đính hôn* đíng hawn

engagement (to marry) *sự hứa hẹn*
sụhr huhr·úh hạn

engine *máy móc* máy móp

engineer *kỹ sư* ğeẽ suhr

engineering *kỹ thuật xây dựng*
ğeẽ twụht say zụhrng

England *nước Anh* nuhr·érk aang

English (language) *tiếng Anh*
dee·úhng aang

English (people) *người Anh* nguhr·eè aang

enjoy (oneself) *thích thú* tík toó

enough *đủ* đoỏ

enter *đi vào* dee vòw

entertainment guide
trang giới thiệu nơi giải trí
chaang zer·eé tee·ọo ner·ee zai cheé

entry *cửa vào* ğủhr·uh vòw

envelope *bì thư* bèe tuhr

environment *môi trường* moy chuhr·èrng

epilepsy *động kinh* đạwm ğing

equality *sự bình đẳng* sụhr bìng đủhng

equal opportunity *cơ hội bình đẳng*
ğer họy bìng đủhng

equipment *dụng cụ* zụm ğọọ

erosion (soil) *xói lở đất* soy lér đúht

escalator *cầu thang máy* ğòh taang máy

estate agency *dịch vụ mua bán*
zịk voọ moo·uh baán

euro *tiền euro* dee·ùhn oo·ro

Europe *Châu Âu* joh oh

euthanasia *sự chết không đau đớn*
sụhr jét kawm đoh đérn

evening *buổi tối* boỏ·ee dóy

every *mọi* mọy

every day *hằng ngày* hùhng ngày

everyone *mọi người* mọy nguhr·eè

everything *mọi thứ* mọy túhr

exactly *đúng* đúm

example *thí dụ* teé zọọ

excellent *xuất sắc* swúht súhk

excess baggage *qua hạn hành lý*
ğwaa hạạn haàng leé

exchange n *trao đổi* sụhr chao đóy

exchange v *đổi* đóy

exchange rate *tỷ lệ hối đoái*
deé lẹ hóy đwaí

excluded *loại trừ* lwại chùhr

exhaust (car) *khói* kóy

exhibition *cuộc triển lãm*
ğoo·ụhk cheé·uhn laãm

exit n *lối ra* lóy zaa

expensive *đắt tiền* đúht dee·ùhn

experience *kinh nghiệm* ğing ngee·ụhm

exploitation *sự khai thác* sụhr kai taák

express a *tốc hành* dáwp haàng

express mail *chuyển phát nhanh*
jweé·uhn faát nyaang

extension (visa) *thêm visa mới*
tem vee·saa mer·eé

eye *con mắt* ǧon múht

eye drops *thuốc nhỏ mắt*
too·úhk nyảw múht

eyes *mắt* múht

F

fabric *vải* vaí

face n *mặt* muht

face cloth *khăn lau mặt* kuhn loh muht

factory *hãng* haãng

factory worker *công nhân xí nghiệp*
ǧawm nyuhn seé ngyee·uhp

fall (autumn) n *mùa thu* moo·ùh too

fall v *té* dá

family *gia đình* zaa đìng

family name *tên họ* den họ

famous *nổi tiếng* nỏy dee·úhng

fan (hand-held) *cái quạt* ǧaí ǧwaạt

fan (machine) *quạt máy* ǧwaạt máy

fan (sport) *người ái mộ*
nguhr·eè aí maw

fanbelt *dây kéo quạt* zay ǧay·oó ǧwaạt

far adv *xa* saa

fare *giá vé* zaá vá

farm n *nông trại* nawm chaị

farmer *nông dân* nawm zuhn

fashion *thời trang* ter·eè chaang

fast a *nhanh* nyaang

fat a *mập* muhp

father *bố* báw

father-in-law (husband's father)
cha chồng jaa jàwm

father-in-law (wife's father) *cha vợ*
jaa vẹr

faucet *vòi nước* vòy nuhr·érk

fault (someone's) *lỗi lầm* lõy lùhm

faulty *có thiếu sót* ǧó tee·oó sót

fax machine *máy fax* máy faak

fear n *sự sợ hãi* sụhr sẹr haĩ

February *tháng hai* taáng hai

feed v *cho ăn* jo uhn

feel (emotions) *cảm thấy* ǧaảm táy

feel (touch) *sờ* ser

feelings *cảm giác* ǧaảm zaák

female a *nữ* nũhr

fence n *hàng rào* haàng zòw

fencing (sport) *thuật đánh kiếm*
twụht đaáng ǧee·úhm

ferry n *chiếc pha* jee·úhk faa

festival *đại hội* đaị họy

fever *cơn sốt* ǧern sáwt

few *ít* ít

fiancé *chồng đính hôn* jàwm đíng hawn

fiancée *vợ đính hôn* vẹr đíng hawn

fiction *điều tưởng tượng*
đee·oò dúhr·erng duhr·erng

field *cánh đồng* ǧaáng đàwm

fight n *đánh nhau* đaáng nyoh

fill *làm đầy* laàm đày

fillet *miếng thịt róc xương mỡ*
mee·úhng tịt zóp suhr·erng mẽr

film (cinema) *phim* feem

film (for camera) *cuộn phim*
ǧoo·uhn feem

film speed *tốc độ phim* dáwp đạw feem

filtered *lọc* lọp

find *tìm ra* đìm zaa

fine (penalty) n *tiền phạt* dee·ùhn faạt

fine (weather) a *nắng* núhng

finger *ngón tay* ngón day

finish n *sự kết thực* sụhr ǧét tụhrk

finish v *kết thực* ǧét tụhrk

Finland *nước Phin-lan* nuhr·érk fin·laan

fire n *lửa* lúhr·uh

firewood *củi đốt lò* ǧoỏ·ee đáwt lò

first *đầu tiên* đòh dee·uhn

first-aid kit *hộp cứu thương*
haạp ǧuhr·oó tuhr·erng

first class *hạng nhất* haạng nyúht

first name *tên thánh* den taáng

fish n *cá* ǧaá

fishing *đánh cá* đaáng ǧaá

fishmonger *người bán cá*
nguhr·eè baán ǧaá

flag *lá cờ* laá ǧèr

flashlight *cái đèn pin* ǧaí dàn pin

flat a *bằng* bùhng

flat (apartment) n *căn phố* ǧuhn fáw

flea *bọ chét* bọ ját

fleamarket *chợ trời* jẹr chèr·ee

flight *chuyến bay* jwee·úhn bay
flood n *nạn lụt* naạn luṭ
floor (ground) *sàn nhà* saàn nyaà
floor (storey) *tầng* dùhng
florist (shop) *tiệm bán hoa*
dee·ụhm baán hwaa
flour *bột* bạwt
flower *bông hoa* bawm hwaa
flu *bệnh cảm cúm* beẹng ğaảm ğúm
fly (insect) n *con ruồi* ğon zoo·eè
fly (plane) v *bay* bay
foggy *có xương mù* ğó suhr·erng moò
follow *đi theo* đee tay·oo
food *thức ăn* túhrk uhn
food supplies *thực phẩm* tuhrk fúhm
foot (body) *bàn chân* baàn juhn
football (soccer) *bóng đá* báwm đaá
footpath *đường mòn* đuhr·èrng mòn
foreign *nước ngoài* nuhr·érk ngwaì
forest *rừng* zùhrng
forever *mãi mãi* maĩ maĩ
forget *quên* ğwen
forgive *tha thứ* taa túhr
fork *cái nĩa* ğaí neẽ·uh
fortnight *hai tuần* hai dwùhn
fortune teller *thầy bói* tày bóy
foyer *tiền sảnh* dee·ùhn saảng
fragile *dễ vỡ* zẽ vẽr
France *nước Pháp* nuhr·érk faáp
free (available) *rảnh* zaảng
free (gratis) *miễn phí* meẽ·uhn feé
free (not bound) *tự do* duhr zo
freeze *đóng băng* đóm buhng
fresh *tươi* duhr·ee
Friday *thứ sáu* túhr sóh
fridge *tủ lạnh* doỏ laạng
fried *chiên* jee·uhn
friend *bạn* baạn
from *từ* dùhr
frost *xương muối* suhr·erng moo·eé
frozen *đồng đá* đàwm đaá
fruit *trái cây* chaí ğay
fry *chiên* jee·uhn
frying pan *cái chảo chiên* ğaí jỏw jee·uhn
full *đầy* đày
full-time *nguyên ngày* ngwee·uhn ngày
fun a *vui đùa* voo·ee đoo·ùh
funeral *tang lễ* daang lẽ

funny *buồn cười* boo·ùhn ğuhr·eè
furniture *bàn ghế* baàn gé
future n *tương lai* duhr·erng lai

G

game *trò chơi* chò jer·ee
game (sport) *cuộc thi* ğoo·ụhk tee
garage *nhà để xe* nyaà đé sa
garbage *rác* zaák
garbage can *thùng rác* tùm zaák
garden *vườn* vuhr·èrn
gardener *người làm vườn*
nguhr·eè laàm vuhr·èrn
gardening *sự làm vườn*
suhr laàm vuhr·èrn
gas (for cooking) *hơi ga* her·ee gaa
gas (petrol) *xăng* suhng
gas cartridge *bình chứa ga*
bìng juhr·úh gaa
gastroenteritis *bệnh la chảy*
beẹng eé·uh jảy
gate (airport, etc) *cổng* ğảwm
gauze *băng* buhng
gay (homosexual) a *pê đê* pe de
Germany *nước Đức* nuhr·érk đúhrk
get *lấy* láy
get off (a train, etc) *xuống* soo·úhng
gift *quà* ğwaà
gig *buổi họp nhạc* boỏ·ee họp nyaạk
gin *rượu gin* zee·oọ jin
girl *con gái* ğon gaí
girlfriend *bạn gái* baạn gaí
give *cho* jo
glandular fever *bệnh sưng tuyến*
beẹng suhrng dwee·úhn
glass (drinking) *cốc/ly* ⑧/⑤ ğắwp/lee
glasses (spectacles) *cái kính* ğaí ğíng
gloves *gang tay* gaang day
glue *keo dán* ğay·oo zaán
go *đi* đee
goal (score) *gôn* gawn
goalkeeper *thủ thành* toỏ taàng
god *thần* tùhn
goggles (skiing) *kính trượt tuyết*
ğíng chuhr·ẹrt dwee·úht
goggles (swimming) *kính bơi* ğíng ber·ee

gold n *vàng* vaàng
golf ball *bánh gôn* baáng gawn
golf course *sân gôn* suhn gawn
good *tốt* dáwt
goodbye *chào* jòw
go out *đi chơi* đee jer-ee
go out with *đi chơi với* đee jer-ee ver-eé
go shopping *đi chợ* đee jer
government *chính phủ* jíng fú
gram *gam* gaam
grandchild *cháu trai* jóh chai
grandfather (maternal) *ông ngoại* awm ngwai
grandfather (paternal) *ông nội* awm noy
grandmother (maternal) *bà ngoại* baà ngwai
grandmother (paternal) *bà nội* baà noy
grass *cỏ* gó
grateful *biết ơn* bee-úht ern
grave n *mộ* mạw
great (fantastic) *hay* hay
green *màu xanh lá cây* mòh saang laá ğay
greengrocer *người bán rau quả* nguhr-eè baán zoh ğwaá
grey *màu xám* mòh saám
grocery (shop) *tiệm tạp hóa* dee-ụhm dụhp hwaá
grow (plant) *giống* zàwm
guaranteed *bảo đảm* bỏw đaám
guess v *đoán* đwaán
guesthouse *nhà nghỉ* nyaà ngyeé
guide (audio) n *băng thu lời hướng dẫn* buhng too ler-eè huhr-érng zũhn
guide (person) n *người hướng dẫn* nguhr-eè huhr-érng zũhn
guidebook *sách hướng dẫn* saák huhr-érng zũhn
guide dog *chó hướng dẫn* jó huhr-érng zũhn
guided tour *cuộc du lịch có người chỉ dẫn* goo-ụhk zoo lịk ğó nguhr-eè jeé zũhn
guided trek *cuộc hành trình có người hướng dẫn* goo-ụhk haàng chìng ğó nguhr-eè huhr-érng zũhn
guilty *có tội* ğó dọy
guitar *ghi ta* gee daa
gum *kẹo cao su* kay-ọo ğow soo

gun *cái súng* ğaí súm
gym (place) *phòng tập thể dục* fòm dụhp tẻ zụp
gymnastics *môn nhào lọn* mawn nyòw lẹrn
gynaecologist *bác sĩ phụ khoa* baák seẽ fọo kwaa

H

hair *tóc* dóp
hairbrush *bàn chải tóc* baàn jai dóp
haircut *hớt tóc* hért dóp
hairdresser *thợ hớt tóc* tẹr hért dóp
halal (food) *thức ăn Hồi giáo* túhrk uhn hòy zów
half n *nửa* núhr-uh
hallucination *ảo giác* ỏw zaák
ham *giăm bông* zuhm bawm
hammer *cây búa* ğay boo-úh
hammock *cái võng* ğaí võm
hand *bàn tay* baàn day
handbag *túi xách* doo-eé saák
handball *môn bóng ném* mawn bóm nám
handicraft *nghề thủ công* ngyè tỏo ğawm
handkerchief *khăn tay* kuhn day
handlebars *tay lái* day laí
handmade *làm bằng tay* laàm bùhng day
handsome *đẹp trai* đạp chai
happy *vui vẻ* voo-ee vả
harassment *sự quấy rầy* sụhr ğwáy zày
harbour *hải cảng* hai ğaáng
hard (not soft) *cứng* ğúhrng
hardware store *hàng đồ sắt* haàng đàw súht
hat *cái mu* ğaí moo
have *có* ğó
have a cold *bị cảm* beẹ ğaám
have fun *để giải trí* đẻ zai cheé
hay fever *bệnh dị ứng phấn hoa* bẹng zee úhrng fuhn hwaa
he *ông ấy* awm áy
head *đầu* đòh
headache *nhức đầu* nyúhrk đòh
headlights *cái đèn xe* ğaí đàn sa
health *sức khỏe* súhrk kwả
hear *nghe* ngya
hearing aid *máy trợ tai* máy chẹr dai

heart *trái tim* chaí dim
heart attack *bệnh đau tim* bẹng đoh dim
heart condition *bệnh tim* bẹng dim
heat n *hơi nóng* her·ee nóm
heated *có lò sới* ğó lò sỏy
heater *máy sưởi* máy súhr·ee
heating *nhiệt lò sới* nyee·ụht lò sỏy
heavy *nặng* nụhng
helmet *mũ an toàn* moõ aan dwaãn
help n *giúp đỡ* zúp đẽr
help v *giúp* zúp
hepatitis *bệnh viêm gan*
   bẹng vee·uhm gaan
her (possessive) *của bà ấy* ğoỏ·uh baà áy
herb *cỏ* ğỏ
herbalist *nhà nghiên cứu dược thảo*
   nyaà ngyee·uhn ğuhr·oó zuhr·erk tỏw
herbal medicine *thuốc bắc* too·úhk búhk
herbicide *thuốc sát cỏ* too·úhk saát ğỏ
here *đây* day
heroin *bạch phiến* baạk fe·ùhn
high *cao* ğow
highchair *ghế ngồi ăn em bé*
   gé ngòy uhn am bá
high school *trường trung học*
   chuhr·èrng chum họp
highway *xa lộ* saa lạw
hike v *đi bộ đường dài*
   đee bạw đuhr·èrng zaì
hiking *môn thể thao đi bộ đường dài*
   mawn tẻ tow dee bạw đuhr·èrng zaì
hiking boots *giày đi bộ đường dài*
   zày đee bạw đuhr·èrng zaì
hiking route *lộ trình đi bộ đường dài*
   lạw chìng đee bạw đuhr·èrng zaì
hill *đồi* đòy
Hindu n *Ấn Độ Giáo* úhn đạw zów
hire v *thuê* twe
his *của ông ấy* ğoỏ·uh awm áy
historical *cổ* ğảw
history *lịch sử* lịk súhr
hitchhike *đi nhờ xe người khác*
   đee nyèr sa nguhr·eè kaák
HIV *bệnh HIV* bẹng aych ai vee
hockey *môn khúc côn cầu*
   mawn kúp ğawn ğòh
holiday *ngày lễ* ngày lẽ
holidays *những ngày lễ* nyũhrng ngày lẽ

home *nhà* nyaà
homeless *vô gia cư* vaw zaa ğuhr
homeopathy
   phép chữa vi lượng đồng căn
   fáp jũhr·uh vee luhr·ẹrng đàwm ğuhn
homosexual n *đồng tình luyến ái*
   đàwm dìng lwee·úhn aí
honey *mật ong* mụht om
honeymoon *tuần trăng mật*
   dwùhn chuhng mụht
horoscope *tử vi* dúhr vee
horrible *khủng khiếp* kủm kee·úhp
horse *con ngựa* gon nguhr·ụh
horse riding *cưỡi ngựa* ğũhr·ee nguhr·ụh
hospital *bệnh viện* bẹng vee·ụhn
hospitality *sự hiếu khách*
   sụhr hee·oó kaák
hot *nóng* nóm
hotel *khách sạn* kaák saạn
hot water *nước nóng* nuhr·érk nóm
hour *giờ* zèr
house *căn nhà* ğuhn nyaà
housework *việc nhà* vee·ụhk nyaà
how *thế nào* té nòw
how many *bao nhiêu cái* bow nyee·oo kái
how much *bao nhiêu* bow nyee·oo
hug v *ôm chặt* awm jụht
huge *to* do
humanities *nhân văn học*
   nyuhn vuhn họp
human resources *nhân lực* nyuhn lụhrk
human rights *nhân quyền*
   nyuhn ğwee·ùhn
humid *ẩm* ủhm
hundred *một trăm* mạwt chuhm
hungry *đói* đóy
hunting *săn* suhn
hurt v *đau* đoh
husband *chồng* jàwm

I

I *tôi* doy
ice *nước đá* nuh·érk đaá
ice cream *kem* ğam
ice-cream parlour *quán kem* ğwaán ğam
identification *sự nhận dạng*
   sụhr nyụhn zạạng

identification card (ID) *giấy chứng minh*
záy chúhrng ming

idiot *kẻ khờ dại* ğả kèr zại

if *nếu* nay·óo

ill *đau ốm* đoh ắwm

immigration *sự nhập cư* sụhr nyụhp ğuhr

important *quan trọng* ğwaan chọm

impossible *không thể làm được*
kawm tẻ laàm đuhr·ẹrk

in *trong* chom

in advance adv *trước* chuhr·érk

in a hurry *vội vàng* vọy vaàng

included *bao gồm* bow gàwm

income tax *thuế thu nhập* twé too nyụhp

India *nước Ấn Độ* nuhr·érk úhn đạw

indicator *vật chỉ thị* vụht jeé tẹẹ

indigestion *bệnh khó tiêu* bẹng kó dee·oo

indoor *trong nhà* chom nyaà

industry *công nghiệp* gawm ngyee·ụhp

inequality *sự bất bình đẳng*
sụhr búht bìng đủhng

infection *viêm* vee·uhm

inflammation *vết viêm* vét vee·uhm

influenza *bệnh cảm cúm* bẹng ğaảm ğúm

information *thông tin* tawm din

in front of *ở trước* ẻr chuhr·érk

ingredient *nguyên liệu* ngwee·uhn lee·ọo

inject *chích* jík

injection *việc tiêm thuốc*
vee·ụhk dee·uhm too·úhk

injured *bị thương* bẹẹ tuhr·ẹrng

injury *thương tích* tuhr·erng dík

inner tube *ruột xe* zoo·ụht sa

innocent *vô tội* vaw dọy

insect repellent *thuốc trừ sâu bọ tức*
too·úhk chùhr soh bọ dúhrk

inside *bên trong* ben chom

instructor *nhân viên giảng huấn*
nyuhn vee·uhn zaảng hwúhn

insurance *sự bảo hiểm* sụhr bỏw heẻ·uhm

interesting *thú vị* toó veẹ

intermission *giờ giải lao* zèr zai low

international *quốc tế* ğwáwk dé

Internet *mạng internet* maạng in·ter·net

Internet café *dịch vụ internet*
zịk voọ in·ter·net

interpreter *thông ngôn viên*
tawm ngon vee·uhn

interview *cuộc phỏng vấn*
ğoo·ụhk fỏm vúhn

invite *mời* mer·eè

Ireland *nước Ái-len* nuhr·érk aí·laan

iron (for clothes) n *là* laà

island *hòn đảo* hòn đỏw

Israel *nước Do Thái* nuhr·érk zo taí

it *cái đó* ğaí đó

IT *tin học* din họ

Italy *nước Ý* nuhr·érk eé

itch n *sự ngứa ngáy* sụhr nguhr·úh ngáy

itemised *ghi từng khoản*
gee dùhrng kwaản

itinerary *hành trình* haàng chìng

IUD *vòng tránh thai* vòm chaáng tai

J

jacket *áo vét* ów vát

jail *nhà tù* nyaà doò

jam *mứt* múhrt

January *tháng giêng* taáng zee·uhng

Japan *nước Nhật* nuhr·érk nyụht

jar *bình* bìng

jaw *hàm* haàm

jealous *gênh tị* gen tẹẹ

jeans *quần jean* ğwùhn jeen

jeep *xe díp* sa zeép

jet lag *hội chứng chệch múi giờ*
họy júhrng jẹk moo·eé zèr

jewellery *đồ trang sức* đàw xhaang súhrk

Jewish *thuộc Do Thái* too·ụhk zo taí

job *việc làm* vee·ụhk laàm

jogging *chạy bộ chơi* jạy bạw jer·ee

joke n *nói đùa* nóy đoo·ùh

journalist *nhà báo* nyaà bów

journey *cuộc hành trình*
ğoo·ụhk haàng chìng

judge n *quan tòa* ğwaan twaà

juice *nước ép* nuhr·érk áp

July *tháng bảy* taáng bảy

jump *nhảy* nyảy

jumper (sweater) *áo len dài tay*
ów lan zaì day

jumper leads *dây điện nối*
zay đee·ụhn naw·eé

June *tháng sáu* taáng sóh

jungle *rừng* zùhrng

justice *công lý* ğawm leé

K

karaoke bar *quán ba karaoke*
ğwaán baa ğaa·raa·o·ğe
ketchup *xốt cà chua* sáwt ğaà joo·uh
key n *chìa khóa* jee·ùh kwaá
keyboard *bàn chữ* baàn júhr
kick v *đá* đaá
kidney *trái thận* chaí tụhn
kill *giết* zét
kilogram *kí lô* ğee law
kilometre *cây số* ğay sáw
kind a *tử tế* dúhr dé
kindergarten *vườn trẻ* vuhr·èrn chả
king *vua* voo·uh
kiss n *nụ hôn* noọ hawn
kiss v *hôn* hawn
kitchen *nhà bếp* nyaà bép
knee *đầu gối* đòh góy
knife *con dao* ğon zow
know (someone) *quen* ğwan
know (something) *biết* bee·úht
kosher (food)
    thức ăn Do Thái túhrk uhn zo taí

L

labourer *công nhân* ğawm nyuhn
lace (shoe) *dây giầy* zay zày
lacquerware *đồ sơn mai* đàw sern mai
lake *cái hồ* ğaí hàw
land n *đất liền* đúht lee·ùhn
landlady *bà chủ nhà* baà joỏ nyaà
landlord *ông chủ nhà* awm joỏ nyaà
land mine *quả mìn* ğwaả mìn
language *ngôn ngữ* ngawn ngũhr
Laos *nước Lào* nuhr·érk lòw
laptop *máy vi tính sách tay*
    máy vee díng saák day
large *lớn* lérn
last (final) *cuối cùng* ğoo·eé ğùm
last (previous) *trước* chuhr·érk
late a *trễ* chẽ
later *sau* soh
laugh v *cười* ğuhr·eè
launderette *tiệm giặt bằng máy*
    dee·ụhm zụht bùhng máy

laundry (clothes) n *quần áo bẩn*
    ğwùhn ów bủhn
laundry (place) *phòng giặt* fòm zụht
law (legislation) *luật* lwụht
law (professsion/study) *luật pháp*
    lwụht faáp
lawyer *luật sư* lwụht suhr
laxative *thuốc nhuận trường*
    too·úhk nyoo·ụhn chuhr·èrng
lazy *lười* luhr·eè
leader *người lãnh đạo* nguhr·eè laãng đọ
leaf *cái lá* ğaí laá
learn *học* họp
leather n *đồ da* đàw zaa
lecturer *giáo sư* zów suhr
left (direction) *phía trái* fee·úh chaí
left luggage *hành lý bị bỏ lại*
    haàng leé bẹ bỏ lại
left-luggage office *phòng giữ đồ*
    fòm zũhr đàw
left-wing *cánh hữu* ğaáng hũhr·oo
leg *chân* juhn
legal *theo luật* tay·oo lwụht
legislation *pháp luật* faáp lwụht
lemonade *nước chanh ga*
    nuhr·érk jaang gaa
lens *thấu kính thuỷ tinh thế*
    tóh ğíng twee ding tẻ
lesbian n *phụ nữ đồng tính luyến ái*
    foọ nũhr đàwm díng lwee·úhn aí
less *ít hơn* ít hern
letter (mail) *thư* tuhr
liar *kẻ nói dối* ğẻ nóy zóy
library *thư viện* tuhr vee·ụhn
lice *con chí* ğon jeé
licence *giấy phep lái xe* záy fap laí sa
license plate number *số xe* sáw sa
lie (not stand) v *nằm* nùhm
lie (speak untruly) v *nói láo* nóy lów
life *cuộc sống* ğoo·ụhk sáwm
life jacket *áo phao* ów fow
lift (elevator) *thang máy* taang máy
light n *ánh sáng* aáng saáng
light (not heavy) a *nhẹ* nyạ
light (of colour) a *sáng* saáng
light bulb *bóng đèn điện*
    bóm đàn đee·ụhn

lighter (cigarette) *cái bật lửa*
　ğaí bụht lúhr·uh
light meter *thiết bị đo độ sáng*
　tee·úht beẹ đo đạw saáng
like v *thích* tík
lime (fruit) *trái chanh* chaí jaang
linen (material) *vải lanh* vaí laang
linen (sheets) *khăn giường*
　kuhn zuhr·èrng
lip balm *thuốc bôi môi* too·úhk boy moy
lips *môi* moy
lipstick *son tô môi* son daw moy
liquor store *hàng rượu* haàng zee·oọ
listen *nghe* ngya
little (not much) adv *một chút* mạwt jút
little (small) a *nhỏ* nyỏ
live (be alive) *sống* sáwm
live (somewhere) *ở* èr
liver *lá gan* laá gaan
lizard *con thằn lằn* ğon tùhng lùhng
local a *địa phương* đee·ụh fuhr·erng
location *vị trí* veẹ cheé
lock n *ổ khóa* ảw kwaá
lock v *khóa* kwaá
locked *hóa* hwaá
lollies *kẹo ngọt* ğay·oọ ngok
long *dài* zaì
long distance *đường dài* đuhr·èrng zaì
look *nhìn* nyìn
look after *trông nom* chawm nom
look for *tìm kiếm* đìm ğee·úhm
lookout *nơi ngắm cảnh*
　ner·ee nguhm ğaảng
loose *lỏng* lòm
loose change *tiền lẻ* dee·ùhn lả
lose (something) *mất* múht
lost *bị mất* beẹ múht
lost-property office *phòng đồ đạc bị
thất lạc* fòm đàw đạak beẹ túht laạk
(a) lot *nhiều* nyee·oò
loud *ầm ĩ* ùhm eẽ
love n *tình yêu* đìng ee·oo
love v *yêu* ee·oo
lover *người yêu* nguhr·eè ee·oo
low *thấp* túhp
lubricant *dầu xe* zòh sa
luck *sự may mắn* sụhr may múhn
lucky *may mắn* may múhn

luggage *hành lý* haàng leé
luggage lockers *tủ khóa đựng hành lý*
　doỏ kwaá đụhrng haàng leé
luggage tag *biên lai số hành lý*
　bee·uhn lai sáw haàng leé
lump *tảng* daảng
lunar calendar *âm lịch* uhm lịk
Lunar New Year *tết âm lịch* dét uhm lịk
lunch *bữa ăn trưa* bũhr·uh uhn chuhr·uh
lunchtime *giờ ăn trưa* zèr uhn chuhr·uh
lung *lá phổi* laá fỏy
luxury *sự xa hoa* sụhr saa hwaa

M

machine *máy móc* máy móp
made *làm bằng* laàm bùhng
magazine *tạp chí* daạp jeé
magician *ảo thuật gia* ỏw twụht zaa
mail (letters) *thư từ* tuhr dùhr
mail (postal system) *thơ* ter
mailbox *hộp thư* hạwp tuhr
main *chính* jíng
main road *đường chính* đuhr·èrng jíng
majority *phần lớn* fùhn lérn
make *làm* laàm
make-up *trang điểm* chaang đeé·uhm
malaria *bệnh sốt rét* bẹng sáwt zét
mammogram *chụp điện vú*
　jụp đee·ụhn voó
man *đàn ông* đaàn awm
manager (director) *giám đốc* zaám đáwp
manager (hotel/restaurant)
　người quản lý nguhr·eè ğwaản leé
mangrove forest *rừng cây đước*
　zùhrng gay đuhr·oó
manual worker *người lao động chân tay*
　nguhr·eè low đạwm juhn day
many *nhiều* nyee·oò
map *bản đồ* baản đàw
March *tháng ba* taáng baa
margarine *bơ* ber
marijuana *cần sa* ğùhn saa
marital status *tình trạng hôn nhân*
　đìng chaạng hawn nyuhn
market *chợ* jer
market (economy) *thị trường*
　teẹ chuhr·èrng

marmalade *mứt cam* múhrt ğaam
marriage *sự kết hôn* suhr ğết hawn
married *lập gia đình rồi* luhp zaa đing zòy
marry *cưới* ğuhr·eé
martial arts *võ thuật* võ twuht
mass (Catholic) *lễ misa* lê mee·saa
massage n *xoa bóp* swaa bóp
masseur/masseuse *nhân viên xoa bóp*
   nyuhn vee·uhn swaa bóp
mat n *chiếu* jee·oó
match (sports) *cuộc thi đấu*
   ğoo·uhk tee đóh
matches (for lighting) *diêm quẹt*
   zee·uhm ğwạt
mattress *nệm* nẹm
May *tháng năm* taáng nuhm
maybe *có lẽ* ğó lã
mayor *thị trưởng* teẹ chúhr·erng
me *tôi* doy
meal *bữa ăn* bũhr·uh uhn
measles *bệnh sởi* bẹng sẻr·ee
meat *thịt* tịt
mechanic n *thợ máy* tẹr máy
media *phương tiện thông tin đại chúng*
   fuhr·erng dee·uhn tawm din đạj júm
medicine (medication) *thuốc* too·úhk
medicine (profession) *y học* ee họp
meditation *sự suy ngẫm* suhr swee ngũhm
meet *gặp* ğụhp
member *hội viên* họy vee·uhn
menstruation *kinh nguyệt*
   ğing ngwee·ụht
menu *thực đơn* tụhrk đern
message *lời nhắn tin* ler·eè nyúhn din
metal n *kim loại* ğim lwạj
metre *mét* mát
microwave (oven) *cái lò ve sóng*
   ğaí lò vee sóm
midday *mười hai giờ trưa*
   muhr·eè hai zèr chuhr·uh
midnight *nửa đêm* núhr·uh đem
migraine *chứng đau nửa đầu*
   júhrng đoh núhr·uh đòh
military n *quân đội* ğwuhn đọy
military service *nghĩa vụ quân sự*
   ngeé·uh voọ ğwuhn sụhr
milk *sữa* sũhr·uh
millimetre *mi li mét* mee lee mát

million *triệu* chee·oọ
mince n *bằm* búhm
mind n *trí óc* cheé óp
mine (weapon) *mìn* ğwaả mìn
minefield *bãi mìn* baĩ mìn
mineral water *nước suối* nuhr·érk soo·eé
minibus *xe mini* sa mee·nee
minute *phút* fút
mirror *gương soi* ğuhr·erng soy
miscarriage *sự sẩy thai* suhr sảy tai
miss (feel absence of) *nhớ nhung*
   nyér nyum
mistake *sai lầm* sai lùhm
mix v *trộn* chạwn
mobile phone *điện thoại di động*
   đee·ụhn twạj zee đạwm
modem *modem* mo·đam
modern *tối tân* dóy duhn
moisturiser *kem dưỡng da cho mướt*
   ğam zũhr·erng zaa jo muhr·ért
monastery *tu viện* doo vee·ụhn
Monday *thứ hai* túhr hai
money *tiền* dee·ùhn
monk *nhà sư* nyaà suhr
monkey *con khỉ* ğon keẻ
monsoon *gió mùa* zó moo·ùh
month *tháng* taáng
monument *di tích lịch sử* zee dík lịk súhr
moon *mặt trăng* mụht chaang
more *nhiều hơn* nyee·oò hern
morning *buổi sáng* boỏ·ee saáng
morning sickness *thái nghén* taí ngyán
mosque *thánh đường hồi giáo*
   taáng đuhr·èrng hòy zów
mosquito *con muỗi* ğon moõ·ee
mosquito coil *nhang muỗi*
   nyaang moõ·ee
mosquito net *cái màn* ğaí maàn
mother *mẹ* mạ
mother-in-law (husband's mother)
   mẹ chồng mạ jàwm
mother-in-law (wife's mother) *mẹ vợ*
   mạ vẹr
motorbike *xe môtô* sa maw·taw
motorboat *thuyền máy* twee·ùhn máy
motorcycle *xe môtô* sa maw·taw
motorcycle-taxi *xe ôm* sa awm

motorway (tollway) *xa lộ siêu tốc*
saa lạw see·oo đấwp
mountain *núi* noo·eé
mountain bike *xe đạp leo núi*
sa đaạp lay·oo noo·eé
mountaineering *môn thể thao leo núi*
mawn tẻ tow lay·oo noo·eé
mountain hut *túp lều trên núi*
dúp lay·oò chen noo·eé
mountain path *đường mòn trên núi*
đuhr·èrng mòn chen noo·eé
mountain range *dãy núi* zãy noo·eé
mouse *con chuột* ğon joo·ụht
mouth *cái miệng* ğaí mee·ụhng
movie *phim* feem
mud *bùn* bùn
mumps *bệnh quai bị* bẹng ğwai beẹ
murder n *vụ giết người* voọ zét nguhr·eè
murder v *giết người* zét nguhr·eè
muscle *bắp thịt* búhp tịt
museum *viện bảo tàng*
vee·ụhn bỏw daàng
music *âm nhạc* uhm nyaạk
music shop *tiệm bán đĩa nhạc*
dee·ụhm baán đeẻ·uh nyaạk
musician *nhạc sĩ* nyaạk seẽ
Muslim n *Hồi Giáo* hòy zów
mute a *lặng câm* lụhng ğuhm
my *của tôi* ğoỏ·uh doy

N

nail clippers *cái cắt mong tay*
ğaí ğúht mom day
name n *tên* den
napalm *thuốc nổ napam*
too·úhk nảw naa·paam
napkin *khăn ăn* kuhn uhn
nappy *tã lót* đaã lót
nappy rash *sảy do tã lót* sảy zo đaã lót
national park *công viên quốc gia*
ğawm vee·uhn ğwáwk zaa
nationality *quốc tịch* ğwáwk dịk
nature *thiên nhiên* tee·uhn nyee·uhn
naturopathy *chữa bệnh theo phương
pháp dưỡng sinh* jũhr·uh bịng tay·oo
fuhr·erng faáp zũhr·erng sing
nausea *buồn nôn* boo·ùhn nawn

near *gần* gùhn
nearby *gần bên* gùhn ben
nearest *gần nhất* gùhn nyúht
necessary *cần thiết* ğùhn tee·úht
necklace *chuỗi hạt đeo cổ*
joỏ·ee haạt đay·oo ğảw
need v *cần* ğùhn
needle (sewing) *kim may* ğim may
needle (syringe) *kim chích* ğim jík
neither *không* kawm
net *mạng lưới* maạng luhr·eé
Netherlands *nước Hà-lan*
nuhr·érk haà·laan
never *không bao giờ* kawm bow zèr
new *mới* mer·eé
news *tin tức* din dúhrk
newsagency *thông tấn xã* tawm dúhn saã
newspaper *tờ báo* dèr bów
newsstand *tiệm tờ báo* dee·ụhm dèr bów
New Year's Day *ngày tết* ngày dét
New Year's Eve *đêm giao thừa*
đem zow tuhr·ùh
New Zealand *Tân Tây Lan* duhn day laan
next *tiếp* dee·úhp
next to *bên cạnh* ben ğaạng
nice *tử tế* dủhr dé
nickname *biệt danh* bee·ụht zaang
night *ban đêm* naan đem
nightclub *hộp đêm* hạwp đem
night out *cuộc đi chơi ban đêm*
goo·ụhk dee jer·ee baan đem
no *không* kawm
noise *tiếng ồn ào* dee·úhng àwn òw
noisy *ồn ào* àwn òw
none *không có cái nào* kawm ğó ğaí nòw
nonsmoking *cấm hút thuốc lá*
ğúhm hút too·úhk laá
noodles *mì phở* meè fér
noon *buổi trưa* boỏ·ee chuhr·uh
north n *hướng bắc* huhr·érng búhk
Norway *nước Na-uy* nuhr·érk naa·wee
nose *mũi* moõ·ee
not *không* kawm
notebook *sổ tay* sảw day
nothing *không có gì hết* kawm ğó zeè hét
November *tháng mười một*
taáng muhr·eè mạwt
now *bây giờ* bay zèr

nuclear energy *năng lượng hạt nhân*
nuhng luhr·ẹrng haạt nyuhn
nuclear testing *thử bom hạt nhân*
túhr bom haạt nyuhn
nuclear waste *rác hạt nhân*
zaák haạt nyuhn
number *số* sáw
numberplate *số xe* sáw sa
nun *nữ tu sĩ* nũhr doo seẽ
nurse *n y tá* ee daá
nut *hạt* haạt

O

oats *lúa mạch* loo·úh maạk
ocean *đại dương* đaị zuhr·erng
October *tháng mười* taáng muhr·eè
off (spoilt) *hư* huhr
offence *sự xúc phạm* sụhr súp faạm
office *văn phòng* vuhn fòm
office worker *nhân viên văn phòng*
nyuhn vee·uhn vuhn fòm
often *thường* tuhr·èrng
oil (cooking) *dầu nấu ăn* zòh nóh uhn
oil (petrol) *dầu* zòh
old *già* zaà
Olympic Games *Thế Vận Hội* té vuhn họy
omelette *trứng ốp lết* chúhrng áwp lét
on *trên* chen
once *một lần* mạwt lùhn
one-way ticket *vé một chiều*
vá mạwt jee·oò
onion *hành* haành
only *duy nhất* zwee nyúht
on time *đúng giờ* đúm zèr
open *a&v mở* mẻr
opening hours *giờ mở* zèr mẻr
opera *nhạc kịch opera* nyaạk ğịk o·pa·raa
opera house *rạp opera* zaạp o·pa·raa
operation (action) *sự hoạt động*
sụhr hwaạt đạwm
operation (medical) *cuộc giải phẫu*
goo·ụhk zaỉ fóh
operator *người điều khiển*
nguhr·eè đee·oò keẻ·uhn
opinion *ý kiến* eé·ğee·úhn
opposite *đối diện* đóy zee·ụhn

optometrist *người đo mắt*
nguhr·eè đo múht
or *hoặc* hwụhk
orange (colour) *a màu cam* mòh ğaam
orange (fruit) *n trái cam* chaí ğaam
orange juice *nước cam* nuhr·érk ğaam
orchestra *ban nhạc hoà tấu*
baan nyaạk hwaà dóh
orchid *hoa lan* hwaa laan
order *n đặt món ăn* đụht món uhn
order *v đặt hàng* đụht haàng
ordinary *thông thường* tawm tuhr·èrng
organise *tổ chức* dảw júhrk
orgasm *tình trạng bị kích động đến cực
độ* đìng chaạng bẹ ğík đạwm đén
ğụhrk đạw
original *a nguyên bản* ngwee·uhn baản
other *khác* kaák
our *của chúng tôi* ğoỏ·uh júm doy
out of order *bị hư* bẹ huhr
outside *bên ngoài* ben ngwaì
ovary *buồng trứng* boo·ùhng chúhrng
oven *cái lò* ğaí lò
over *prep ở trên* ẻr chen
overcoat *áo khoác* ów kwaák
overdose *n sự dùng thuốc quá liều*
sụhr zùm too·úhk ğwaá lee·oò
overnight *suốt đêm* swúht đem
overseas *hải ngoại* haỉ ngwaị
overtake *qua mặt* ğwaa mụht
owe *nợ* nẹr
owner *người làm chủ* nguhr·eè laàm joỏ
oxygen *dưỡng khí* zũhr·erng keé
ozone layer
tầng ôzôn bao quanh trái đất
dùhng aw·zawn bow ğwaang chaí đúht

P

pacemaker *máy điện điều hòa tim*
máy đee·ụhn đee·oò hwaà dim
pacifier (dummy) *núm vú giả*
núm voó zaả
package *đóng gói* đóm góy
packet (general) *gói* góy
padlock *cái khóa móc* ğaí kwaá móp

paedophilia
ngời lớn làm tình với trẻ em
nguhr·eè lérn laàm đìng ver·eé chá am
page *trang sách* chaang saák
pagoda *chùa* joo·ùh
pain *đau* đoh
painful *gây đau đớn* gay đoh đérn
painkiller *thuốc giảm đau*
too·úhk zaám đoh
painter (artist) *họa sĩ* hwaạ seẽ
painting (canvas) *bức tranh* búhrk chaang
painting (technique) *hội họa* hoỵ hwaạ
pair (couple) *một đôi* mạwt đoy
Pakistan *nước Pakixtan*
nuhr·érk paa·kee·staan
palace *cung điện* ğum đee·ụhn
pan *cháo* jòw
pants (trousers) *cái quần* ğaí ğwùhn
pantyhose *vớ quần* vér ğwùhn
panty liners
miếng nhựa bỏ vào quần lót
mee·úhng nyuhr·ụh bỏ vòw ğwùhn lót
pap smear *thử nghiệm ung thư tử cung*
tủhr ngyee·ụhm um tuhr đủhr ğum
paper *giấy* záy
paperwork *hành chánh* haàng jaáng
paraplegic n *bị chứng tê liệt*
beẹ júhrng de lee·ụht
parcel *bưu kiện* buhr·oo ğee·ụhn
parents *cha mẹ* jaa mạ
park n *công viên* ğawm vee·uhn
park (a car) v *đậu xe* đọh sa
parliament *nghị trường* ngyeẹ chuhr·èrng
part (component) *bộ phận* bạw fụhn
part-time *giờ ngắn* zèr ngúhn
party (night out) *tiệc* dee·ụhk
party (politics) *đảng* đaảng
pass v *đi qua* đee ğwaa
passenger *hành khách* haàng kaák
passport *hộ chiếu* hạw jee·oó
passport number *số hộ chiếu*
sáw hạw jee·oó
past n *quá khứ* ğwaá kúhr
pastry *các loại bánh tây*
ğaák lwaị baáng day
path *đường mòn* đuhr·èrng mòn
patient a *nhẫn nại* nyũhn naị
pay v *trả* chaả

payment *sự chi trả* sụhr jee chaả
peace *thái bình* taí bìng
peak (mountain) *đỉnh cao* đỉng ğow
pedal *bàn đạp* baà đaạp
pedestrian *người đi bộ* nguhr·eè đee bạw
pedicab (cyclo) *xe xích lô* sa sík law
pen (ballpoint) *bút bi* bút bee
pencil *bút chì* bút jeè
penis *dương vật* zuhr·erng vụht
penknife *dao nhíp* zow nyíp
pensioner *người được hưởng lương
hưu hay trợ cấp* nguhr·eè đuhr·ẹrk
húhr·erng luhr·erng huhr·oo hay
chẹr ğúhp
people *dân chúng* zuhn júm
pepper (bell) *trái ớt ngọt* chaí ért ngọk
pepper (spice) *hột tiêu* hạwt dee·oo
per (day) *một (ngày)* maỵt (ngày)
per cent *phần trăm* fủhn chuhm
perfect a *hoàn hảo* hwaàn hỏw
performance *cuộc biểu diễn*
ğoo·ụhk beẻ·oo zeẽ·uhn
perfume *nước hoa* nuhr·érk hwaa
period pain *đau bụng lúc hành kinh*
đoh bụm lúp haàng ğing
permanent *lâu dài* loh zaì
permission *sự cho phép* sụhr jo fáp
permit n *giấy phép* záy fáp
person *người* nguhr·eè
personality *nhân cách* nyuhn ğaák
petition *đơn xin* đern sin
petrol *xăng* suhng
petrol station *trạm xăng* chaạm suhng
pharmacist *dược sĩ* zuhr·ẹrk seẽ
pharmacy *hiệu thuốc* hee·oọ too·úhk
phone book *số điện thoại*
sáw đee·ụhn twaị
phone box *phòng điện thoại*
fòm đee·ụhn twaị
phonecard *thẻ điện thoại*
tẻ đee·ụhn twaị
photo *tấm hình* dúhm hìng
photographer *người chụp hình*
nguhr·eè jụp hìng
photography *nghệ thuật chụp hình*
ngyẹ twụht jụp hìng
phrasebook *cuốn sách chỉ dẫn câu nói*
ğoo·úhn saák jee zũhn ğoh nóy

pickaxe *cuốc chim* goo·úhk jim
picnic *píc níc* pík ník
piece *miếng* mee·úhng
pig *con heo* gon hay·oo
pill *viên thuốc* vee·uhn too·úhk
(the) pill *thuốc ngừa thai* too·úhk nghur·ùh tai
pillow *gối* góy
pillowcase *áo gối* ów góy
pine *n cây thông* gay tawm
pink *màu hồng* mòh hàwm
place *n chỗ* jãw
place of birth *nơi sinh* ner·ee sing
plane *máy bay* máy bay
planet *hành tinh* haàng ding
plant *n thực vật* tụhrk vụht
plant *v trồng* chàwm
plastic *a nhựa* nyuhr·ụh
plate *cái đĩa* gaí đeē·uh
plateau *cao nguyên* gow ngwee·uhn
platform *sân ga* suhn gaa
play (a game) *v chơi* jer·ee
play (cards) *v đánh bài* daáng baì
play (string instrument) *v đánh* daáng
play (wind instrument) *v thổi* tóy
play (theatre) *n vở kịch* vẻr gịk
plug (bath) *n nút chặn nước* nút jụhn nuhr·érk
plug (electricity) *n cái phích cắm điện* gaí fík gủhm đee·ụhn
pluralism (politics) *chế độ chính trị có nhiều đảng* jé đạw jíng chee gó nyee·oò đaảng
pocket *túi* doo·eé
pocketknife *con dao bỏ túi* gon zow bỏ doo·eé
poetry *thơ* ter
point *v chỉ* jeẻ
poisonous *độc* đạwp
police *cảnh sát* gaảng saát
police officer *cảnh sát* gaảng saát
police station *ty cảnh sát* dee gaảng saát
policy *chính sách* jíng saák
politician *nhà chính trị* nyaà jíng chee
politics *chính trị* jíng chee
pollen *phấn hoa* fúhn hwaa
pollution *sự làm hư hỏng* sụhr laàm huhr hỏm

pool (game) *bi da lỗ* bee zaa lãw
pool (swimming) *hồ bơi* hàw ber·ee
poor *nghèo* ngyay·oò
popular *phổ thông* fảw tawm
port (sea) *hải cảng* haỉ gaảng
possible *có thể có* gó tẻ gó
postage *bưu phí* buhr·oo feé
postcard *bưu ảnh* buhr·oo aảng
postcode *mã số bưu chính* maã sáw buhr·oo jíng
poster *bích chương quảng cáo* bík juhr·erng gwaảng gów
post office *bưu điện* buhr·oo đee·ụhn
pot (ceramics) *bình* bìng
pot (dope) *cần sa* gùhn saa
pottery *đồ gốm thủ công* đàw gáwm tỏ gawm
pound (money) *bảng Anh* baang aang
pound (weight) *pao Anh* pow aang
poverty *sự nghèo khó* sụhr ngyay·oò kó
powder *phấn* fúhn
power *siêu lực* see·oo lụhrk
prayer *lời cầu nguyện* ler·eè gòh ngwee·ụhn
prayer book *sách kinh* saák ging
prefer *thích hơn* tík hern
pregnancy test kit *ống thử thai* áwm tủhr tai
pregnant *có thai* gó tai
premenstrual tension *sự đảo lộn tâm sinh lý trước kỳ kinh nguyệt* sụhr đỏw lạwn duhm sing leé chuhr·érk geè ging ngwee·ụht
prepare *chuẩn bị* joó·uhn bẹ
prescription *đơn thuốc* đern too·úhk
present (gift) *n mon quà* mon gwaà
present (time) *n hiện tại* hee·ụhn daị
president *chủ tịch* joỏ dịk
pressure *n áp lực* aáp lụhrk
pretty *xinh* sing
price *n giá* zaá
priest *thầy tu* tày doo
prime minister *thủ tướng chính phủ* toỏ chúhr·erng jíng foỏ
printer (computer) *máy in* máy in
prison *nhà tù* nyaà đoò
prisoner *tù binh* doò bing
private *tư riêng* duhr zee·uhng

produce v *sản xuất* saản swúht
profit n *lợi ích* ler·eẹ ík
program n *chương trình* chuhr·erng chìng
projector *máy chiếu* máy jee·óó
promise v *hứa hẹn* huhr·úh hạn
prostitute n *gái điếm* ğaí đee·úhm
protect *bảo vệ* bỏw vẹ
protected species *sinh vật được bảo vệ* sing vụht đuhr·ẹrk bỏw vẹ
protest n *sự phản đối* sụhr faản đóy
protest v *phản kháng* faản kaáng
Protestant *theo đạo Tin Lành* tay·oo đọw đin laàng
provisions *thực phẩm* tụhrk fủhm
pub (bar) *quán ba* ğwaán baa
public gardens *công viên công cộng* ğawm vee·uhn ğawm ğạwm
public telephone *điện thoại công cộng* đee·ụhn twạj ğawm ğạwm
public toilet *nhà vệ sinh công cộng* nyaà vẹ sing ğawm ğạwm
pull v *kéo* ğạy·oó
pump n *máy bơm* máy berm
puncture *lỗ châm* lãw juhm
pure *nguyên chất* ngwee·uhn júht
purple *màu tím* mòh dím
purse *cái bóp nhỏ* ğaí bóp nyỏ
push v *đẩy* đảy
put *đặt* đụht
python *con trăn* ğon chuhn

Q

quadriplegic n *người tật tất cả tay chân* nguhr·eè dụht dúht ğaả day juhn
qualifications *chứng chỉ* júhrng jeẻ
quality *chất lượng* júht luhr·ẹrng
quarantine *sự cách ly* sụhr ğaák lee
quarter *một phần tư* mạwt fùhn duhr
queen *nữ hoàng* nũhr hwaàng
question *câu hỏi* ğoh hỏy
queue n *hàng* haàng
quick *nhanh* nyaang
quiet *yên lặng* ee·uhn lụhng
quit *nghỉ* ngyeẻ

R

rabbit *con thỏ* ğon tỏ
rabies *bệnh dại* bẹng zại
race (breed) *chủng tộc* júm dạwp
race (sport) *cuộc đua* ğoo·ụhk đoo·uh
racetrack *sân đua ngựa* suhn đoo·uh nguhr·ụh
racism *nạn phân biệt chủng tộc* nạạn fuhn bee·ụht júm dạwp
racquet *vợt đánh banh* vẹrt đaáng baang
radiator *lò sưởi* lò súhr·ee
radio *máy radiô* máy ra·dee·aw
railroad *đường xe lửa* đuhr·èrng sa lúhr·uh
railway station *ga xe lửa* gaa sa lúhr·uh
rain n *mưa* muhr·uh
raincoat *áo mưa* ớw muhr·uh
rainy season *mùa mưa* moo·ùh muhr·uh
rally n *đại hội* đại họy
rape n *sự hãm hiếp* sụhr haãm hee·úhp
rape v *hãm hiếp* haãm hee·úhp
rare (food) *tái* daí
rare (uncommon) *hiếm có* hee·úhm ğó
rash (skin) *dị ứng da* zeẹ úhrng zaa
rat *con chuột* ğon joo·ụht
rate of pay *mức lương* múhrk luhr·erng
raw *sống* sáwm
razor *dao cạo* zow ğọw
razor blade *lưỡi dao cạo* lũhr·ee zow ğọw
read *đọc* đọp
reading *bài đọc* bài đọp
ready *sẵn sàng* sũhn saàng
real estate agent *dịch vụ buôn bán đất* zịk vọo boo·uhn baán đúht
realistic *thực tế* tụhrk dé
rear (seat etc) *sau* soh
reason n *lý do* leé zo
receipt n *biên nhận* bee·uhn nyụhn
receive *nhận* nyụhn
recently *mới* mer·eé
recommend *phố thác* fó taák
record v *ghi* gee
recording *ghi âm* gee uhm
recyclable *có thể tái chế* ğó tẻ daí jé
recycle *tái chế* daí jé
red *màu đỏ* mòh đỏ
referee *trọng tài* chọm dài
reference *sự giới thiệu* sụhr zer·eé tee·ọọ

reforestation *tái lập rừng* daí lụhp zùhrng
refrigerator *tủ lạnh* doỏ laạng
refugee *người tị nạn* nguhr·eè dẹẹ naạn
refund v *trả lại tiền* chaá laị dee·ùhn
refuse v *từ chối* dùhr jóy
regional *địa phương* đee·ụh fuhr·erng
registered mail *thư báo đảm* tuhr bỏw đaảm
rehydration salts *thuốc tổng hợp* too·úhk dảwm hẹrp
relationship *quan hệ* ğwaan hẹ
relax *thoải mái* twaí maí
relic *di tích cổ* zee dík ğảw
religion *tôn giáo* dawn zów
religious *sùng đạo* sùm đọw
remember *nhớ* nyér
remote *xa xăm* saa suhm
rent v *thuê* twe
repair *sửa chữa* súhr·uh jũhr·uh
repeat *lập lại* lụhp laị
repellent *thuốc trừ sâu bọ tức* too·úhk chùhr soh bọ dúhrk
republic *nền cộng hòa* nèn ğạwm hwaà
reservation (booking) *sự giữ chỗ trước* sụhr zũhr jãw chuhr·érk
respect n *sự kính trọng* sụhr ğíng chọm
rest v *nghỉ ngơi* ngyeẻ nger·ee
restaurant *nhà hàng* nyaà haàng
résumé (CV) *lý lịch* leé lịk
retired *về hưu* về huhr·oo
return (come back) v *trả lại* chaả laị
return ticket *vé khứ hồi* vá kúhr hòy
review n *sự xem lại* sụhr sam laị
rhythm *nhịp* nyịp
rib *xương sườn* suhr·ern suhr·èrn
rice (cooked) *cơm* ğerm
rice (uncooked) *gạo* ğọw
rice-and-noodle shop *quán cơm phở* ğwaán ğerm fẻr
rice bowl *bát cơm* baát ğerm
rice cooker *cái nồi cơm* ğaí nòy ğerm
rice field *ruộng* zoo·ụhng
rice wine *rượu cơm* zee·oọ ğerm
rich (wealthy) *giàu có* zòw ğó
ride n *chuyến đi xe* jwee·úhn dee sa
ride (horse) v *cỡi* ğẽr·ee
right (correct) *đúng* đúm
right (direction) *bên phải* ben faỉ

right now *ngay bây giờ* ngay bay zèr
right-wing *cánh phải* ğaáng faỉ
ring (jewellery) n *nhẫn* nyũhn
ring (phone) n *tiếng reo* dee·úhng zay·oo
ring (phone) v *reo* zay·oo
rip-off *vụ lợi dụng* voọ ler·eẹ zụm
risk n *sự mạo hiểm* sụhr mọw heẻ·uhm
river *con sông* ğon sawm
river delta *đồng bằng* đàwm bùhng
road *đường* đuhr·èrng
road map *bản đồ đi đường* baản đàw đee đuhr·èrng
roadworks *công trường* ğawm chuhr·èrng
rob *lấy trộm* láy chạwm
rock (music) *nhạc rock* nyaạk rok
rock (stone) *đá* đaá
rock climbing *môn thể thao leo núi* mawn tẻ tow lay·oo noo·eé
rock group *nhóm nhạc rốc* nyóm nyaạk ráwk
roll (bread) *ổ bánh mì* ảw baáng meè
rollerblading *đi giầy pa tinh* đee zày pa ding
romantic *lãng mạn* laãng maạn
room *phòng* fòm
room number *số phòng* sáw fòm
rope *xâu* soh
round v *xung quanh* sum ğwaang
roundabout *bùng binh* bùm bing
route *con đường* ğon đuhr·èrng
rowing *sự chèo thuyền* sụhr jay·oò twee·ùhn
rubbish *rác* zaák
rubella *bệnh sởi* bẹng sér
rug *thảm* taảm
rugby *môn banh bầu dục nước Anh* mawn baang bòh zụp nuhr·érk aang
ruins *sự đổ nát* sụhr đảw naát
rule n *điều lệ* đee·oò lẹ
rum *rượu rum* zee·oọ rum
run v *chạy* jạy
running *chạy bộ* jạy bạw
runny nose *chảy nước mui* jảy nuhr·érk moo·ee

S

sad *buồn* boo·ùhn
saddle *cái yên* ğaí ee·úhn

safe n *két sắt* ğắt súht
safe a *an toàn* aan dwaàn
safe sex *sự an toàn về tình dục*
  sụhr aan dwaàn về đìng zụp
sailboarding *môn lướt ván buồm*
  mawn luhr·ért vaán buhr·èrm
saint *thiêng liêng* tee·uhng lee·uhng
salad *món ăn rau sống chọn*
  món uhn zoh sáwm jọn
salary *tiền lương* dee·ùhn luhr·erng
sale *hạ giá* haạ zaá
sales tax *thuế trị giá gia tăng*
  twé chẹẹ zaá zaa duhng
salt *muối* moo·eé
same *giống nhau* zảwm nyoh
sand *cát* ğaát
sandal *chiếc giày xăng đan*
  jee·ứhk záy suhng đan
sanitary napkin *băng vệ sinh*
  buhng vẹ sing
Saturday *thứ bảy* túhr bảy
sauce *nước xốt* nuhr·érk sáwt
saucepan *cái nồi* ğái nòy
sauna *phòng tắm hơi* fòm dúhm her·ee
sausage *cái xúc xích* ğaí súp sík
say *nói* nóy
scale (climb) *leo trèo* lay·oo chay·òo
scalp *da đầu* zaa đòh
scarf *khăn quàng* kuhn ğwaàng
school *trường học* chuhr·èrng họp
science *ngành khoa học* ngaàng kwaa học
scientist *khoa học gia* kwaa họp zaa
scissors *cái kéo* ğaí ğay·óó
scooter *xe máy* sa máy
score v *ghi điểm thắng*
  gee đee·uhm túhng
scoreboard *bảng ghi số điểm*
  baảng gee sáw đeé·uhm
Scotland *nước Tây Cốt Lan*
  nuhr·érk day ğáwt laan
sculpture *công trình điêu khắc*
  ğawm chìng đee·oo kúhk
sea *biển* beé·uhn
seafood *đồ ăn biển* đàw uhn beé·uhn
seasick *say sóng* say sóm
seaside *bờ biển* bèr beé·uhn
season *mùa* moo·ùh
seat (place) *chỗ ngồi* jãw ngòy

seatbelt *dây nịt an toàn vào chỗ ngồi*
  zay nịt aan dwaàn vòw jãw ngòy
second (time unit) n *giây* zay
second (after first) a *thứ nhì* túhr nyèè
second class *cấp nhì* ğúhp nyeè
secondhand *đồ cũ* đàw ğõö
secondhand shop *tiệm đồ cũ bán lại*
  tee·ụhm đàw ğõö baán lại
secretary *thư ký* tuhr ğeé
see *nhìn thấy* nyìn táy
self-employed *tự làm chủ* dụhr laàm joó
selfish *ích kỷ* ík ğeẻ
self-service *tự phục vụ* dụhr fụp vọọ
sell *bán* baán
send *gởi* gér·ee
sensible *nhạy cảm* nyạy ğaảm
sensual *có tình cảm* ğó đìng ğaảm
sentence (prison) *sự tuyên án*
  sụhr dwee·uhn aán
sentence (speech) *câu* ğoh
separate a *khác* kaák
September *tháng chín* taáng jín
serious *thành thật* taàng tụht
service *sự phục vụ* sụhr fụp vọọ
service charge *phí dịch vụ* feé zịk vọọ
service station *trạm xăng* chạam suhng
serviette *cái khăn ăn* ğaí kuhn uhn
several *một vài* mạwt vaì
sew *may* may
sex *giới tính* zer·eé díng
sexism *nạn thành kiến giới tính*
  naạn taàng ğee·úhn zer·eé díng
sexy *khiêu dâm* kee·oo zuhm
shade n *chỗ râm mát* jãw zuhm maát
shadow *cái bóng* ğaí bóm
shampoo *dầu gội đầu* zòh gọy đòh
shape n *hình dạng* hìng zạạng
share (a dorm etc) *chia phòng nội trú*
  jee·uh fòm nọy chóó
share (with) *chia sẻ* jee·uh sẻ
shave v *cạo râu* ğọw zoh
shaving cream *kem cạo rau* ğam ğọw zoh
she *bà ấy* baà áy
sheep *con cừu* ğọn ğụhr·oò
sheet (bed) *tấm ra* dúhm zaa
sheet (of paper) *tờ giấy* dèr záy
shelf *kệ* ğẹ

211

shiatsu *thuật bấm huyệt*
twụht búhm hwee·úht

shingles (illness) *bệnh zona* bẹng zo·naa

ship n *tàu thủy* dòh twé

shirt *áo sơ mi* ów ser mee

shoe *giày* zày

shoe shop *tiệm giày* dee·ụhm zày

shoes *đôi giày* doy zày

shoot v *bắn* búhn

shop n *cửa hàng* gúhr·uh haàng

shop v *mua sắm* moo·uh súhm

shopping centre *trung tâm buôn bán*
chum duhm boo·uhn baán

short (height/length) *thấp* túhp

shortage *sự thiếu thốn* sụhr tee·oó táwn

shorts *quần ngắn* ğwùhn ngúhn

shoulder *vai* vai

shout *la hét* laa hát

show n *cuộc triển lãm*
ğoo·uhk chee·uhn laãm

show v *trưng bày* chuhrng bày

shower (bath) n *tắm vòi sen*
dúhm vòy san

shrine *điện thờ* đee·ụhn tèr

shut a *đóng* đóm

shy *mắc cở* múhk ğẻr

sick *đau ốm* đoh áwm

side *cạnh* ğạạng

sign n *bảng hiệu* baảng hee·oọ

signature *chữ ký* jũhr ğeé

silk *lụa* loo·ụh

silver *bạc* baạk

similar *đồng dạng* đàwm zạạng

simple *đơn giản* đern zaản

since (time) *từ* dùhr

sing *hát* haát

Singapore *nước Sin-ga-pore*
nuhr·érk sin·gaa·paw

singer *ca sĩ* ğaa seẽ

single (person) *độc thân* đạwp tuhn

single room *phòng đơn* fòm đern

singlet *áo lót* ów lót

sister (older) *chị* jẹ

sister (younger) *em* am

sit *ngồi* ngòy

size (clothes) *số* sáw

size (general) *kích thước* ğík tuhr·úhk

skate (ice) v *trượt đá* chuhr·ẹrt đaá

skateboarding *môn trượt ván*
mawn chuhr·ẹrt vaán

skin *da* zaa

skirt *cái díp* ğaí zíp

skull *sọ* sọ

sky *bầu trời* bòh cher·eè

sleep v *ngủ* ngoỏ

sleeping bag *túi ngủ* doo·eé ngoỏ

sleeping berth *giường ngủ trên tàu*
zuhr·èrng ngoỏ chen dòh

sleeping car *toa có giường ngủ*
dwaa ğó zuhr·èrng ngoỏ

sleeping pills *thuốc ngủ* too·úhk ngoỏ

sleepy *buồn ngủ* boo·ùhn ngoỏ

slice n *miếng* mee·úhng

slide (film) *phim rọi* feem zọy

slow a *chậm* jụhm

slow down *đi chậm lại* đee jụhm lại

slowly *chậm* jụhm

small *nhỏ* nyỏ

smaller *nhỏ hơn* nyỏ hern

smallest *nhỏ nhất* nyỏ nyúht

smell n *mùi* moo·eè

smile v *mỉm cười* mim ğuhr·eè

smoke (cigarettes) v *hút thuốc lá*
hút too·úhk laá

snack n *đồ ăn nhẹ* đàw uhn nyạ

snail *con ốc sên* ğon áwp sen

snake *con rắn* ğon zúhn

snake wine *rượu rắn* zee·oọ zúhn

snorkelling *bơi lặn* ber·ee lụhn

snow n *tuyết* dwee·úht

soap *xà phòng* saà fòm

soap opera *vở kịch nhiều kỳ trên đài*
vẻr ğịk nyee·oò ğeè chen đaì

soccer *bóng đá* bóm đaá

socialist a *người theo chủ nghĩa xã hội*
nguhr·eè tay·oo joỏ ngyeẽ·uh saã họy

social sciences *khoa học xã hội*
kwaa họp saã họy

social security *an sinh xã hội*
aan sing saã họy

social welfare *phúc lợi xã hội*
fúp ler·ẹẹ saã họy

socks *đôi vớ* đoy vér

soft drink *nước ngọt* nuhr·érk ngọk

soldier *người lính* nguhr·eè líng

some *một vài* mạwt vaì

someone *người nào đó* nguhr·eè nòw đó

something *cái gì* ğaí zeè

sometimes *có khi* ğó kee

son *con trai* ğon chai

song *bài hát* baì haát

soon *sắp tới* súhp der·eé

sore *đau* đoh

sound *âm thanh* uhm taang

soup *súp* súp

south n *miền nam* mee·ùhn naam

souvenir *kỷ niệm* ğeẻ nee·ụhm

souvenir shop *cửa hàng bán đồ lưu niệm* ğủhr·uh haàng baán đàw luhr·oo nee·ụhm

space (room) *chỗ rộng* jãw zọm

Spain *nước Tây Ban Nha* nuhr·érk day baan nyaa

sparkling wine *rượu vang có ga* zee·ọo vuhng ğó gaa

speak *nói* nóy

special a *đặc biệt* đụhk bee·ụht

specialist n *chuyên viên* jwee·uhn vee·uhn

speed *tốc độ* dáwp đạw

speed limit *tốc độ giới hạn* dáwp đạw zer·eé haạn

speedometer *đồng hồ tốc độ* đàwm hàw đáwp đạw

spicy (hot) *cay* ğay

spider *con nhện* ğon nyẹn

spoilt (food) *hư* huhr

spoke *căm* ğuhm

spoon *cái muỗng* ğaí moõ·uhng

sport *thể thao* tẻ tow

sportsperson *người hâm mộ thể thao* nguhr·eè huhm mạw tẻ tow

sports store *tiệm bán đồ thể thao* dee·ụhm baán đàw tẻ tow

sprain n *sự bong gân* sụhr bom guhn

spring (coil) *lò xo* lò so

spring (season) *mùa xuân* mo·ùh swuhn

square (town) *quảng trường* ğwaảng chuhr·èrng

stadium *sân vận động* suhn vụhn đạwm

stairway *cầu thang* ğòh taang

stale (bread) *ôi* oy

stamp n *tem* dam

stand-by ticket *vé chờ chỗ trống* vá jèr jãw cháwm

star *ngôi sao* ngoy sow

(four-)star *(bốn) sao* (báwn) sow

start v *bắt đầu* búht đòh

station (train) *nhà ga* nyaà gaa

stationer *cửa hàng văn phòng phẩm* ğủhr·uh haàng vuhn fòm fủhm

statue *bức tượng* búhrk duhr·ẹrng

stay (at a place) *ở* ẻr

stay (in one place) *hoãn lại* hwaãn laị

steak (beef) *thịt bít tết* tịt bít dét

steal *ăn cắp/trộm* Ⓝ/Ⓢ uhn ğúhp/chạwm

steam n *hơi nước* her·ee nuhr·érk

steep *dốc* záwp

stereo *máy quay nhạc* máy ğway nyaạk

stock (food) *thực phẩm* tụhrk fủhm

stockings *vớ mặc váy* vér mụhk váy

stolen *bị ăn cắp* beẹ uhn ğúhp

stomach *bụng* bụm

stomachache *bị đau bụng* beẹ đoh bụm

stone n *đá* đaá

stoned (drugged) *bị say thuốc* beẹ say too·úhk

stop (bus, tram etc) n *trạm xe* chụhm sa

stop (cease) v *dừng lại* zùhrng laị

stop (prevent) v *ngăn cản* nguhn ğaản

stork *con cò* ğon ğò

storm *bão* bõw

story *câu chuyện* ğoh jwee·ụhn

stove *cái lò* ğaí lò

straight *thẳng* tủhng

strange *lạ* laạ

stranger *người lạ mặt* nguhr·eè laạ mụht

stream n *dòng suối* zòm soo·eé

street *phố/đường* Ⓝ/Ⓢ fáw/đuhr·èrng

street market *chợ trời* jẹr cher·eè

strength *sức mạnh* súhrk maạng

string n *dây* zay

stroke (health) *bệnh chăn thương sọ não* bẹng juhn tuhr·erng sọ nõw

stroller *xe đẩy em bé* sa đảy am bá

strong *mạnh* maạng

stubborn *bướng bỉnh* buhr·érng bỉng

student *sinh viên* sing vee·uhn

studio (art) *xưởng vẽ* súhr·erng vã

stupid *ngu dại* ngoo zaị

style n *kiểu* ğeé·oo
subtitles *phụ đề* foọ dè
suburb *ngoại thành* ngwại taàng
sugar *đường* đuh·èrng
suitcase *cái va li* ğaí vaa lee
summer *mùa hè* moo·ùh hà
sun *mặt trời* mụht cher·eè
sunblock *kem chống nắng*
  ğam jáwm núhng
sunburn *sự rám nắng* sụhr zúhm núhng
Sunday *ngày Chủ Nhật* ngày joỏ nyụht
sunglasses *kính râm* ğíng zuhm
sunny *trời nắng* cher·eè núhng
sunrise *bình minh* bìng ming
sunset *hoàng hôn* hwaàng hawn
sunstroke *bệnh say nắng* bẹng say núhng
supermarket *siêu thị* see·oo tẹ
superstition *sự mê tín* sụhr me dín
supporter (politics/sport) *người ủng hộ*
  nguhr·eè úm hạw
surf v *trượt sóng biển*
  chuhr·ẹrt sóm beẻ·uhn
surface mail (land) *thư đường bộ*
  tuhr đuh·rèrng bạw
surface mail (sea) *thư đường biển*
  tuhr đuh·rèrng beẻ·uhn
surfboard *ván lướt sóng* vaán luhr·ért sóm
surfing *môn trượt sóng biển*
  mawn chuhr·ẹrt sóm beẻ·uhn
surname *tên họ* den họ
surprise *điều ngạc nhiên*
  dee·oò ngạak nyee·uhn
survive *sống sót* sáwm sót
sweater *áo len dài tay* ów lan zài day
Sweden *nước Thụy Điển*
  nuhr·érk twẹẹ đeẻ·uhn
sweet a *ngọt* ngọk
sweets *kẹo* ğạy·oọ
swelling *vết sưng* vét suhrng
swim v *bơi* ber·ee
swimming *bơi lội* ber·ee lọy
swimming pool *hồ bơi* hàw ber·ee
swimsuit *bộ áo tắm* bạw ów dúhm
Switzerland *nước Thụy Sĩ*
  nuhr·érk twẹẹ seẽ
synagogue *hội đạo giáo đường Do Thái*
  họy đọw zów duhr·èrng zo taí

synthetic *nhân tạo* nyuhn dọw
syringe *ống tiêm* áwm dee·uhm

T

table *cái bàn* ğaí baàn
tablecloth *khăn giải bàn* kuhn zai baàn
table tennis *bóng bàn* bóm baàn
tail *đuôi* doo·ee
tailor *thợ may quần áo* tẹr may ğwùhn ów
take *lấy* láy
take a photo *chụp hình* jụp hìng
talk v *nói* nóy
tall *cao* ğow
tampon *nút bông vệ sinh*
  nút buhng vẹ sing
tanning lotion *thuốc chống nắng*
  too·úhk jóm núhng
Taoist *theo đạo Lão*
  tay·oo đọw lõw
tap *cái vòi nước* ğaí vòy nuhr·érk
tap water *nước máy* nuhr·érk máy
tasty *ngon* ngon
tax n *thuế* twé
taxi *xe taxi* sa dúhk·see
taxi stand *bến xe taxi* bén sa dúhk·see
tea *trà* chaà
teacher *giáo viên* zów vee·uhn
teaching *nghề dạy học* ngyè zạy học
team *đội* dọy
tear n *nước mắt* nuhr·érk múht
teaspoon *muỗng nhỏ* moõ·uhng nyỏ
technique *kỹ thuật* ğeẽ twụht
teeth *răng* zuhng
telegram *bức điện tín* búhrk đee·uhn dín
telephone n *điện thoại* dee·uhn twại
telephone v *gọi điện thoại*
  gọy dee·uhn twại
telephone centre *văn phòng điện thoại*
  vuhn fòm đee·uhn twại
telescope *kính thiên văn*
  ğíng tee·uhn vuhn
television *vô tuyến truyền hình*
  vaw dwee·úhn chwee·ùhn hìng
tell *nói* nóy
temperature (fever) *độ nóng* đạw nóm
temperature (weather) *nhiệt độ*
  nyee·ụht đạw

temple *đền* đèn
tennis *ten-nít* de·nít
tennis court *sân ten-nít* suhn de·nít
tent *lều* lay·oò
tent peg *cọc lều* ğọp lay·oò
terrible *kinh khủng* ğing kùm
test n *thi* tee
Thailand *nước Thái Lan* nuhr·érk taí·laan
thank *cảm ơn* ğaảm ern
that a *cái đó* ğaí đó
theatre *rạp hát* zaạp haát
their *của họ* ğoó·uh họ
there *đó* đó
thermometer *cặp nhiệt độ* ğụhp
  nyee·ụht đạw
they *họ* họ
thick *dày* zày
thief *kẻ cắp/trộm* ⑧/⑤ ğẻ ğúhp/chạwm
thin *gầy ốm* gày áwm
think *nghĩ* ngyeẽ
third *thứ ba* túhr baa
thirsty *khát nước* kaát nuhr·érk
this a *cái này* ğaí này
thread (sewing) *chỉ* jeẻ
throat *cuống họng* ğoo·úhng họm
thrush (health) *bệnh tựa* bẹng duhr·ụh
thunderstorm *cơn mưa to có sấm sét*
  ğern muhr·uh đo ğó súhm sát
Thursday *thứ năm* túhr nuhm
ticket *vé* vá
ticket collector *người soát vé*
  nguhr·eè swaát vá
ticket machine *máy mua vé*
  máy moo·uh vá
ticket office *phòng bán vé* fòm baán vá
tide *thủy triều* tweé chee·oò
tiger *con hổ* ğon hảw
tight *chặt* jụht
time *thời gian* ter·eè zaan
time difference *giờ khác nhau*
  zèr kaák nyoh
timetable *thời dụng biểu*
  ter·eè zụm beẻ·oo
tin (can) *hộp thiếc* hạwp tee·úhk
tin opener *dụng cụ mở đồ hộp*
  zụm ğọo mẻr đàw hạwp
tiny *tí* deé
tip (gratuity) n *tiền thưởng thêm*
  dee·ùhn túhr·erng tem

tire *lốp xe* láwp sa
tired *mệt* mẹt
tissues *giấy mỏng* záy móm
to *đến* đén
toast (food) n *bánh mì lát nướng*
  baáng meè laát nuhr·érng
toaster *máy nướng bánh mì*
  máy nuhr·érng baáng meè
tobacco *thuốc lá* too·úhk laá
tobacconist *quán bán thuốc lá*
  ğwaán baán too·úhk laá
today *hôm nay* hawm nay
toe *ngón chân* ngón juhn
tofu *đậu phụ* đọh foọ
together *cùng nhau* ğùm nyoh
toilet *nhà vệ sinh* nyaà vẹ sing
toilet paper *giấy vệ sinh* záy vẹ sing
tomato *trái cà chua* chaí ğaà joo·uh
tomato sauce *xốt cà chua*
  sáwt ğaà joo·uh
tomb *cái mộ* ğaí mạw
tomorrow *ngày mai* ngày mai
tomorrow afternoon *chiều mai*
  jee·oò mai
tomorrow evening *tối mai* dóy mai
tomorrow morning *sáng mai* saáng mai
tonight *tối nay* dóy nay
too (also) *cũng như thế* ğũm nyuhr té
too (expensive etc) *quá* ğwaá
tooth *răng* zuhng
toothache *đau răng* đoh zuhng
toothbrush *bàn chải đánh răng*
  baàn jaỉ đaáng zuhng
toothpaste *kem đánh răng*
  ğam đaáng zuhng
toothpick *cái tăm* ğaí duhm
torch (flashlight) *đèn pin* đàn pin
touch v *chạm* jụhm
tour n *cuộc đi du lịch*
  ğoo·ụhk đee zoo lịk
tourist *khách du lịch* kaák zoo lịk
tourist office *văn phòng hướng dẫn*
  khách du lịch vuhn fòm huhr·érng
  zũhn kaák zoo lịk
towards *phía trước* fee·úh chuhr·érk
towel *khăn tắm* kuhn dúhm
tower *tháp* taáp

toxic waste *thải ra chất độc* taỉ zaa júht đạwp

toy shop *tiệm bán đồ chơi* dee·ụhm baán đàw jer·ee

track (path) *đường đi* đuhr·èrng đee

track (sport) *môn thể thao chạy đua* mawn tẻ tow jạy đoo·uh

trade n *nghiệp* ngyee·ụhp

trade union *công đoàn* ğawm đwaàn

tradesperson *người thợ* nguhr·eè tẹr

traffic *sự giao thông* sụhr zow tawm

traffic light *đèn giao thông* đàn zow tawm

trail *đường đi* đuhr·èrng đee

train *xe lửa* sa lủhr·uh

train station *ga xe lửa* gaa sa lủhr·uh

transit lounge *phòng đợi máy bay* fòm đer·ẹe máy bay

translate *phiên dịch* fee·uhn zịk

transport (vehicle) *chuyển chở* jwee·ủhn jẻr

travel a *du lịch* saák zoo lịk

travel v *đi du lịch* đee zoo lịk

travel agency *văn phòng đại lý du lịch* vuhn fòm đại leé zoo lịk

travellers cheque *séc du lịch* sák zoo lịk

travel sickness (boat) *bị say tàu* bẹy say dòw

travel sickness (car) *bị say xe* bẹy say sa

tree *cây* ğay

trek n&v *chuyến đi vất vả* jwee·ủhn đee vúht vaả

trendy (person) *hợp thời trang* hẹrp ter·eè chaang

trip (journey) *chuyến đi* jwee·ủhn đee

trolley *xe đẩy tay* sa đảy day

trousers *quần* ğwùhn

truck *xe chở hàng* sa jẻr haàng

trust v *tin cậy* din gạy

truth *sự thật* sụhr tụht

try (attempt) v *cố gắng* ğó gúhng

try (test) v *thử* tủhr

T-shirt *áo lót ngắn tay* ów lót ngúhn day

tsunami *nạn nhân sóng thần* naạn nyuhn sóm tùhn

tube (tyre) *ruột xe* zoo·ụht sa

Tuesday *thứ ba* túhr baa

tumour *khối u* kóy oo

tuna *cá ngừ* ğaá ngùhr

turkey *con gà tây* ğon gaà day

turn v *rẽ/quẹo* rả/ğwạy·oọ

TV *ti vi* dee vee

tweezers *cái nhíp* ğaí nyíp

twice *gấp hai* gúhp hai

twin beds *giường đôi* zuhr·èrng đoy

twins *sinh đôi* sing đoy

two *hai* hai

type n *đánh máy* đaáng máy

typhoon *cơn bão* ğern bõw

typical *tiêu biểu* dee·oo beẻ·oo

tyre *lốp xe* láwp sa

U

ultrasound *siêu âm* see·oo uhm

umbrella *cái dù* ğaí zoò

uncomfortable *khó chịu* kó jee·oọ

understand *hiểu* heẻ·oo

underwear *quần lót* ğwùhn lót

unemployed *người thất nghiệp* nguhr·eè túht ngyee·ụhp

unfair *bất công* bằng búht ğawm bùhng

uniform n *âu phục* oh fụp

universe *vũ trụ* voõ choọ

university *trường đại học* chuhr·èrng đại họp

unleaded *không có chì* kawm ğó jeè

unsafe *không an toàn* kawm aan dwaàn

until *cho đến* jo đén

unusual *không bình thường* kawm bìng tuhr·èrng

up *ở trên* ẻr chen

uphill *dốc* záwp

urgent *khẩn cấp* kủhn ğúhp

urinary infection *bệnh viêm đường tiểu tiện* bẹng vee·uhm đuhr·èrng deẻ·oo dee·ụhn

USA *nước Mỹ* nuhr·érk meẽ

useful *có ích* ğó ík

V

vacancy *có phòng* ğó fòm

vacant *trống* cháwm

vacation *kỳ nghỉ* ğeè ngyeẻ

vaccination *sự chủng ngừa* sụhr júm nguhr·ùh

vagina *âm đạo* uhm đọw

validate *chứng minh* júhrng ming

valley *thung lũng* tum lũm

valuable *có giá trị* ğó zaá cheẹ

value (price) n *định giá* địng zaá

van *xe hàng* sa haàng

vegetable *rau củ* zoh ğoỏ

vegetarian n *người ăn chay* nguhr·eè uhn jay

vegetarian a *ăn chay* uhn jay

vegetation *cây cỏ* ğay ğỏ

vein *tĩnh mạch* đĩng maạk

venereal disease *bệnh hoa liễu* beṇg hwaa leẽ·oo

venue *nơi gặp gỡ* ner·ee guhp gẽr

very *rất* zúht

video recorder *máy thâu băng* máy toh buhng

video tape *băng hình* buhng hìng

Vietnam *nước Việt Nam* nuhr·érk vee·ụht naam

Vietnamese a *của Việt Nam* ğoỏ·uh vee·ụht naam

Vietnamese (language) n *tiếng Việt* dee·úhng vee·ụht

Vietnamese (people) n *người Việt* nguhr·eè vee·ụht

view n *cảnh* ğaảng

village *làng xã* laàng saã

vine *cây leo* gay lay·oo

vinegar *giấm* zúhm

virus *vi khuẩn* vee kwỦhn

visa *giấy xuất cảnh* zấy swúht ğaảng

visit v *thăm* tuhm

vitamins *sinh tố* sing dáw

voice *n giọng nói* zọm nóy

volleyball *bóng chuyền* bóm jwee·ùhn

volume (capacity) *âm lượng* uhm luhr·ẹrng

vote v *bầu cử* bòh ğủhr·oo

W

wage *tiền lương* dee·ùhn luhr·erng

wait *đợi* đer·eẹ

waiter *người hầu bàn* nguhr·eè hòh baàn

waiting room *phòng đợi* fòm đer·ee

wake (someone) up *đánh thức dậy* đaáng túhrk zạy

walk v *đi bộ* đee bạw

wall (inside) *tường* duhr·èrng

wall (outer) *thành* taàng

want *muốn* moo·úhn

war *chiến tranh* jee·úhn chaang

wardrobe *tủ quần áo* doỏ ğwùhn ów

warm a *ấm áp* úhm aáp

warn *cảnh cáo* ğaảng ğów

war veteran *cựu lính* ğuhr·oọ líng

wash (oneself) *tắm rửa* dúhm zủhr·uh

wash (something) *giặt* zụht

wash cloth *khăn lau mặt* kuhn loh mụht

washing machine *máy giặt* máy zụht

watch n *đồng hồ đeo tay* đàwm hàw đay·oo day

watch v *xem* sam

water *nước* nuhr·érk

waterfall *thác nước* taák nuhr·érk

waterproof *không thấm nước* kawm túhm nuhr·érk

water puppet theatre *thuật rối nước* twụht zóy nuhr·érk

water-skiing *môn trượt nước* mawn chuhr·ẹrt nuhr·érk

wave *làn sóng* laàn sóm

way *đường đi* đuhr·èrng đee

we (excluding speaker) *chúng tôi* júm doy

we (including speaker) *chúng ta* júm daa

weak *yếu* ee·oó

wealthy *giàu có* zòh ğó

wear (clothes) *mặc* mụhk

weather *thời tiết* ter·eè dee·úht

wedding *lễ cưới* lẽ ğuhr·eé

Wednesday *thứ tư* túhr duhr

week *tuần* dwùhn

weekend *cuối tuần* ğoo·eé dwùhn

weigh *cân* ğuhn

weight *trọng lượng* chọm luhr·ẹrng

well (health) *khoẻ* kwả

west n *miền tây* mee·ùhn day

wet *ẩm ướt* ủhm uhr·ért

what *cái gì* ğaí zeè

wheel *bánh xe* baáng sa
wheelchair *xe lăn* sa luhn
when *khi nào* kee nòw
where *ở đâu* èr doh
which *cái nào* ğaí nòw
white *màu trắng* mòh chúhng
who *ai* ai
why *tại sao* taị sow
wide *rộng lớn* zạwm lérn
wife *vợ* vẹr
wild animal *thú vật hoang dã*
    toó vụht hwaang zaã
win v *thắng* túhng
wind *gió* zó
window *cửa sổ* ğủhr·uh sảw
windscreen *kính chắn gió* ğíng júhn zó
wine *rượu nho* zee·oọ nyo
wings *cánh* ğaáng
winner *người thắng cuộc*
    nghurr·eè túhng ğoo·ụhk
winter *mùa đông* moo·ùh đawm
wire n *dây kim loại* zay ğịm lwaị
wish v *hy vọng* hee vọm
with *với* ver·eé
within (time) *trong vòng* chom vòm
without *không có* kawm ğó
wok *cái chảo* ğaí jỏw
woman *phụ nữ* foọ nũhr
wonderful *tuyệt diệu* dwee·ụht zee·oọ
wood *gỗ* gãw
woodcarving *đồ gỗ khắc* đàw gãw kúhk
wool *len* lan
word *từ* dùhr
work n *công việc* ğawm vee·ụhk
work v *làm việc* laàm vee·ụhk
workout *luyện tập thân thể với cường
    độ cao* lwee·ụhn dụhp tuhn tẻ ver·eé
    ğuhr·èrng đạw ğow

work permit *giấy phép đi làm*
    záy fáp đee laàm
workshop *công xưởng* ğawm súhr·erng
world *thế giới* té zer·eé
World Cup *cúp thế giới* ğúp té zer·eé
worms *giun* zun
worried *lo lắng* lo lúhng
worship v *sự tôn kính* sụhr dawn ğíng
worth a *đáng giá* đaáng zaá
wrist *cổ tay* ğảw day
write *viết* vee·úht
writer *tác giả* daák zaả
wrong *sai* sai

Y

year *năm* nuhm
yellow *màu vàng* mòh vaàng
yes *vâng* vuhng
yesterday *hôm qua* hawm ğwaa
yet *chưa* juhr·uh
yoga *thuyết yoga* twee·úht yo·gaa
yogurt *sữa chua* súhr·uh joo·uh
you *bạn* baạn
young *trẻ* chẻ
your *của bạn* ğoỏ·uh baạn
youth n *thanh niên* taang nee·uhn
youth hostel *nhà nghỉ thanh niên*
    nyaà ngyeé taang nee·uhn

Z

zip/zipper *dây kéo* zay ğay·oó
zodiac *hoàng đạo* hwaàng đọw
zoo *vườn bách thú* vuhr·èrn baák toó

The words in this dictionary are listed according to the Vietnamese alphabetical order (see the alphabet box below). The order of tone marks on the same vowel is: *a, á, à, ả, ã, ạ*. You'll find words marked with n, a, adv, prep and v (indicating noun, adjective, adverb, preposition and verb) where necessary. When we've given both the northern and the southern translation of a word, the two options are marked as ⑩ and ⑤ (for more details on regional variations, see **pronunciation**, page 15). For food terms, see the **menu decoder**, page 165.

vietnamese alphabet

A a aa	Ă ă uh	Â â uh	B b be	C c se	D d ze	Đ đ de	E e a	Ê ê e
G g zhe	H h haat	I i ee	K k ğaa	L l e·luh	M m e·muh	N n e·nuh	O o o	Ô ô aw
Ơ ơ er	P p be	Q q koo	R r e·ruh	S s e·suh	T t de	U u u	Ư ư uhr	V v ve
X x ek·suh	Y y ee·gret							

A

ai ai *who*
anh trai aang chai *older brother*
an sinh xã hội aan sing saã họy *social security*
an toàn aan dwaàn *safe* a
ánh sáng aáng saáng *light* n
áo choàng ów jwaàng *coat*
áo đầm ów đùhm *dress* n
áo gối ów góy *pillowcase*
áo khoác ów kwaák *overcoat*
áo len dài tay ów lan zaì day *jumper (sweater)*
áo lót ów lót *singlet*
áo lót ngắn tay ów lót ngúhn day *T-shirt*
áo mưa ów muhr·uh *raincoat*
áo ngực ów nguhrk *bra*
áo pháo ów fów *life jacket*
áo sơ mi ów ser mee *shirt*

áo vét ów vát *jacket*
áp lực aáp lụhrk *pressure* n
ảo giác ów zaák *hallucination*
ảo thuật gia ów twụht zaa *magician*

Ă

ăn uhn *eat*
ăn cắp ⑩ uhn ğúhp *steal*
ăn chay uhn jay *vegetarian* a
ăn sáng uhn saáng *breakfast*
ăn trộm ⑤ uhn chạwm *steal*

Â

âm đạo uhm đọ *vagina*
âm lịch uhm lịk *lunar calendar*
âm lượng uhm luhr·ẹrng *volume (capacity)*

âm nhạc uhm nyaạk *music*
âm thanh uhm taang *sound* n
âu phục oh fụp *uniform* n
ấm áp úhm aáp *warm* a
ầm ĩ ùhm eē *loud*
ẩm úhm *humid*
ẩm ướt úhm uhr-ért *wet*
Ấn Độ Giáo úhm đạự zóv *Hindu* n

B

ba baa *dad*
ba lô baa law *backpack*
ban đêm naan dem *night*
bảng Anh baang aang *pound (money)*
ban nhạc baan nyaạk *band (music)*
ban nhạc hoà tấu baan nyaạk hwaà dóh *orchestra*
bao cao su bow gơw soo *condom*
bao gồm bow gàwm *included*
bao lơn bow lern *balcony*
bao nhiêu bow nyee-oo *how much*
bay bay *fly* v
bác sĩ baák seẽ *doctor*
bác sĩ phụ khoa baák seẽ fọọ kwaa *gynaecologist*
bán baán *sell*
bánh gôn baáng gawn *golf ball*
bánh mì baáng meè *bread*
bánh mì lát nướng baáng meè laát nuhr-érng *toast (food)* n
bánh qui baáng gwee *biscuit*
bánh quy mặn baáng gwee mạạn *cracker*
bánh quy ngọt baáng gwee ngọt *cookie*
bánh xe baáng sa *wheel*
bát cơm baát germ *rice bowl*
bà ấy baà áy *she*
bà chủ nhà baà joó nyaà *landlady*
bà nội baà nọy *paternal grandmother*
bà ngoại baà ngwại *maternal grandmother*
bài đọc baì đọp *reading*
bài hát bai haát *song*
bài quảng cáo bai ğwaáng ğớw *advertisement*
bàn chải baàn jai *brush* n
bàn chải đánh răng baàn jai đaáng zuhng *toothbrush*

bàn chải tóc baàn jai đóp *hairbrush*
bàn chân baàn juhn *foot (body)*
bàn chữ baàn júhr *keyboard*
bàn cờ baàn ğèr *chessboard*
bàn đạp baà daạp *pedal* n
bàn ghế baàn gé *furniture*
bàn tay baàn day *hand*
bàn thờ baàn tèr *altar*
bản đồ baản đàw *map*
bản đồ đi đường baản đàw dee đuhr-èrng *road map*
bản lý lịch baản leé lịk *CV • résumé*
bảng ghi số điểm baảng gee sáw đeé-uhm *scoreboard*
bảng hiệu baáng hee-oọ *sign* n
bảo đảm bỏw đaảm *guaranteed*
bảo thủ bỏw toỏ *conservative* n
bảo vệ bỏw vẹ *protect*
bãi biển baĩ beé-uhn *beach*
bãi cấm trại baĩ ğúhm chại *camping ground*
bãi đậu xe baĩ đọạ sa *car park*
bãi mìn baĩ mìn *minefield*
bão bỏw *storm*
bạc baạk *silver* n
bạch phiến baạk fe-úhn *heroin*
bạn baạn *friend • you*
bạn đồng nghiệp baạn đàwm ngyee-ụhp *colleague*
bạn đường baạn đuhr-èrng *companion*
bạn gái baạn gaí *girlfriend*
bạn trai baạn chai *boyfriend*
băng buhng *bandage • gauze*
băng dán buhng zaán *Band-Aid*
băng ghi âm buhng gee uhm *cassette*
băng hình buhng hing *video tape*
băng thu lời hướng dẫn buhng too ler-eè huhr-érng zũhn *guide (audio)* n
băng vệ sinh buhng vẹ sing *sanitary napkin*
bắn búhn *shoot* v
bắp thịt búhp tịt *muscle*
bắt búht *arrest* v
bắt đầu búht đòh *begin • start* v
bằng bùhng *flat* a
bằng lái xe bùhng laí sa *drivers licence*
bây giờ bay zèr *now*
băm búhm *mince* n
bất công bằng búht ğawm bùhng *unfair*

bất lực búht lụhrk *disabled (person)*
bầu cử bòh gủhr·oo *vote v*
bầu trời bòh cher·eè *sky*
bận rộn bụhn zạwn *busy*
bên cạnh ben gạạng *beside · next to*
bên ngoài ben ngwaì *outside*
bên phải ben faỉ *right (direction)*
bên trong ben chom *inside*
bến xe buýt bén sa bweét *bus station*
bến xe taxi bén sa dúhk·see *taxi stand*
bệnh cảm cúm bẹng gảảm gủm
flu · influenza
bệnh chàm bẹng jaàm *eczema*
bệnh chấn thương sọ não bẹng juhn
tuhr·erng sọ nõw *stroke (health)*
bệnh dại bẹng zại *rabies*
bệnh dị ứng phân hoa
bẹng zẹẹ úhrng fuhn hwaa *hay fever*
bệnh đau tim bẹng doh dim *heart attack*
bệnh hoa liễu bẹng hwaa leẽ·oo
venereal disease
bệnh ỉa chảy bẹng eẻ·uh jảy
gastroenteritis
bệnh khó tiêu bẹng kó dee·oo
indigestion
bệnh quai bị bẹng ġwai bẹ *mumps*
bệnh say nắng bẹng say núhng *sunstroke*
bệnh sốt rét bẹng sáwt zét *malaria*
bệnh sốt rét đăng ga
bẹng sáwt zét đuhng gaa *dengue fever*
bệnh sởi bẹng sẻr *rubella*
bệnh sởi bẹng sẻr·ee *measles*
bệnh suyễn bẹng sweẽ·uhn *asthma*
bệnh sưng tuyến bẹng suhrng dwee·úhn
glandular fever
bệnh tật bẹng dụht *disease*
bệnh tiêu chảy bẹng deé·oo jảy *diarrhoea*
bệnh tiểu đường bẹng deẻ·oo đuhr·èrng
diabetes
bệnh tim bẹng dim *heart condition*
bệnh tim tạm ngừng
bẹng dim dạạm ngùhrng *cardiac arrest*
bệnh thiếu máu bẹng tee·oó móh
anaemia
bệnh thủy đậu bẹng tweẻ đọh
chicken pox
bệnh tựa bẹng duhr·ụh *thrush (health)*
bệnh ung thử bẹng um túhr *cancer*

bệnh viêm cuống phổi
bẹng vee·uhm ġoo·úhng fỏy *bronchitis*
bệnh viêm gan bẹng vee·uhm gaan
hepatitis
bệnh viện bẹng vee·ụhn *hospital*
bệnh zona bẹng zo·naa *shingles (illness)*
bia bee·uh *beer*
bia hơi bee·uh her·ee *draught beer*
bi đa lỗ bee zaa lãw *pool (game)*
biên giới bee·uhn zer·eé *border* n
biên lai số hành lý
bee·uhn lai sáw haàng leé *luggage tag*
biên nhận bee·uhn nyụhn *receipt* n
biết bee·úht *know (something)*
biệt danh bee·ụht zaang *nickname*
biết ơn bee·úht ern *grateful*
biển beẻ·uhn *sea*
bích chương quảng cáo
bík juhr·erng ġwaảng ġów *poster*
bình bing *jar · pot (ceramics)*
bình chứa ga bing juhr·úh gaa
gas cartridge
bình minh bìng ming *dawn · sunrise*
bì thư beè tuhr *envelope*
bị ăn cắp bẹ uhn ġúhp *stolen*
bị cảm bẹ ġảảm *have a cold*
bị cháy bẹ jáy *burnt (cooking)*
bị chứng tê liệt bẹ júhrng de lee·ụht
paraplegic n
bị đau bụng bẹ doh bụm *stomachache*
bị gẫy bẹ gãy *broken*
bị hư bẹ huhr *broken down · out of order*
bị mất bẹ múht *lost*
bị say rượu bẹ say zee·oọ *drunk* a
bị say tàu bẹ say dòh
travel sickness (boat)
bị say thuốc bẹ say too·úhk
stoned (drugged)
bị say xe bẹ say sa *travel sickness (car)*
bị thương bẹ tuhr·erng *injured*
bóng bàn bóm baàn *table tennis*
bóng chày bóm jày *baseball*
bóng chuyền bóm jwee·ùhn *volleyball*
bóng chuyền biển bóm jwee·ùhn
beẻ·uhn *beach volleyball*
bóng đá báwm daá *football (soccer)*
bóng đái bóm đaí *bladder*
bóng đèn điện bóm đàn đee·ụhn
light bulb
bóng rổ bóm zảw *basketball*

bóp đeo bụng bóp đay·oo bụm *bumbag*
bọ chét bọ ját *flea*
bông bawm *cotton*
bông gòn bawm gòn *cotton balls*
bông hoa bawm hwaa *flower*
bông tai bawm dai *earrings*
bố báw *father*
bối rối bóy zóy *embarrassed*
bồn tắm bàwn dúhm *bath* n
bộ áo tắm bạw ów dúhm *swimsuit*
bộ dao nĩa bạw zwaa neē·uh *cutlery*
bộ phận bạw fụhn *part (component)*
bộ phận sang số xe đạp
   bạw fụhn saang sáw sa đaạp *derailleur*
bộ quần áo tắm bạw gwùhn ów dúhm
   bathing suit
bột bạwt *flour*
bơ ber *butter • margarine*
bơi ber·ee *swim* v
bơi lặn ber·ee lụhn *snorkelling*
bơi lội ber·ee lọy *swimming*
bờ biển bèr beé·uhn *coast • seaside*
bởi vì bér·ee veè *because*
buôn bán boo·uhn bán *business*
buôn bán thuốc lậu boo·uhn bán
   too·úhk lọh *drug trafficking*
buồn boo·ùhn *sad*
buồn cười boo·ùhn ğuhr·eè *funny*
buồn nôn boo·ùhn nawn *nausea*
buồn ngủ boo·ùhn ngoò *sleepy*
buồn tẻ boo·ùhn dẻ *boring*
buồng trứng boo·ùhng chúhrng *ovary*
buổi ăn tối boó·ee uhn dóy *dinner*
buổi chiều boó·ee jee·oò *afternoon*
buổi hòa nhạc boó·ee hwaà nyaạk
   concert
buổi họp nhạc boó·ee họp nyaạk *gig*
buổi sáng boó·ee saáng *morning*
buổi tối boó·ee dóy *evening*
buổi trưa boó·ee chuhr·uh *noon*
bút bi bút bee *ballpoint pen*
bút chì bút jeè *pencil*
bùn bùn *mud*
bùng binh bùm bing *roundabout*
bụng bụm *stomach*
bướng blnh buhr·érng bing *stubborn*
bưu ảnh buhr·oo aảng *postcard*
bưu điện buhr·oo dee·ụhn *post office*

bưu kiện buhr·oo ğee·ụhn *parcel*
bưu phẩm gửi bằng máy bay buhr·oo
   fủhm gủhr·ee bủhng máy bay *airmail*
bưu phí buhr·oo feé *postage*
bức điện tín búhrk đee·ụhn dín *telegram*
bức tranh búhrk chaang
   painting (canvas)
bức tượng búhrk duhr·ẹrng *statue*
bữa ăn bũhr·uh uhn *meal*
bữa ăn trưa bũhr·uh uhn chuhr·uh *lunch*

C

ca cao ğaa gow *cocoa*
cao ğow *high • tall*
cao nguyên ğow ngwee·uhn *plateau*
ca sĩ ğaa seẽ *singer*
cay ğay *spicy (hot)*
cá ğaá *fish* n
các loại bánh tây ğaák lwại baáng day
   pastry
cái bánh ngọt ğai baáng ngọk *cake*
cái bàn ğaí baàn *table*
cái bật lửa ğaí bụht lủhr·uh
   cigarette lighter
cái bóng ğaí bóm *shadow*
cái bóp nhỏ ğaí bóp nyỏ *purse*
cái cắt mong tay ğaí ğúht mom day
   nail clippers
cái cặp ğaí ğụhp *briefcase*
cái chảo ğaí jỏw *wok*
cái chảo chiên ğaí jỏw jee·uhn *frying pan*
cái côn ğaí ğawn *clutch (car)*
cái díp ğaí zíp *skirt*
cái dù ğaí zoò *umbrella*
cái đèn pin ğaí dàn pin *flashlight (torch)*
cái đèn xe ğaí dàn sa *headlights*
cái đĩa ğaí deẽ·uh *disk (CD-ROM) • plate*
cái đĩa mềm ğaí deẽ·uh mèm *floppy disk*
cái đó ğaí đó *it • that a*
cái gang tay ğaí gaang day *glove*
cái gạt tàn thuốc ğaí gạat daàn too·úhk
   ashtray
cái gì ğaí zeè *something • what*
cái giường ğaí zuhr·èrng *bed*
cái hẹn ğaí hạn *appointment • date* n
cái hồ ğaí hàw *lake*
cái hộp ğaí hạwp *box* n

C

cái kéo ğaí ğay·oó *scissors*

cái khăn ăn ğaí kuhn uhn *serviette*

cái khóa móc ğaí kwaá móp *padlock*

cái khui rượu ğaí koó·ee zee·oọ *corkscrew*

cái kính ğaí ğíng *glasses (spectacles)*

cái lá ğaí laá *leaf*

cái lò ğaí lò *oven • stove*

cái lò ve sóng ğaí lò ve vee sóm *microwave (oven)*

cái lược ğaí luhr·ęrk *comb* n

cải lương ğaí luhr·erng *classical theatre*

cái màn ğaí maàn *mosquito net*

cái mền ğaí mèn *blanket*

cái miệng ğaí mee·ựhng *mouth*

cái mộ ğaí mạw *tomb*

cái mở chai ğaí mér jai *bottle opener*

cái mở đồ hộp ğaí mér đàw hạwp *can opener*

cái mu ğaí moo *hat*

cái muống ğaí moõ·uhng *spoon*

cái nào ğaí nòw *which*

cái này ğaí này *this* a

cái nĩa ğaí neẽ·uh *fork*

cái nón ğaí nón *conical hat*

cái nồi ğaí nòy *saucepan*

cái nồi cơm ğaí nòy ğerm *rice cooker*

cái nút bấm ğaí nút búhm *button*

cái nhíp ğaí nýíp *tweezers*

cái phích cắm điện ğaí fík ğúhm đee·ựhn *plug (electricity)* n

cái quạt ğaí ğwaạt *fan (hand-held)*

cái quần ğaí ğwùhn *pants (trousers)*

cái rổ ğaí zảw *basket*

cái súng ğaí súm *gun*

cái tách ğaí daák *cup*

cái tã ğaí daã *diaper (nappy)*

cái tâm ğaí duhm *toothpick*

cái thắng xe ğaí túhng sa *brakes (car)*

cái thớt ğaí tért *chopping board*

cái trống ğaí cháwm *drum (music)*

cái va li ğaí vaa lee *suitcase*

cái vòi nước ğaí vòy nuhr·érk *tap*

cái võng ğaí võm *hammock*

cái xúc xích ğaí súp sík *sausage*

cái yên ğaí ee·ủhn *saddle* n

cá ngừ ğaá ngừhr *tuna*

cánh ğaáng *wings*

cánh đồng ğaáng đàwm *field*

cánh hữu ğaáng hũhr·oo *left-wing*

cánh phải ğaáng fai *right-wing*

cánh tay ğaáng day *arm*

cáp treo ğaáp chay·oo *cable car*

cát ğaát *sand*

càfê ğaà·fe *coffee*

cà ri ğaà ree *curry*

cả hai ğaả hai *both*

cảm ğaảm *cold (illness)*

cảm động ğaảm đạwm *emotional*

cảm giác ğaảm zaák *feelings*

cảm ơn ğaảm ern *thank*

cảnh ğaảng *view* n

cảnh cáo ğaảng ğów *warn*

cảnh sát ğaảng saát *police • police officer*

cãi nhau ğaĩ nyoh *argue*

cạnh ğaạng *side*

cạo râu ğow zoh *shave* v

căm ğuhm *spoke* n

căn nhà ğuhn nyaà *house*

căn phố ğuhn fáw *apartment • flat* n

cắm trại ğúhm chaị *camp* v

cắn ğúhn *bite (dog)* n

cắt ğúht *cut* v

cân ğuhn *weigh*

câu ğoh *sentence (speech)*

câu chuyện ğoh jwee·ựhn *story*

câu hỏi ğoh hỏy *question* n

câu trả lời ğoh chaả ler·eè *answer* n

cây ğay *tree*

cây bông gòn ğay bawm gòn *cotton buds*

cây búa ğay boo·úh *hammer*

cây cỏ ğay ğỏ *vegetation*

cây leo ğay lay·oo *vine*

cây số ğay sáw *kilometre*

cây thánh giá ğay taáng zaá *cross* n

cây thông ğay tawm *pine* n

cây tre ğay cha *bamboo*

cấm hút thuốc lá ğúhm hút too·úhk laá *nonsmoking*

cấp cứu ğúhp ğuhr·oó *emergency*

cấp nhì ğúhp nyeè *second class*

cấp thường ğúhp tuhr·èrng *economy class*

cần ğùhn *need* v

cần sa ğühn saa *marijuana • pot (dope)*
cần thiết ğühn tee·úht *necessary*
cầu ğòh *bridge*
cầu long ğòh lom *badminton*
cầu thang ğòh taang *stairway*
cầu thang máy ğòh taang máy *escalator*
cha chồng jaa jàwm
    father-in-law (husband's father)
chai jai *bottle*
cha mẹ jaa mạ *parents*
cha vợ jaa vẹr *father-in-law (wife's father)*
chán jaán *bored*
cháu trai jóh chai *grandchild*
chào jòw *goodbye*
chảo jỏw *pan*
chảy nước mui jảy nuhr·érk moo·ee
    runny nose
chạm juhm *touch* v
chạy jạy *run* v
chạy bộ jạy bạw *running*
chạy bộ chơi jạy bạw jer·ee *jogging*
chăn giường juhn zuhr·èrng *bedding*
chặt juht *tight*
châm cứu juhm ğuhr·oó *acupuncture*
chân juhn *leg*
Châu Á joh aá *Asia*
Châu Âu joh oh *Europe*
Châu Phi joh fee *Africa*
chấn thương não júhn tuhr·erng nõw
    concussion
chất khử mùi júht kủhr moo·eè
    deodorant
chất lượng júht luhr·ẹrng *quality*
chậm juhm *slow • slowly*
chén ján *bowl*
chế độ ăn uống jé đạw uhn oo·úhng *diet*
chế độ chính trị có nhiều đảng
    jé đạw jíng chẹe ğó nyee·oò đaảng
    political pluralism
chế độ dân chủ jé đạw zuhn joỏ
    democracy
chết jét *dead • die* v
chia bài jee·uh bài *deal (cards)*
chia phòng nội trú jee·uh fòm nọy choó
    share (a dorm etc)
chia sẻ jee·uh sả *share (with)*
chiên jee·uhn *fried • fry*

chiếc giấy xăng đan
    jee·úhk záy suhng đan *sandal*
chiếc pha jee·úhk faa *ferry* n
chiến tranh jee·úhn chaang *war*
chiều jee·oó *mat*
chiều jee·oò *afternoon*
chim jim *bird*
chi tiết jee dee·úht *details*
chích jík *bite (insect)* n • *inject* v
chính jíng *main*
chính phủ jíng fủ *government*
chính sách jíng saák *policy*
chính trị jíng chẹe *politics*
chìa khóa jee·ùh kwaá *key*
chỉ jeé *point* v • *thread (sewing)* n
chị jẹe *older sister*
cho jo *give*
cho ăn jo uhn *feed*
cho đến jo đén *until*
cho phép jo fáp *allow*
chó hướng dẫn jó huhr·érng zũhn
    guide dog
chóng mặt chóm mụht *dizzy*
chọn jọn *choose*
chống hạt nhân jáwm hạat nyuhn
    antinuclear
chồng jàwm *husband*
chồng đính hôn jàwm đing hawn *fiancé*
chỗ jãw *place* n
chỗ ngồi jãw ngọy *seat (place)*
chỗ ở jãw ẻr *accommodation*
chỗ râm mát jãw zuhm maát *shade* n
chỗ rộng jãw zọm *space (room)*
chơi jer·ee *play (a game)* v
chợ jẹr *market*
chợ đen jẹr đan *black market*
chợ trời jẹr chèr·ee
    fleamarket • street market
chuẩn bị joỏ·uhn bẹe *prepare*
chuỗi hạt đeo cổ joõ·ee hạạt đay·oo ğảw
    necklace
chuyên viên jwee·uhn vee·uhn
    specialist n
chuyến bay jwee·úhn bay *flight*
chuyến đi jwee·úhn đee *journey • trip*
chuyến đi vất vả jwee·úhn đee vúht vaả
    trek n&v
chuyến đi xe jwee·úhn đee sa *ride* n

chuyển chở jweẻ·uhn jér *transport (vehicle)*

chuyển jweẻ·uhn *connection (bus)*

chúc mừng júp mùhrng *congratulations*

chúng ta júm daa *we (including speaker)*

chúng tôi júm doy *we (excluding speaker)*

chùa joo·ùh *pagoda*

chủ nghĩa cộng sản joỏ ngyeẻ·uh ğạwm saán *communism*

chủ nghĩa tư bản joỏ ngyeẻ·uh duhr baán *capitalism*

chủ tịch joỏ dịk *president*

chủng tộc júm dạwp *race (breed)*

chụp điện vú jụp dee·ụhn voó *mammogram*

chụp hình jụp hìng *take a photo*

chưa juhr·uh *(not) yet*

chương trình chuhr·erng chìng *program* n

chứng chỉ júhrng jeẻ *certificate · qualifications*

chứng đau nửa đầu júhrng đoh núhr·uh đòh *migraine*

chứng ho júhrng ho *cough* v

chứng minh júhrng ming *validate*

chữ ký jũhr ğeé *signature*

con bài ğon bài *playing cards*

con bò ğon bò *cow*

con búp bê ğon búp be *doll*

con bướm ğon buhr·érm *butterfly*

con cá trích ğon ğaá chík *herring*

con chí ğon jeé *lice*

con chó ğon jó *dog*

con chuột ğon joo·ụht *mouse · rat*

con cò ğon ğò *stork*

con cừu ğon ğuhr·oò *sheep*

con dao ğon zow *knife*

con dao bỏ túi ğon zow bỏ doo·eé *pocketknife*

con đường ğon đuhr·èrng *route*

con gà tây ğon gaà day *turkey*

con gái ğon gái *daughter · girl*

con gián ğon zaán *cockroach*

con heo ğon hay·oo *pig*

con hổ ğon hảw *tiger*

con khi ğon keẻ *monkey*

con kiến ğon ğee·úhn *ant*

con mắt ğon múht *eye*

con mèo ğon may·oò *cat*

con muỗi ğon moõ·ee *mosquito*

con ngựa ğon nguhr·ụh *horse*

con nhện ğon nyẹn *spider*

con ong ğon om *bee*

con ốc sên ğon áwp sen *snail*

con rắn ğon zúhn *snake*

con rắn mang bành ğon zúhn maang baàng *cobra*

con rệp ğon zẹp *bug*

con ruồi ğon zoo·eè *fly (insect)* n

con sấu ğon sóh *crocodile*

con sông ğon sawm *river*

con thằng lằng ğon tùhng lùhng *lizard*

con thỏ ğon tỏ *rabbit*

con trai ğon chai *boy · son*

con trăn ğon chuhn *python*

con trâu ğon choh *buffalo*

con vịt ğon vịt *duck*

con voi ğon voy *elephant*

có ğó *have*

có giá trị ğó zaá chẹe *valuable*

có ích ğó ík *useful*

có khi ğó kee *sometimes*

có lẽ ğó lã *maybe*

có lò sõi ğó lò sõy *heated*

có phòng ğó fòm *vacancy*

có tình cảm ğó dìng ğaảm *sensual*

có tội ğó dọy *guilty*

có thai ğó tai *pregnant*

có thể ğó tẻ *be able · can*

có thể có ğó tẻ ğó *possible*

có tái chế ğó tẻ daí jé *recyclable*

có thiếu sót ğó tee·oó sót *faulty*

có xương mù ğó suhr·erng moò *foggy*

cỏ ğỏ *grass · herb*

cọc lều ğọp lay·oò *tent peg*

cô kê ğo ğe *cocaine*

công đoàn ğawm đwaàn *trade union*

công lý ğawm leé *justice*

công nghiệp ğawm ngyee·ụhp *industry*

công nhân ğawm nyuhn *employee · labourer*

công nhân xí nghiệp ğawm nyuhn seé ngyee·ụhp *factory worker*

công trình điêu khắc ğawm chìng dee·oo kúhk *sculpture*

công trường ğawm chuhr·èrng
 roadworks
công ty ğawm dee company (business)
công việc ğawm vee·ụhk work n
công việc tính giờ ğawm vee·ụhk díng zèr
 casual work
công viên ğawm vee·uhn park n
công viên công cộng ğawm vee·uhn
 ğawm ğụawm public gardens
công viên quốc gia ğawm vee·uhn
 ğwáwk zaa national park
công xưởng ğawm súhr·erng workshop
cốc [] ğáwp glass (drinking)
cố gắng ğó ğúhng try (attempt) v
cổ ğáw ancient • historical
cổ chân ğâw juhn ankle
cổ ğǎwm gate (airport, etc)
cổ tay ğǎw day wrist
cộng sản ğawm saán communist n
cơ hội bình đẳng ğer họy bìng dúhng
 equal opportunity
cơm ğerm rice (cooked)
cơn bão ğern bõw typhoon
cơn mưa to có sấm sét ğern muhr·uh do
 ğó súhm sát thunderstorm
cơn sốt ğern sáwt fever
cờ tướng ğèr duhr·érng chess
cởi ğẽr·ee ride (horse) v
cung điện ğum dee·ụhn palace
cuộc biểu diễn ğoo·ụhk beé·oo zeẽ·uhn
 performance
cuốc chim ğoo·úhk jim pickaxe
cuộc đi chơi ban đêm
 ğoo·ụhk dee jer·ee baan đem night out
cuộc đi du lịch ğoo·ụhk dee zoo lịk
 tour n
cuộc đua ğoo·ụhk đoo·uh race (sport)
cuộc giải phẫu ğoo·ụhk zaí fõh
 operation (medical)
cuộc hành trình ğoo·ụhk haàng chìng
 journey
cuộc họp ğoo·ụhk họp small conference
cuộc phỏng vấn ğoo·ụhk fỏm vúhn
 interview
cuộc sống ğoo·ụhk sáwm life
cuộc thi ğoo·ụhk tee game (sport)
cuộc thi đá gà ğoo·ụhk tee đaá gaà
 cockfighting

cuộc thi đấu ğoo·ụhk tee đóh
 sports match
cuộc triển lãm ğoo·ụhk cheé·uhn laãm
 exhibition • show n
cuộc tuyển cử ğoo·ụhk dweé·uhn ğúhr
 election
cuối cùng ğoo·eé gùm last (final)
cuối tuần ğoo·eé dwùhn weekend
cuốn giới thiệu đồ
 ğoo·úhn zer·eé tee·ọọ đàw brochure
cuống họng ğoo·úhng họm throat
cuốn sách chỉ dẫn câu nói ğoo·úhn saák
 jee zũhn ğoh nói phrasebook
cuộn phim ğoo·ụhn feem
 film (for camera)
cùng nhau ğùm nyoh together
của bà ấy ğoó·uh baà áy her (possessive)
của bạn ğoó·uh bạn your
của chúng tôi ğoó·uh júm doy our
của họ ğoó·uh họ their
của ông ấy ğoó·uh awm áy his
của tôi ğoó·uh doy my
của Việt Nam ğoó·uh vee·ụht naam
 Vietnamese a
củi đốt lò ğoó·ee đáwt lò firewood
cũng ğũm also
cũng như thế ğũm nyuhr té too (also)
cưới ğuhr·eé marry
cười ğuhr·eè laugh v
cưỡi ngựa ğũhr·ee nguhr·ụh horse riding
cứng ğúhrng hard (not soft)
cửa ğủhr·uh door
cửa hàng ğủhr·uh haàng shop n
cửa hàng bách hóa ğủhr·uh haàng baák
 hwaá department store
cửa hàng văn phòng phẩm ğủhr·uh
 haàng vuhn fòm fủhm stationer
cửa lên máy bay ğủhr·uh len máy bay
 departure gate
cửa sổ ğủhr·uh sảw window
cửa vào ğủhr·uh vòw entry
cựu lính ğuhr·ọọ líng war veteran

D

da zaa skin
da đầu zaa đòh scalp
danh thiếp zaang tee·úhp business cards

dao cạo zow ğow *razor*
dao nhíp zow nyíp *penknife*
dài zai *long*
dày zày *thick*
dãy núi zày noo·eé *mountain range*
dân chúng zuhn júm *people*
dây zay *string* n
dây điện nối zay dee·uhn naw·eé *jumper leads*
dây giày zay zày *shoe lace*
dây kéo zay ğay·oó *zip • zipper*
dây kéo quạt zay ğay·oó ğwaạt *fanbelt*
dây kim loại zay ğim lwaị *wire*
dây nịt an toàn vào chỗ ngồi zay nịt aan
  dwaàn vòw jãw ngòy *seatbelt*
dầu zòh *oil (petrol)*
dầu gội đầu zòh goy dòh *shampoo*
dầu nấu ăn zòh nóh uhn *oil (cooking)*
dầu xe zòh sa *lubricant*
dễ zễ *easy*
dễ vỡ zễ vễr *fragile*
diêm quẹt zee·uhm ğwaẹt
  matches (for lighting)
điếu xì gà zee·oó seè ga *cigar*
di tích cổ zee dík ğẩw *relic*
di tích lịch sử zee dík lịk súhr *monument*
dì zeè *aunt*
dịch vụ buôn bán đất zịk voọ boo·uhn
  baán đúht *real estate agent*
dịch vụ đổi tiền zịk voọ đỏy dee·ùhn
  currency exchange
dịch vụ internet zịk voọ in·ter·net
  Internet café
dịch vụ mua bán zịk voọ moo·uh baán
  estate agency
dịch vụ thuê xem zịk voọ twe sam
  car hire
dị ứng zeẹ úhrng *allergy*
dị ứng da zeẹ úhrng zaa *skin rash*
dòng zòm *current (electricity)*
dòng suối zòm soo·eé *stream*
dốc záwp *steep • uphill*
dơ der *dirty*
du lịch saák zoo lịk *travel* a
du lịch hợp với môi trường zoo lịk hẹrp
  ver·eé moy chuhr·èrng *ecotourism*
duy nhất zwee nyúht *only*
dũng cảm zúm ğaảm *brave*

dụng cụ zụm ğoọ *equipment*
dụng cụ mở đồ hộp
  zụm ğoọ mẻr dàw hạwp *can opener*
dương vật zuhr·erng vụht *penis*
đường xe đạp đuhr·èrng sa daạp
  bike path
dưỡng khí zũhr·erng keé *oxygen*
dược sĩ zuhr·ẹrk seẽ *pharmacist*
dừng lại zừhng laị *stop (cease)* v

Đ

đau đoh *hurt* v • *pain* • *sore*
đau bụng lúc hành kinh
  đoh bụm lúp haàng ğing *period pain*
đau ốm đoh ấwm *ill • sick*
đau răng đoh zuhng *toothache*
đá đaá *kick* v • *rock • stone*
đáng giá đaáng zaá *worth* n
đánh bài đaáng baì *play cards* v
đánh cá đaáng ğaá *bet* n • *fishing*
đánh máy đaáng maý *type* n
đánh nhau đaáng nyoh *fight* n
đánh thức dậy đaáng túhrk zậy
  wake (someone) up
đáy đáy *bottom (position)*
đàn ông đaàn awm *man*
đảng đaảng *party (politics)*
đại dương đaị zuhr·erng *ocean*
đại hội đaị họy *festival • rally* n
đại lộ đaị lạw *avenue*
đại sứ đaị súhr *ambassador • embassy*
đạo giáo của Lão Tử
  đọw zów ğoó·uh lõw đúhr *Taoism*
đạo Tin Lành đọw din laàng
  Protestantism
đạp xe đaạp sa *cycle* v
đăng bộ xe đuhng bạw sa *car registration*
đắng đúhng *bitter*
đắt tiền đúht dee·ùhn *expensive*
đằng sau đùhng soh *behind*
đặc biệt đụhk bee·ụht *special* a
đặt đụht *put*
đặt hàng đụht haàng *order* v
đặt món ăn đụht món uhn *order* n
đây đay *here*
đất liền đúht lee·ùhn *land* n
đất trồng trọt đúht chàwm chọt *earth (soil)*

đầu dòh *head*
đầu gối dòh góy *knee*
đầu tiên dòh dee·uhn *first*
đầy dày *full*
đẩy dảy *push v*
đậm duhm *dark (of colour)*
đậu phụ dọh foọ *tofu*
đậu xe dọh sa *park (a car) v*
đèn cầy dàn gày *candle*
đèn giao thông dàn zow tawm *traffic light*
đèn pin dàn pin *torch (flashlight)*
đẹp dạp *beautiful*
đẹp trai dạp chai *handsome*
Đêm Giáng Sinh dem zaáng sing
    Christmas Eve
đêm giao thừa dem zow tuhr·ùh
    New Year's Eve
đếm dém *count v*
đến dén *arrive · come · to*
đền dèn *temple*
để giải trí dé zải cheé *have fun*
đi dee *go*
đi bộ dee bạw *walk v*
đi bộ đường dài
    dee bạw duhr·èrng zài *hike v*
đi chậm lại dee jụhm lại *slow down*
đi chơi (với) dee jer·ee (ver·eé)
    go out (with)
đi chợ dee jẹr *go shopping*
đi du lịch dee zoo lịk *travel v*
điên dee·uhn *crazy*
điếc dee·úhk *deaf*
điều hòa dee·oò hwaà *air conditioning*
điều lệ dee·oò lẹ *rule n*
điều ngạc nhiên dee·oò ngạak nyee·uhn
    surprise n
điều tưởng tượng
    dee·oò dủhr·erng duhr·ẹrng *fiction*
điện lực dee·ụhn lụhrk *electricity*
điện thoại dee·ụhn twại *telephone n*
điện thoại công cộng dee·ụhn twại
    gawm gạwm *public telephone*
điện thoại di động dee·ụhn twại zee
    dạwm *cell/mobile phone*
điện thờ dee·ụhn tèr *shrine*
đi giày pa tinh dee zày pa ding
    rollerblading

đi nhờ xe người khác
    dee nyèr sa nguhr·eè kaák *hitchhike*
đi qua dee gwaa *pass v*
đi theo dee tay·oo *follow*
đi vào dee vòw *enter*
đính hôn díng hawn *engaged (to marry)*
đỉnh cao díng gow *mountain peak*
địa chỉ dẹe·uh jẻ *address n*
địa phương dee·ụh fuhr·erng
    local a · regional
định giá ding zaá *value (price) n*
đoán dwaán *guess v*
đoàn xiếc dwaàn see·úhk *circus*
đó dó *there*
đói dóy *hungry*
đóng dáwm *close v · closed · shut*
đóng băng dóm buhng *freeze*
đóng gói dóm góy *package*
đọc dọp *read*
đôi doy *double*
đôi đũa doy doo·uh *chopsticks*
đôi giày doy zày *shoes*
đôi vớ doy vér *socks*
đông dawm *crowded*
đối diện dóy zee·ụhn *opposite*
đối lập với dóy lụhp ver·eé *against*
đồ ăn biển dàw uhn beé·uhn *seafood*
đồ ăn nhẹ dàw uhn nyẹ *snack n*
đồ ăn trẻ con dàw uhn chả ğon
    baby food
đồ cây tre dàw ğay cha *caneware*
đồ cổ dàw ğảw *antique n*
đồ cũ dàw ğoõ *secondhand*
đồ da dàw zaa *leather n*
đồ gỗ khắc dàw gãw kúhk *woodcarving*
đồ gốm dàw gáwm *ceramics*
đồ gốm thủ công dàw gáwm toỏ ğawm
    pottery
đồi dòy *hill*
đồi bại dòy bại *corrupt*
đồ lặn nước dàw lụhn nuhr·érk
    diving equipment
đồng dàwm *dong (currency)*
đồng bằng dàwm bùhng *river delta*
đồng dạng dàwm zạang *similar*
đồng đá dàwm daá *frozen*
đồng hồ dàwm hàw *clock*

đồng hồ báo thức đàwm hàw bów túhrk *alarm clock*

đồng hồ đeo tay đàwm hàw đay·oo day *watch* n

đồng hồ tốc độ đàwm hàw dóp đạw *speedometer*

đồng tình luyến ái đàwm đìng lwee·úhn aí *homosexual* n

đồng ý đàwm eé *agree*

đồ sơn mài đàw sern mai *lacquerware*

đồ thêu đàw tay·oo *embroidery*

đồ trang sức đàw xhaang súhrk *jewellery*

đổi tiền đỏy dee·ùhn *(ex)change money* v

đổi tiền séc đỏy dee·ùhn sák *cash (a cheque)* v

độ đạw *degrees (temperature)*

độc đạwp *poisonous*

độ cao đạw ğow *altitude*

độc thân đạwp tuhn *single (person)*

đội đọy *team*

động đất đạwm đúht *earthquake*

động kinh đạwm ğing *epilepsy*

động vật đạwm vụht *animal*

độ nóng đạw nóm *temperature (fever)*

đơn giản đern zaán *simple*

đơn thuốc đern too·úhk *prescription*

đơn xin đern sin *petition*

đợi đer·ee *wait* v

đuôi doo·ee *tail*

đường đuhr·èrng *road*

đúng đúm *exactly · right (correct)*

đúng giờ đúm zèr *on time*

đủ đoỏ *enough*

đưa đuhr·uh *deliver*

đường đuhr·èrng *sugar*

đường Ⓢ đuhr·èrng *street*

đường chính đuhr·èrng jíng *main road*

đường dài đuhr·èrng zaì *long distance*

đường đi đuhr·èrng dee *track · trail · way*

đường máy bay đuhr·èrng máy bay *aisle (on plane)*

đường mòn đuhr·èrng mòn *footpath · path*

đường mòn trên núi đuhr·èrng mòn chen noo·eé *mountain path*

đường xe lửa đuhr·èrng sa lủhr·uh *railroad*

được đuhr·ẹrk *can (have permission)*

được không điều hòa nhiệt độ đuhr·ẹrk kawm đee·oò hwàa nyee·ụht đạw *air-conditioned*

được phép đuhr·ẹrk fáp *allowed*

đứa trẻ đuhr·úh chả *child*

E

em am *younger sister*

email ee·mayl *email*

em bé am bá *baby*

em trai am chai *younger brother*

G

gam gaam *gram*

gang tay gaang day *gloves*

ga xe lửa gaa sa lủhr·uh *train station*

gái điếm ğaí dee·úhm *prostitute* n

gà gaà *chicken*

gặp guhp *meet*

gây đau đớn gay đoh dérn *painful*

gấp hai ğúhp hai *twice*

gần ğùhn *about · close* a *· near*

gần bên ğùhn ben *nearby*

gần nhất ğùhn nyúht *nearest*

gầy ốm gày àwm *thin*

gãy gãy *break* v

gênh tị ğen tẹ *jealous*

ghế gé *chair* n

ghế ngồi ăn em bé gé ngòy uhn am bá *highchair*

ghế ngồi trẻ con gé ngòy chả ğon *child seat*

ghi gee *record* v

ghi âm gee uhm *recording*

ghi điểm thắng gee đeé·uhm túhng *score* v

ghi ta gee daa *guitar*

ghi từng khoản gee dùhrng kwaản *itemised*

gía zaá *cost* n *· price* n

gia đình zaa đìng *family*

giám đốc zaám đáwp *director (company) · manager*

giáo sư zów suhr *lecturer*

giáo viên zów vee·uhn *teacher*

giá vé zaá vá *admission (price)* • *fare*
giá vé vào cửa zaá vá vòw ğuhr-uh
  cover charge
già zaà *old*
giàu có zòw ğó *rich* • *wealthy*
giày zày *shoe*
giày đi bộ đường dài zày dee bạw
  duhr-èrng zaì *hiking boots*
giày ống zày áwm *boots*
giảm giá zaảm zaá *discount* n
giăm bông zuhm bawm *ham*
giặt zụht *wash (something)*
giây zay *second (time unit)* n
giây phơi quần áo zay fer-ee ğwùhn ów
  clothesline
giấm zúhm *vinegar*
giấy záy *paper*
giấy chứng minh záy chúhrng ming
  identification card (ID)
giấy đăng bộ xe záy đuhng bạw sa
  car owner's title
giấy khai sinh záy kai sing *birth certificate*
giấy lên máy bay záy len máy bay
  boarding pass
giấy mỏng záy móm *tissues*
giấy phép záy fáp *permit* n
giấy phép đi làm záy fáp đee laàm
  work permit
giấy phep lái xe záy fap laí sa *licence*
giấy vấn thuốc záy vúhn too-úhk
  cigarette papers
giấy vệ sinh záy vẹ sing *toilet paper*
giấy xuất cảnh záy swúht ğaảng *visa*
giết zét *kill*
giết người zét nguhr-eè *murder* v
gió zó *wind*
gió mùa zó moo-ùh *monsoon*
giọng nói zọm nóy *voice*
giống nhau zảwm nyoh *same*
giồng zàwm *grow (plant)*
giới tính zer-eé díng *sex*
giờ zèr *hour*
giờ ăn trưa zèr uhn chuhr-uh *lunchtime*
giờ giải lao zèr zaí low *intermission*
giờ khác nhau zèr kaák nyoh
  time difference
giờ mở zèr mẻr *opening hours*
giờ ngắn zèr ngứhn *part-time*

giun zun *worms*
giúp zúp *help* v
giúp đỡ zúp đẽr *help* n
giường đôi zuhr-èrng đoy
  double bed • *twin beds*
giường ngủ trên tàu zuhr-èrng ngoó
  chen dòh *sleeping berth*
giữ trẻ zữhr chả *child-minding service*
giữ trước zuhr chuhr-érk
  book (make a booking) v
góc góp *corner*
gói góy *packet (general)*
gọi điện thoại gọy đee-ụhn twại
  telephone v
gôn gawn *goal (score)*
gối góy *pillow*
gỗ gãw *wood*
gởi gẻr-ee *send*
gương soi guhr-erng soy *mirror*

H

hai hai *two*
hai tuần hai đwùhn *fortnight*
hang động haang đạwm *cave* n
hay hay *great (fantastic)*
hát haát *sing*
hài kịch haì ğịk *comedy*
hàm haàm *jaw*
hàng haàng *queue* n
hàng bán thịt haàng baán tịt
  butcher's shop
hàng đồ sắt haàng đàw súht
  hardware store
hàng không đánh thuế
  haàng kawm đaáng twé *duty-free*
hàng năm haàng nuhm *annual*
hàng rào haàng zòw *fence*
hàng rượu haàng zee-oọ *liquor store*
hành haàng *onion*
hành chánh haàng jaáng
  administration • *paperwork*
hành khách haàng kaák *passenger*
hành lý haàng leé *luggage*
hành lý bị bỏ lại haàng leé bẹ bỏ lại
  left luggage
hành tinh haàng ding *planet*
hành trình haàng chìng *itinerary*

hải cảng hai ğaảng *harbour • port (sea)*
hải ngoại hai ngwai *overseas*
hải quan hai ğwaan
    customs (immigration)
hãm hiếp haãm hee·úhp *rape* v
hãng haãng *factory*
hãng máy bay haãng máy bay *airline*
hạ giá haạ zaá *sale*
hạn chế hành lý haạn jé haàng leé
    baggage allowance
hạng nhất haạng nhúht *first class*
hạt haạt *nut (seed)*
hằng ngày nùhng ngày
    daily • every day
hấp dẫn húhp zũhn *charming*
hẹn ngày đi chơi haạn ngày đee jer·ee
    date (go out with) v
hết chỗ hét jãw *booked out*
hết phòng hét fòm *no vacancy*
hệ thống hành chánh
    hẹ táwm haàng jaáng *bureaucracy*
hiếm có hee·úhm ğó *rare (uncommon)*
hiểu heé·oo *understand*
hiện tại hee·uhn đaị *present (time)* n
hiệu thuốc hee·oọ too·úhk *pharmacy*
hít hít *breathe*
hình dạng hình zaạng *shape* n
hoa lan hwaa laan *orchid*
hoàng đạo hwaàng đọw *zodiac*
hoàng hôn hwaàng hawn *sunset*
hoàn hảo hwaàn hỏw *perfect* a
hoãn lại hwaãn lại *stay (in one place)*
hoặc hwụhk *or*
hóa hwaá *locked*
hóa đơn hwaá đern
    bill (restaurant) • check (restaurant)
hòn đảo hòn đỏw *island*
hỏi hỏy *ask (a question)*
họ họ *they*
họa sĩ hwaạ seẽ *artist • painter*
học họp *learn*
hôm nay hawm nay *today*
hôm qua hawm ğwaa *yesterday*
hôn hawn *kiss* v
hối lộ hóy lạw *corruption*
hồ bơi hàw ber·ee *swimming pool*
Hồi Giáo hỏy zów *Muslim* n
hộ chiếu hạw jee·oó *passport*

hội chứng chệch múi giờ
    họy júhrng jẹk moo·eé zèr *jet lag*
hội họa họy hwaạ *painting (technique)*
hội nghị họy ngyeẹ *big conference*
hội viên họy vee·uhn *member*
hộp cứu thương hạwp ğuhr·oó tuhr·erng
    first-aid kit
hộp đêm hạwp đem *nightclub*
hộp thiếc hạwp tee·úhk *tin • can*
hộp thư hạwp tuhr *mailbox*
hột tiêu hạwt dee·oo *pepper (spice)*
hơi ga her·ee gaa *gas (for cooking)*
hơi nóng her·ee nóm *heat* n
hơi nước her·ee nuhr·érk *steam* n
hớt tóc hért đóp *haircut*
hợp đồng hẹrp đàwm *contract* n
hợp tác kinh doanh
    hẹrp đaák ğing zwaang *business trip*
hợp thời trang hẹrp ter·eè chaang
    trendy (person)
huyết áp hwee·úht aáp *blood pressure*
hút thuốc lá hút too·úhk laá
    smoke (cigarettes) v
hủy bỏ hweẻ bỏ *cancel*
hư huhr *break down • off (spoilt)*
hướng huhr·érng *direction*
hướng bắc huhr·érng búhk *north*
hướng đông huhr·érng đawm *east*
hứa hẹn huhr·úh hạn *promise* v
hy vọng hee vọm *wish* v

I

ích kỷ ík ğeẻ *selfish*
ít ít *few*
ít hơn ít hern *less*

K

kem ğam *cream • ice cream*
kem cạo rau ğam ğọw zoh
    shaving cream
kem chống nắng ğam jáwm núhng
    sunblock
kem đánh răng ğam đaáng zuhng
    toothpaste
keo dán ğay·oo zaán *glue*
kéo ğay·oó *pull* v

két sắt ğát súht *safe* n
kẻ cắp ⑱ ğẻ ğúhp *thief*
kẻ khờ dại ğẻ kèr zại *idiot*
kẻ nói dối ğẻ nóy zóy *liar*
kẻ trộm ⑤ ğẻ chạwm *thief*
kẹo ğay·ọọ *candy • sweets*
kẹo cao su ğay·ọọ ğow soo *chewing gum*
kẹo ngọt ğay·ọọ ngọk *lollies*
kẹt ğẹt *blocked*
kêu ğay·ọọ *call* v
kêu ca ğay·ọọ ğaa *complain*
kết thúc ğét túp *end* n
kết thực ğét tụhrk *finish* v
kệ ğẹ *shelf*
khác kaák *another • different • separate* a
khách du lịch kaák zoo lịk *tourist*
khách hàng kaák haàng *client*
khách sạn kaák sạn *hotel*
kháng sinh kaáng sing *antibiotics*
khát nước kaát nuhr·érk *thirsty*
khăn giải bàn kuhn zại baàn *tablecloth*
khăn giường kuhn zuhr·èrng *linen (sheets etc)*
khăn lau mặt kuhn loh mụht *face cloth • wash cloth*
khăn quàng kuhn ğwaàng *scarf*
khăn tay kuhn day *handkerchief*
khăn tắm kuhn dúhm *towel*
khẩn cấp kủhn ğúhp *urgent*
khẳng định kủhng địng *confirm (a booking)*
khiêu dâm kee·oo zụhm *sexy*
khiêu vũ kee·oo voõ *dancing*
khi nào kee nòw *when*
khí quyển keé ğwee·ủhn *atmosphere*
khoa học gia kwaa họọ zaa *scientist*
khoa học xã hội kwaa họọ saã họy *social sciences*
khoa kiến trúc kwaa ğee·úhn chúp *architecture*
khoẻ kwá *well (health)*
khó kó *difficult*
khóa kwaá *lock* v
khó chịu kó jee·ọọ *uncomfortable*
khói kóy *exhaust (car)*
khô kaw *dried • dry* a
không kawm *neither • no • not*

không an toàn kawm aan dwaàn *unsafe*
không bao giờ kawm bow zèr *never*
không bình thường kawm bìng tuhr·èrng *unusual*
không có kawm ğó *without*
không có cái nào kawm ğó ğaí nòw *none*
không có chì kawm ğó jeè *unleaded*
không có gì hết kawm ğó zeè hét *nothing*
không khí lawm keé *air*
không thấm nước kawm túhm nuhr·érk *waterproof*
không thể làm được kawm tẻ laàm đuhr·ẹrk *impossible*
khối u kóy oo *tumour*
khởi hành kẻr·ee haàng *depart • leave*
khu vực dùng để cắm trại koo vụhrk zùm đẻ ğủhm chại *camp site*
khuyến mãi kwee·uhn maĩ *complimentary (free)*
khủng khiếp kúm kee·úhp *awful • horrible*
khử trùng kỏỏ chùm *antiseptic* n
kiếm được ğee·úhm đuhr·ẹrk *earn*
kiến trúc sư ğee·úhn chúp suhr *architect*
kiểm tra ğee·ủhm chaa *check* v
kiểu ğee·oo *style*
kim chích ğim jík *needle (syringe)*
kim loại ğim lwại *metal* n
kim may ğim may *needle (sewing)*
kinh khủng ğing kúm *terrible*
kinh nghiệm ğing ngyee·ụhm *experience*
kinh nguyệt ğing ngwee·ụht *menstruation*
kích thước ğík tuhr·úhk *size (general)*
kí lô ğee law *kilogram*
kính áp tròng ğíng aáp chòm *contact lenses*
kính bơi ğíng ber·ee *goggles (swimming)*
kính chắn gió ğíng júhn zó *windscreen*
kính râm ğíng zụhm *sunglasses*
kinh Thánh ğing taáng *Bible*
kính thiên văn ğíng tee·uhn vuhn *telescope*
kính trượt tuyết ğíng chuhr·ẹrt dwee·úht *goggles (skiing)*
kịch ğịk *drama*
ký ğeé *kilo*

kỳ nghỉ ğee nggyée *vacation*
kỳ niệm ğee nee·uhm *souvenir*
kỳ sư ğee suhr *engineer*
kỳ thuật ğee tẉhṭ *technique*
kỳ thuật xây dựng ğee tẉhṭ say zụhrng *engineering*

L

la bàn laa baàn *compass*
la hét laa hát *shout*
lau dọn loh zọn *cleaning*
lá cờ laá gèr *flag*
lá gan laá gaan *liver*
lái xe laí sa *drive* v
lá phổi laá fỏy *lung*
là laà *be*
làm laàm *do • make*
làm bằng laàm bùhng *made*
làm bằng tay laàm bùhng day *handmade*
làm đầy laàm đày *fill*
làm sạch laàm saạk *clean* v
làm việc laàm vee·ụhk *work* v
làng xã laàng saã *village*
làn sóng laàn sóm *wave* n
là laà *iron (for clothes)* n
lãng mạn laãng maạn *romantic* a
lạ laạ *strange*
lại laị *again*
lạnh laạng *cold* a
lặng câm lụhng ğuhm *mute*
lâu dài loh zaì *permanent*
lâu đài loh đaì *castle*
lấy láy *get • take*
lấy trộm láy chạwm *rob*
lập gia đình rồi lụhp zaa đìng zòy *married*
lập lại lụhp laị *repeat*
len lan *wool*
leo lay·oo *climb* v
leo trèo lay·oo chay·oò *scale (climb)*
lên máy len máy *board (plane)*
lên tàu bay len đoù bay *board (ship)*
lều lay·oò *tent*
lễ ban thánh thể lẽ baan taáng tẻ *communion*
lễ cưới lẽ ğụhr·eé *wedding*
Lễ Chúa Giáng Sinh lẽ joo·úh zaáng sing *Christmas*

lễ kỷ niệm lẽ ğeé nee·ụhm *celebration*
lễ misa lẽ mee·saa *mass (Catholic)*
Lễ Phục Sinh lẽ fụp sing *Easter*
lễ rửa tội lẽ zủhr·uh dọy *baptism*
liên lạc giao thông lee·uhn laạk zow tawm *communications (profession)*
liên quan đến khảo cổ học lee·uhn ğwaan đén kỏw ğảw họp *archaeological*
lịch sử lịk sủhr *history*
loài thú vật sắp tuyệt chủng lwaì toó vụht súhp dwee·ụht júm *endangered species*
loại trừ lwaị chùhr *excluded*
lo lắng lo lúhng *worried*
lon lon *can • tin* n
lò sưởi lò sủhr·ee *radiator*
lò xo lò so *spring (coil)*
lỏng lỏm *loose*
lọc lọp *filtered*
lối ra lóy zaa *exit* n
lốp xe láwp sa *tire (tyre)*
lỗ châm lãw juhm *puncture*
lỗi lầm lõy lùhm *(someone's) fault*
lộ trình đi bộ đường dài lạw chìng đee bạw đuhr·èrng zaì *hiking route*
lớn lérn *big • large*
lớn hơn lérn hern *biggest*
lớn nhất lérn nyúht *bigger*
lớp học lérp họp *class (school)*
lời cầu nguyện ler·eè ğòh ngwee·ụhn *prayer*
lời kêu ca ler·eè ğay·oo ğaa *complaint*
lời khuyên ler·eè kwee·uhn *advice*
lời nhắn tin ler·eè nyúhn din *message*
lợi ích ler·eẹ ík *profit* n
luật lwụht *law (legislation)*
luật pháp lwụht faáp *law (professsion)*
luật sư lwụht suhr *lawyer*
luôn luôn loo·uhn loo·uhn *always*
lúa mạch loo·úh maạk *oats*
lụa loo·ụh *silk*
lưng luhrng *back (body)*
lười luhr·eè *lazy*
lưỡi dao cạo lũhr·ee zow ğọw *razor blade*
lửa lủhr·uh *fire*
ly Ⓢ lee *glass (drinking)*

ly dị lee zeẹ *divorced*
lý do leé zo *reason*
lý lịch leé lịk *résumé (CV)*

M

mang maang *carry*
mang theo maang tay·oo *bring*
ma túy maa dweé *drugs (illicit)*
may may *sew*
may mắn may múhn *lucky*
mát maát *cool*
máu móh *blood*
máy bay máy bay *aeroplane*
máy bơm máy berm *pump* n
máy chiếu máy jee·oó *projector*
máy chụp hình máy júp hìng *camera*
máy điện điều hòa tim máy dee·ụhn
    dee·oò hwaà dim *pacemaker*
máy fax máy faak *fax machine*
máy giặt máy zụht *washing machine*
máy in máy in *printer (computer)*
máy móc máy móp *engine • machine*
máy mua vé máy moo·uh vá
    ticket machine
máy nướng bánh mì
    máy nuhr·érng baáng meè *toaster*
máy quay nhạc máy gway nyạak *stereo*
máy radio máy ra·dee·aw *radio*
máy rút tiền tự động
    máy zút dee·ùhn dụhr dạwm
    automated teller machine (ATM)
máy sưởi máy súhr·ee *heater*
máy thâu băng máy toh buhng
    video recorder
máy tính máy díng *calculator*
máy tính tiền máy díng dee·ùhn
    cash register
máy trợ tai máy chẹr dai *hearing aid*
máy vi tính sách tay
    máy vee díng saák day *laptop*
màu cam mòh gaam *orange (colour)* a
màu đen mòh den *black*
màu đỏ mòh đỏ *red*
màu hồng mòh hàwm *pink*
màu nâu mòh noh *brown*
màu sắc mòh súhk *colour* n
màu tím mòh dím *purple*

màu trắng mòh chúhng *white*
màu vàng mòh vaàng *yellow*
màu xanh lá cây mòh saang laá gay
    green
màu xám mòh saám *grey*
mày vi tính mày vee díng *computer*
mãi mãi maĩ maĩ *forever*
mã số bưu chính maã sáw buhr·oo jíng
    postcode
mạng internet maạng in·ter·net *Internet*
mạng lưới maạng luhr·eé *net*
mạnh maạng *strong*
mắc cỡ múhk ğẽr *shy*
mắt múht *eyes*
mặc mụhk *wear (clothes)*
mặt mụht *face* n
mặt trăng mụht chaang *moon*
mặt trời mụht cher·eè *sun*
mây may *cloud*
mây mù may moò *cloudy*
mất múht *lose (something)*
mập mụhp *fat* a
mật ong mụht om *honey*
mét mét *metre*
mẹ mạ *mother*
mẹ chồng mạ jàwm
    mother-in-law (husband's mother)
mẹ vợ mạ vẹr
    mother-in-law (wife's mother)
mê sảng me saảng *delirious*
mệt mẹt *tired*
miếng mee·úhng *piece • slice* n
miếng thịt róc xương mỡ
    mee·úhng tịt zóp suhr·erng mẽr *fillet*
miền nam mee·ùhn naam *south*
miền quê mee·ùhn ğwe *country (rural)*
miền tây mee·ùhn day *west*
miễn phí meẽ·uhn feé *free (gratis)*
mi li mét mee lee mét *millimetre*
mì phở meè fẽr *noodles*
mỉm cười mĩm ğuhr·eè *smile* v
modem mo·dam *modem*
mon quà mon ğwaà *present (gift)* n
món ăn rau sống chọn
    món uhn zoh sáwm jọn *salad*
món ăn tráng miệng
    món uhn chaáng mee·ụhng *dessert*
mọi mọy *any • every*

mọi người mọy nguhr·eè *everyone*

mọi thứ mọy túhr *everything*

môi moy *lips*

môi trường moy chuhr·èrng *environment*

môn bóng ném mawn bóm nám
    handball

môn đánh banh bằng gậy
    mawn đaáng baang bùhng gạy *cricket*

môn đi xe đạp mawn đee sa đaạp
    cycling

mông mawm *bottom (body)*

môn khúc côn cầu mawn kúp ğawn ğòh
    hockey

môn lặn mawn lụhn *diving*

môn lướt ván buồm mawn luhr·ért vaán
    buhr·èrm *sailboarding*

môn nhào lộn mawn nyòw lẹrn
    gymnastics

môn thể thao chạy đua
    mawn tẻ tow jạy đoo·uh *track (sport)*

môn thể thao đi bộ đường dài mawn tẻ
    tow đee bạw đuhr·èrng zaì *hiking*

môn thể thao leo núi
    mawn tẻ tow lay·o noo·eé
    mountaineering • rock climbing

môn trượt nước mawn chuhr·ẹrt nuhr·érk
    water-skiing

môn trượt sóng biển
    mawn chuhr·ẹrt sóm beẻ·uhn *surfing*

môn trượt ván mawn chuhr·ẹrt vaán
    skateboarding

mỗi mõy *each*

mộ mạw *grave*

một chút mạwt jút *little (not much)*

một đôi mạwt đoy *pair (couple)*

một lần mạwt lùhn *once*

một mình mạwt mìng *alone*

một (ngày) mạwt (ngày) *per (day)*

một phần tư mạwt fùhn duhr *quarter*

một tá máwt daá *dozen*

một trăm mạwt chuhm *hundred*

một vài mạwt vaì *several • some*

mơ mer *dream* n

mới mer·eé *new • recently*

mời mer·eè *invite*

mở mẻr *open* a&v

mua moo·uh *buy*

mua sắm moo·uh súhm *shop* v

muà mưa moo·ùh muhr·uh *rainy season*

muối moo·eé *salt*

muốn moo·úhn *want*

muỗng nhỏ moõ·uhng nyỏ *teaspoon*

múa ba lê moo·úh baa le *ballet*

mù moò *blind*

mùa moo·ùh *season*

mùa đông moo·ùh đawm *winter*

mùa hè moo·ùh hà *summer*

mùa khô moo·ùh kaw *dry season*

mùa màng moo·ùh maàng *crop* n

mùa thu moo·ùh too *autumn (fall)*

mùa xuân mo·ùh swuhn *spring (season)*

mùi moo·eè *smell* n

mũ an toàn moõ aan dwaăn *helmet*

mũi moõ·ee *nose*

mũ tử cung moõ dúhr ğum
    diaphragm (medical)

mưa muhr·uh *rain* n

mưa phùng muhr·uh fùm *drizzle*

mười hai giờ trưa
    muhr·eè hai zèr chuhr·uh *midday*

mượn muhr·ẹrn *borrow*

mức lương múhrk luhr·erng *rate of pay*

mứt múhrt *jam*

mứt cam múhrt ğaam *marmalade*

nai nai *deer*

nạn đụng xe nạan đụm sa
    crash (vehicle) n

nạn lụt naạn lụt *flood* n

nạn nhân sóng thần
    naạn nyuhn sóm tùhn *tsunami*

nạn phân biệt chủng tộc
    naạn fuhn bee·ụht jùm dạwp *racism*

nạn thành kiến giới tính
    naạn taàng ğee·úhn zer·eé díng *sexism*

năm nuhm *year*

năng lượng hạt nhân nuhng luhr·ẹrng
    haạt nyuhn *nuclear energy*

nắng núhng *fine (weather)* a

nằm nùhm *lie (not stand)* v

nặng nụhng *heavy*

nấu ăn nóh uhn *cook* v

nếu nay·oó *if*

nền cộng hòa nèn ğawm hwaà *republic*

nền kinh tế nèn ǧing tế *economy*

nệm nẹm *mattress*

ngay bây giờ ngay bay zèr *right now*

ngành khoa học ngaäng kwaa học *science*

ngày ngày *day*

Ngày Chúa Giáng Sinh ngày joo·úh záang sing *Christmas Day*

ngày Chủ Nhật ngày joỏ nyụht *Sunday*

Ngày Đầu Năm (Tết) ngày đòh nuhm (dét) *New Year's Day*

ngày hôm kia ngày hawm ǧee·uh *day before yesterday*

ngày lễ ngày lẽ *holiday*

ngày Lễ Phật Đản ngày lẽ fụht đaản *Buddha's Birthday*

ngày mai ngày mai *tomorrow*

ngày mốt ngày máwt *day after tomorrow*

ngày sinh nhật ngày sing nyụht *birthday • date of birth*

ngày tháng ngày taáng *date (day)* n

ngăn cản nguhn ǧaản *stop (prevent)* v

ngân hàng nguhn haàng *bank*

ngân sách nguhn saák *budget*

nghe ngya *hear • listen*

nghèo ngvay·oò *poor*

nghề dạy học ngyè zạy học *teaching*

nghề thủ công ngyè toỏ ǧawm *crafts • handicraft*

nghệ thuật ngyẹ twụht *art*

nghệ thuật chụp hình ngyẹ twụht jụp hìng *photography*

nghĩa địa ngyeẽ·uh đee·uh *cemetery*

nghiệp ngyee·ụhp *trade* n

nghỉ ngyeẽ *quit*

nghỉ ngơi ngyeẽ nger·ee *rest* v

nghĩ ngyeẽ *think*

nghĩa vụ quân sự ngyeẽ·uh voọ ǧwuhn sụhr *military service*

nghị trường ngyeẹ chuhr·èrng *parliament*

ngoại thành ngwaj taàng *suburb*

ngon ngon *tasty*

ngón chân ngón juhn *toe*

ngón tay ngón day *finger*

ngọt ngọk *sweet* a

ngôi sao ngoy sow *star*

ngôn ngữ ngawn ngũhr *language*

ngồi ngòy *sit*

ngu cốc ngoo ǧáwp *cereal*

ngu dại ngoo zạj *stupid*

nguyên bản ngwee·uhn baản *original* a

nguyên chất ngwee·uhn jứht *pure*

nguyên liệu ngwee·uhn lee·oọ *ingredient*

nguyên ngày ngwee·uhn ngày *full-time*

nguy hiểm ngwee heẻ·uhm *dangerous*

ngủ ngoỏ *sleep* v

người nguhr·eè *person*

người Anh nguhr·eè aang *English (people)* n

người ái mộ nguhr·eè aí mạw *fan (sport)*

người ăn chay nguhr·eè uhn jay *vegetarian* n

người ăn xin nguhr·eè uhn xin *beggar*

người bán cá nguhr·eè baán ǧaá *fishmonger*

người bán ma túy nguhr·eè baán maa dweé *drug dealer*

người bán rau quả nguhr·eè baán zoh ǧwaả *greengrocer*

người bán thịt nguhr·eè baán tịt *butcher*

người chủ nguhr·eè joỏ *employer*

người chụp hình nguhr·eè jụp hìng *photographer*

người Do Thái nguhr·eè zo taí *Jewish*

người đạo Cơ-đốc nguhr·eè dọw ǧer·đáwp *Christian* n

người đi bộ nguhr·eè đee bạw *pedestrian*

người điều khiển nguhr·eè đee·oò keẻ·uhn *operator*

người đi xe đạp nguhr·eè đee sa đaạp *cyclist*

người đo mắt nguhr·eè đo múht *optometrist*

người giữ trẻ nguhr·eè zũhr chả *babysitter*

người hâm mộ thể thao nguhr·eè huhm mạw tẻ tow *sportsperson*

người hầu bàn nguhr·eè hòh baàn *waiter*

người hướng dẫn nguhr·eè huhr·érng zũhn *guide (person)* n

người lao động chân tay nguhr·eè low đạwm juhn day *manual worker*

người làm chủ nguhr·eè laàm joỏ *owner*

người làm vườn nguhr·eè laàm vuhr·èrn *gardener*

người lãnh đạo nghur·eè laãng dọw
leader

người lạ mặt nghur·eè laạ mụht stranger n

người lính nghur·eè líng soldier

người lớn nghur·eè lérn adult n

người nào đó nghur·eè nòw dó someone

người nấu bếp nghur·eè nốh bép cook n

người nối dõi nghur·eè nóy zõy
descendent

người quản lý nghur·eè ğwaán leé
manager (hotel/restaurant)

người soát vé nghur·eè swaát vá
ticket collector

người tật tất cả tay chân nghur·eè dụht
dúht ğaả day juhn quadriplegic n

người thắng cuộc
nghur·eè túhng ğoo·ụhk winner

người thất nghiệp
nghur·eè túht ngyee·ụhp unemployed

người theo chủ nghĩa xã hội nghur·eè
tay·oo joỏ ngyeẽ·uh saã họy socialist a

người thợ nghur·eè ter tradesperson

người tin vào thuyết vô chính phủ
nghur·eè din vòw twee·úht vaw jíng foỏ
anarchist n

người tị nạn nghur·eè deẹ naạn refugee

người Việt nghur·eè vee·ụht
Vietnamese (people) n

người yêu nghur·eè ee·oo lover

người ủng hộ nghur·eè ủm hạw
supporter (politics/sport)

ngực nguhrk chest (body)

nhang muỗi nyaang moõ·ee
mosquito coil

nhanh nyaang fast • quick

nha sĩ nyaa seẽ dentist

nhà nyaà home

nhà báo nyaà bów journalist

nhà bếp nyaà bép kitchen

nhà chính trị nyaà jíng cheẹ politician

nhà để xe nyaà dé sa garage

nhà ga nyaà gaa train station

nhà hàng nyaà hàang restaurant

nhà hoạt động nyaà hwaạt dạwm
activist

nhà kinh doanh nyaà ğing zwaang
businessperson

nhà nghiên cứu dược thảo
nyaà ngyee·uhn ğuhr·oó zuhr·ẹrk tỏw
herbalist

nhà nghỉ nyaà ngyeẻ
boarding house • guesthouse

nhà nghỉ thanh niên
nyaà ngyeẻ taang nee·uhn youth hostel

nhà sư nyaà suhr monk

nhà thờ nyaà tèr church

nhà thờ lớn nyaà tèr lérn cathedral

nhà trẻ nyaà chẻ crèche

nhà tù nyaà doò jail n

nhà vệ sinh nyaà vẹ sing toilet

nhà vệ sinh công cộng
nyaà vẹ sing ğawm ğawm public toilet

nhảy nyảy dance v • jump v

nhạc kịch opera nyaạk ğịk o·pa·raa
opera

nhạc rock nyaạk rok rock (music)

nhạc sĩ nyaạk seẽ musician

nhạy cảm nyay ğaảm sensible

nhân cách nyuhn ğaák personality

nhân lực nyuhn lụhrk human resources

nhân quyền nyuhn ğwee·ùhn
human rights

nhân tạo nyuhn dọw synthetic

nhân văn học nyuhn vuhn họ
humanities

nhân viên giảng huấn
nyuhn vee·uhn zaảng hwúhn instructor

nhân viên văn phòng
nyuhn vee·uhn vuhn fòm office worker

nhân viên xoa bóp nyuhn vee·uhn swaa
bóp masseur • masseuse

nhẫn nyũhn ring (jewellery) n

nhẫn nại nyũhn naị patient a

nhận nyụhn accept • receive

nhẹ nyạ light (not heavy) a

nhiều nyee·oò a lot • many

nhiều hơn nyee·oò hern more

nhiệt độ nyee·ụht dạw
temperature (weather)

nhiệt lò sôi nyee·ụht lò sôy heating

nhìn nyìn look

nhìn thấy nyìn tấy see

nhịp nyịp rhythm

nhóm máu nyóm móh blood group

nhóm nhạc rốc nyóm nyaạk ráwk *rock group*

nhỏ nyỏ *little • small*

nhỏ hơn nyỏ hern *smaller*

nhỏ nhất nyỏ nyúht *smallest*

nhớ nyér *remember*

nhớ nhung nyér nyum *miss (feel absence of)*

nhờ nyèr *ask (for something)*

nhưng mà nyuhrng maà *but*

nhức đầu nyúhrk dòh *headache*

những ngày lễ nyũhrng ngày lẽ *holidays*

nhựa nyuhr·ụh *plastic* a

nói nóy *say • speak • talk • tell*

nói đùa nóy đoo·ùh *joke* n

nói láo nóy lów *lie (speak untruly)* v

nóng nóm *hot*

nông dân nawm zuhn *farmer*

nông nghiệp nawm ngyee·ụhp *agriculture*

nông trại nawm chaị *farm*

nổi tiếng nóy dee·úhng *famous*

nơi đến ner·ee dén *destination*

nơi gặp gỡ ner·ee gụhp gẽr *venue*

nơi ngắm cảnh ner·ee nguhm ğảảng *lookout*

nơi sinh ner·ee sing *place of birth*

nợ nẹr *owe*

núi noo·eé *mountain*

núm vú giả núm voó zaả *dummy • pacifier*

nút bít lỗ tai nút bít lãw dai *earplugs*

nút bông vệ sinh nút buhng vẹ sing *tampon*

nút chặn nước nút jụhn nuhr·érk *plug (bath)* n

nụ hôn noọ hawn *kiss* n

nước nuhr·érk *water*

nước Anh nuhr·érk aang *England*

nước Ấn Độ nuhr·érk úhn đạw *India*

nước cam nuhr·érk ğaam *orange juice*

nước chanh ga nuhr·érk jaang gaa *lemonade*

nước Do Thái nuhr·érk zo taí *Israel*

nước đá nuh·érk đaá *ice*

nước ép nuhr·érk áp *juice*

nước hoa nuhr·érk hwaa *perfume*

nước hoa cho đàn ông nuhr·érk hwaa jo đaàn awm *aftershave*

nước Kampuchia nuhr·érk ğaam·poo·jee·uh *Cambodia*

nước Lào nuhr·érk lòw *Laos*

nước máy nuhr·érk máy *tap water*

nước mắt nuhr·érk múht *tear* n

nước Miến Điện nuhr·érk mee·úhn dee·ụhn *Burma*

nước Mỹ nuhr·érk meẽ *USA*

nước ngoài nuhr·érk ngwaì *foreign*

nước ngoài sắp nuhr·érk ngwaì súhp *abroad*

nước ngọt nuhr·érk ngọk *soft drink*

nước Nhật nuhr·érk nyụht *Japan*

nước nóng nuhr·érk nóm *hot water*

nước Sin-ga-pore nuhr·érk sin·gaa·paw *Singapore*

nước suối thiên nhiên nuhr·érk soo·eé tee·uhn nyee·uhn *mineral water*

nước Thái Lan nuhr·érk taí·laan *Thailand*

nước Trung Quốc nuhr·érk chum ğwáwk *China*

nước Úc nuhr·érk úp *Australia*

nước Việt Nam nuhr·érk vee·ụht naam *Vietnam*

nước xốt nuhr·érk sáwt *sauce*

nửa nửhr·uh *half* n

nửa đêm nửhr·uh đem *midnight*

nữ nữhr *female* a

nữ hoàng nữhr hwaàng *queen*

nữ tu sĩ nữhr doo seẽ *nun*

nữ tu viện nữhr doo vee·ụhn *convent*

Ô

ôi oy *stale (bread)*

ôm chặt awm jụht *hug* v

ông ấy awm áy *he • him*

ông chủ nhà awm joỏ nyaà *landlord*

ông ngoại awm ngwaị *maternal grandfather*

ông nội awm nọy *paternal grandfather*

ống nhòm áwm nyòm *binoculars*

ống thử thai áwm tủr tai *pregnancy test kit*

ống tiêm áwm dee·uhm *syringe*

ồn ào àwn òw *noisy*
ổ bánh mì ảw baáng meè *roll (bread)*
ổ cắm điện ảw ğùhm dee·ụhn *adaptor*
ổ khóa ảw kwaá *lock* n
ổ khóa xe đạp ảw kwaá sa đạạp *bike lock*

Ơ

ở ér *live (somewhere)* • *stay (at a place)*
ở đằng sau ér dùhng soh *back (position)*
ở đâu ér doh *where*
ở giữa ér zữh·uh *between*
ở trên ér chen *above* • *over* • *up*
ở trước ér chuhr·érk *in front of*

P

pao Anh pow aang *pound (weight)*
pê đê pe de *gay (homosexual)*
phá hủy faá hweé *destroy*
pháp luật faáp lwụht *legislation*
phản động faản đảwm
    antigovernment (activity)
phản kháng faản kaáng *protest* v
phân fuhn *centimetre*
phấn fúhn *powder*
phấn hoa fúhn hwaa *pollen*
phấn trẻ em fúhn chả am *baby powder*
phần lớn fùhn lérn *majority*
phần trăm fùhn chuhm *per cent*
Phật tử fụht dửh *Buddhist* n
phép chữa vi lượng đồng căn
    fáp jữhr·uh vee luhr·ẹrng đàwm ğuhn
    homeopathy
phiên dịch fee·uhn zịk *translate*
phiếu thưởng hiện vật
    fee·oó tủhr·erng hee·ụhn vụht *coupon*
phim feem *film (cinema)*
phim đen trắng feem đan chúhng
    B&W (film)
phim rọi feem zọy *slide film*
phim tài liệu feem dài lee·ọọ
    documentary
phía dưới fee·úh zuhr·eé *below*
phía trái fee·úh chaí *left (direction)*
phía trước fee·úh chuhr·érk *towards*
phí dịch vụ feé zịk vọọ *service charge*
pho mát fo maát *cheese*

phong tục fom dụp *custom*
phó phẩm làm từ sữa fó fủhm laàm dùhr
    sũhr·uh *dairy products*
phó thác fó taák *recommend*
phòng fòm *room*
phòng bán vé fòm baán vá *ticket office*
phòng điện thoại fòm đee·ụhn twại
    phone box
phòng đôi fòm đoy *double room*
phòng đồ đạc bị thất lạc fòm dàw daạk
    beẹ túht lạạk *lost-property office*
phòng đơn fòm dern *single room*
phòng đợi fòm der·eẹ *waiting room*
phòng đợi máy bay fòm der·eẹ máy bay
    transit lounge
phòng giặt fòm zụht *laundry (place)*
phòng giữ đồ fòm zữhr dàw
    left-luggage office
phòng giữ mũ áo fòm zữhr moõ ów
    cloakroom
phòng ngủ fòm ngoó *bedroom*
phòng nhạc disco fòm nyạạk dis·ko *disco*
phòng tắm fòm dúhm *bathroom*
phòng tắm hơi fòm dúhm her·ee *sauna*
phòng tập thể dục fòm dụhp tẻ zụp
    gym (place)
phòng thay quần áo fòm tay ğwùhn ów
    changing room (in shop)
phòng triển lãm fòm cheẻ·uhn laãm
    art gallery
phố Ⓝ fáw *street*
phổ thông fáw tawm *popular*
phúc lợi xã hội fúp ler·eẹ saã họy
    social welfare
phút fút *minute*
phụ đề fọọ dè *subtitles*
phụ nữ fọọ nũhr *woman*
pin pin *battery*
pícníc pík ník *picnic*

Q

qua hạn hành lý ğwaa hạạn haàng leé
    excess baggage
qua mặt ğwaa mụht *overtake*
quan hệ ğwaan hẹ *relationship*
quan tâm ğwaan duhm
    care (for someone)

quan tòa ğwaan twaà *judge* n

quan trọng ğwaan chọm *important*

quá ğwaá *too (expensive etc)*

quá khứ ğwaá kúhr *past* n

quán ba ğwaán baa *bar • pub*

quán ba karaoke ğwaán baa ğaa·raa·o·ğe *karaoke bar*

quán bán thuốc lá ğwaán baán too·úhk laá *tobacconist*

quán càfê ğwaán ğaà·fe *café*

quán cơm phở ğwaán ğerm fér *rice-and-noodle shop*

quán kem ğwaán ğam *ice-cream parlour*

quán rượu ğwaán zee·ọo *bottle shop*

quán xe đạp ğwaán sa daạp *bike shop*

quà ğwaà *gift*

quả bóng ğwaá bóm *ball*

quả đất ğwaá đúht *Earth*

quả mìn ğwaá mìn *land mine*

quảng trường ğwaáng chuhr·èrng *square (town)*

quả trứng ğwaá chúhrng *egg*

quạt máy ğwaạt máy fan *(machine)*

quân đội ğwuhn đọy *military* n

quần ğwùhn *trousers*

quần áo ğwùhn ów *clothing*

quần áo bẩn ğwùhn ów búhn *laundry (clothes)* n

quần đùi ğwùhn đoo·eè *boxer shorts*

quần jean ğwùhn jeen *jeans*

quần lót ğwùhn lót *underwear*

quần ngắn ğwùhn ngúhn *shorts*

quầy ğwày *counter (at bar)*

quầy ghi danh ğwày gee zaang *check-in (desk)*

quầy rượu ğwày zee·ọo *bar*

quen ğwan *know (someone)*

queo Ⓢ ğway·oọ *turn* v

quên ğwen *forget*

quốc gia ğwáwk zaa *country (nation)*

quốc tế ğwáwk dé *international*

quốc tịch ğwáwk dịk *nationality*

quyết định ğwee·úht dịng *decide*

quyết toán ğwee·úht dwaán *balance (account)*

quyền Anh ğwee·ùhn aang *boxing*

quyền công dân ğwee·ùhn ğawm zuhn *citizenship*

quyền tự do cá nhân ğwee·ùhn dụhr zo ğaá nyuhn *civil rights*

quyền lịch ğwee·ùhn lịk *calendar*

quyển sách ğwee·úhn saák *book* n

R

rau củ zoh ğoỏ *vegetable*

rác zaák *garbage • rubbish*

rác hạt nhân zaák haạt nyuhn *nuclear waste*

rảnh zaảng *free (available)*

rạp zaạp *cinema*

rạp hát zaạp haát *theatre*

rạp opera zaạp o·pa·raa *opera house*

răng zuhng *teeth • tooth*

rất zúht *very*

reo zay·oo *ring (phone)* v

rẻ zả *cheap*

rẽ Ⓝ zã *turn* v

rồi zòy *already*

rộng lớn zạwm lérn *wide*

ruộng zoo·ụhng *rice field*

ruột dư zoo·ụht zuhr *appendix (body)*

ruột xe zoo·ụht sa *tube (tyre)*

rượu zee·ọo *alcohol • alcoholic drink*

rượu cơm zee·ọo ğerm *rice wine*

rượu nho zee·ọo nyo *wine*

rượu rắn zee·ọo zúhn *snake wine*

rượu táo zee·ọo đów *cider*

rượu vang có ga zee·ọo vuhng ğó gaa *sparkling wine*

rừng zùhrng *forest • jungle*

rừng cây đước zùhrng gay đuhr·érk *mangrove forest*

S

sai sai *wrong*

sai lầm sai lùhm *mistake*

sa mạc saa maạk *desert*

(bốn) sao (báwn) sow *(four-)star*

sau soh *after • later • rear (seat etc)*

say sóng say sóm *seasick*

sách hướng dẫn saák huhr·érng zũhn *guidebook*

sách kinh saák ğing *prayer book*

sáng saáng *light (of colour)* a

sàn nhà *saàn nyaà* floor
sàn tàu *saàn dòw* deck (of ship)
sản xuất *saản swúht* produce v
sảy do tã lót *sảy zo zaả lót* nappy rash
sạch sẽ *saak sả* clean a
săn *suhn* hunting
sắp *súhp* almost (time)
sắp tới *súhp der·eé* soon
sẵn sàng *suhn saàng* ready
sân *suhn* court (sport)
sân bay *suhn bay* airport
sân đua ngựa *suhn doo·uh nguhr·ựh* racetrack
sân ga *suhn gaa* platform
sân gôn *suhn gawn* golf course
sân ten-nít *suhn de·nít* tennis court
sân vận động *suhn vụhn đạwm* stadium
sâu *soh* deep
sấy *sáy* dry (clothes) v
séc du lịch *sák zoo lịk* travellers cheque
SIDA *see·daa* AIDS
siêu âm *see·oo uhm* ultrasound
siêu lực *see·oo lụhrk* power
siêu thị *see·oo tẹ* supermarket
sinh đôi *sing đoy* twins
sinh tố *sing dáw* vitamins
sinh vật được bảo vệ *sing vụht đuhr·ẹrk bỏw vẹ* protected species
sinh viên *sing vee·uhn* student
son tô môi *son daw moy* lipstick
sòng bạc của khách sạn *sòm baạk ğoỏ·uh kaák saạn* casino
sọ *sọ* skull
sô cô la *saw ğaw la* chocolate
sôi *soy* boiled
số *sáw* number • size (clothes)
số hộ chiếu *sáw hạw jee·oó* passport number
sống *sáwm* live (life) • raw
sống sót *sáwm sót* survive
số phòng *sáw fòm* room number
số xe *sáw sa* license plate number
số điện thoại *sáw dee·ụhn twại* phone book
số nhật ký *sáw nyụt ğeé* diary
sổ tay *sảw day* notebook
sơ *ser* feel (touch) v
sớm *sérm* early a

sợ hãi *sẹr haĩ* afraid
sợi chỉ mềm làm sạch kẽ răng *ser·eẹ jeẻ mèm laàm saạk ğẽ zuhng* dental floss
suốt đêm *swúht đem* overnight
súp *súp* soup
sùng đạo *sùm đọw* religious
sức khỏe *súhrk kwả* health
sức mạnh *súhrk maạng* strength
sửa chữa *sủh·uh jũh·uh* repair
sữa *sũh·uh* milk
sữa chua *sũh·uh joo·uh* yogurt
sự an toàn về tình dục *sụhr aan dwaàn vè dịng zụp* safe sex
sự bảo hiểm *sụhr bỏw heẻ·uhm* insurance
sự bất bình đẳng *sụhr búht bìng dủhng* inequality
sự biểu hiện *sụhr beẻ·oo hee·ụhn* demonstration
sự bình đẳng *sụhr bìng dủhng* equality
sự bong gân *sụhr bom guhn* sprain n
sự cách ly *sụhr ğaák lee* quarantine
sự chậm trễ *sụhr jụhm chẽ* delay n
sự chèo thuyền *sụhr jay·oò twee·ùhn* rowing
sự chết không đau đớn *sụhr jét kawm đoh đérn* euthanasia
sự chi trả *sụhr jee chaả* payment
sự cho phép *sụhr jo fáp* permission
sự chủng ngừa *sụhr jủm nguhr·ùh* vaccination
sự dùng thuốc quá liều *sụhr zùm too·úhk ğwaá lee·oò* overdose n
sự đổ nát *sụhr đảw naát* ruins
sự giao thông *sụhr zow tawm* traffic
sự giáo dục *sụhr zów zụp* education
sự giới thiệu *sụhr zer·eé tee·oọ* reference
sự giữ chỗ trước *sụhr zũhr jãw chuhr·érk* reservation (booking)
sự hãm hiếp *sụhr haãm hee·úhp* rape n
sự hiếu khách *sụhr hee·oó kaák* hospitality
sự hoạt động *sụhr hwaạt đạwm* operation (action)
sự hứa hẹn *sụhr huhr·úh hạn* engagement
sự kết hôn *sụhr ğét hawn* marriage
sự kết thực *sụhr ğét tụhrk* finish n

sự khai thác sụhr kai taák *exploitation*

sự khởi hành sụhr kér·ee haàng *departure*

sự kính trọng sụhr ğíng chọm *respect* n

sự kỳ thị sụhr ğeè tẹ *discrimination*

sự làm hư hỏng sụhr laàm huhr hóm *pollution*

sự làm vườn sụhr laàm vuhr·èrn *gardening*

sự may mắn sụhr may múhn *luck*

sự mạo hiểm sụhr mọw heẻ·uhm *risk* n

sự mê tín sụhr me dín *superstition*

sự nấu nướng sụhr nóh nuhr·érng *cooking*

sự ngẫu nhiên sụhr ngôh nyee·uhn *chance*

sự nghèo khó sụhr ngyay·oò kó *poverty*

sự nghiện ma túy sụhr ngyee·ụhn maa dweé *drug addiction*

sự nguy hiểm sụhr ngwee heẻ·uhm *danger*

sự ngứa ngáy sụhr nguhr·úh ngáy *itch* n

sự nhận dạng sụhr nyụhn zạạng *identification*

sự nhập cư sụhr nyụhp ğuhr *immigration*

sự phá rừng sụhr faá zùhrng *deforestation*

sự phá thai sụhr faá tai *abortion*

sự phản đối sụhr faản đóy *protest* n

sự phục vụ sụhr fụp vọọ *service*

sự quấy rầy sụhr ğwáy zày *harassment*

sự rám nắng sụhr zúhm núhng *sunburn*

sự sẩy thai sụhr sảy tai *miscarriage*

sự sợ hãi sụhr sợ haĩ *fear* n

sự suy ngẫm sụhr swee ngũhm *meditation*

sự thất nghiệp sụhr túht ngyee·ụhp *unemployment*

sự thật sụhr tụht *truth*

sự thiếu thốn sụhr tee·oó táwn *shortage*

sự tôn kính sụhr dawn ğíng *worship* v

sự tới nơi sụhr der·eé ner·ee *arrivals (airport)*

sự trao đổi sụhr chao đỏy *exchange* n

sự tuyên án sụhr dwee·uhn aán *sentence (prison)*

sự xa hoa sụhr saa hwaa *luxury*

sự xem lại sụhr sam lại *review* n

sự xúc phạm sụhr súp faạm *offence*

sự xưng tội sụhr suhrng dọy *confession*

T

tai dai *ears*

tai nạn dai naạn *accident*

tang lễ daang lễ *funeral*

tay lái day laí *handlebars*

tác giả daák zaả *writer*

tái daí *rare (food)*

tái chế daí jé *recycle*

tái lập rừng daí lụhp zùhrng *reforestation*

tán tỉnh daán dỉng *chat up*

tài giỏi daì zóy *brilliant*

tài khoản daì kwaản *account*

tài khoản nhà băng daì kwaản nyaà buhng *bank account*

tài tử daì dủhr *actor*

tàu thủy dòh tweé *ship*

tảng daảng *lump*

tã lót daã lót *nappy*

tạ daạ *weights*

tại daị *at*

tại sao daị sow *why*

tạp chí daạp jeé *magazine*

tắm rửa dúhm zůhr·uh *wash (oneself)*

tắm vòi sen dúhm vòy san *shower (bath)* n

Tân Tây Lan duhn day laan *New Zealand*

tấm hình dúhm hìng *photo*

tấm ra dúhm zaa *sheet (bed)*

tất cả dúht ğaả *all*

tầng dùhng *floor (storey)*

tầng lớp xã hội dùhng lérp saã họy *class system*

tầng ôzôn bao quanh trái đất dùhng aw·zawn bow ğwaang chaí đúht *ozone layer*

tem dam *stamp* n

ten-nít de·nít *tennis*

té dá *fall* v

tên den *name*

tên họ den họ *family name • surname*

tên thánh den taáng *first name*

Tết Nguyên Đán dét ngwee·uhn daán *Lunar New Year*

thang máy taang máy *lift (elevator)*
thanh niên taang nee-uhn *youth* n
tha thứ taa túhr *forgive*
thay đổi tau dỏy *change* v
thác nước taák nuhr-érk *waterfall*
thái bình taí bìng *peace*
thái nghén taí ngyán *morning sickness*
tháng taáng *month*
tháng ba taáng baa *March*
tháng bảy taáng bảy *July*
tháng chín taáng jín *September*
tháng giêng taáng zee-uhng *January*
tháng hai taáng hai *February*
tháng mười taáng muhr-eè *October*
tháng mười hai taáng muhr-eè hai
  December
tháng mười một taáng muhr-eè mạwt
  November
tháng năm taáng nuhm *May*
tháng sáu taáng sóh *June*
tháng tám taáng daám *August*
tháng tư taáng duhr *April*
thánh đường hồi giáo
  taáng duhr-èrng hòy zów *mosque*
tháp taáp *tower*
thành taàng *outer wall*
thành phố taàng fáw *city*
thành thật taàng tụht *serious*
thải ra chất độc tai zaa júht dạwp
  toxic waste
thảm taám *rug*
thăm tuhm *visit* v
thắng túhng *win* v
thẳng tủhng *straight*
thân thể tuhn tẻ *body*
thấp túhp *low • short*
thấu kính thuỷ tinh thể
  tóh ğíng tweẻ ding tẻ *lens*
thần tùhn *god*
thầy bói tày bóy *fortune teller*
thầy tu tày doo *priest*
thẩm mỹ viện tủhm meẽ vee-uhn
  beauty salon
theo luật tay-oo lwụht *legal*
thẻ điện thoại tẻ dee-uhn twại
  phonecard
thẻ tín dụng tẻ dín zụm *credit card*
thêm tem *another (more)*

thêm visa mới tem vee-saa mer-eé
  visa extension
thế giới té zer-eé *world*
thế nào té nòw *how*
Thế Vận Hội té vụhn họy
  Olympic Games
thể dục thẩm mỹ té zụp tủhm meẽ
  aerobics
thể thao té tow *sport*
thể thao điền kinh té tow dee-uhn ğìng
  athletics
thi tee *test* n
Thiên Chúa Giáo La Mã
  tee-uhn joo-úh zów laa maã *Catholic* n
thiêng liêng tee-uhng lee-uhng *saint*
thiên nhiên tee-uhn nyee-uhn *nature*
thiết bị đo độ sáng
  tee-úht bẹ do dạw saáng *light meter*
thiết kế tee-úht ğé *design* n
thích tík *like* v
thích hơn tík hern *prefer*
thích thú tík tóo *enjoy (oneself)*
thí dụ teé zọo *example*
thịt tịt *meat*
thịt bít tết tịt bít dét *steak (beef)*
thị trường tẹ chuhr-èrng
  market (economy)
thị trưởng tẹ chủhr-erng *mayor*
thoải mái twai maí *comfortable • relax*
thói nghiện tóy ngyee-uhn *addiction*
thông ngon viên tawm ngon vee-uhn
  interpreter
thông tấn xã tawm dúhn saã *newsagency*
thông tin tawm din *information*
thông thường tawm tuhr-èrng *ordinary*
thơ ter *mail (postal system) • poetry*
thời dụng biểu ter-eè zụm beẻ-oo
  timetable
thời gian ter-eè zaan *time*
thời tiết ter-eè dee-úht *weather*
thời trang ter-eè chaang *fashion*
thợ hớt tóc tẹr hért dóp
  barber • hairdresser
thợ may quần áo tẹr may ğwùhn ów
  tailor
thợ máy tẹr máy *mechanic*
thợ mộc tẹr móp *carpenter*
thợ nấu ăn tẹr nóh uhn *chef*
thợ xây nhà tẹr say nyaà *builder*

thuật bấm huyệt twụht búhm hwee·ụht *shiatsu*

thuật đấu kiếm twụht đaáng ğee·úhm *fencing (sport)*

thuật rối nước twụht zóy nuhr·érk *water puppet theatre*

thuê twe *hire* v · *rent* v

thuế twé *tax* n

thuế hải quan twé hai ğwaan *airport tax*

thuế thu nhập twé too nyụp *income tax*

thuế trị giá gia tăng twé chee·ẹ zaá zaa duhng *sales tax*

thu hành lý too haàng leé *baggage claim*

thu ngân viên too nguhn vee·uhn *cashier*

thung lũng tum lũm *valley*

thuốc too·úhk *drug (medicine)*

thuốc bắc too·úhk búhk *herbal medicine*

thuốc bôi môi too·úhk boy moy *lip balm*

thuốc chống nắng too·úhk jóm núhng *tanning lotion*

thuốc giảm đau too·úhk zaảm đoh *painkiller*

thuốc ho too·úhk ho *cough medicine* n

thuốc lá too·úhk laá *cigarette · tobacco*

thuốc lậu ecstasy too·úhk lọh ek·staa·see *ecstasy (drug)*

thuốc ngủ too·úhk ngoỏ *sleeping pills*

thuốc ngừa thai too·úhk nguhr·ùh tai *contraceptives · the pill*

thuốc nhỏ mắt too·úhk nyaỏw múht *eye drops*

thuốc nhuận trường too·úhk nyoo·ụhn chuhr·èrng *laxative*

thuốc nhức đầu too·úhk nyúhrk đòh *aspirin*

thuốc nổ napam too·úhk nảw naa·paam *napalm*

thuốc sát cỏ too·úhk saát ğỏ *herbicide*

thuốc tê mê too·úhk de me *dope (drugs)*

thuốc tổng hợp too·úhk đảwm hẹrp *rehydration salts*

thuốc xả tóc too·úhk saả dóp *hair conditioner*

thuyết yoga twee·úht yo·gaa *yoga*

thuyền tee·ùhn *boat*

thuyền máy twee·ùhn máy *motorboat*

thú nhận toó nyụhn *admit*

thú vật hoang dã toó vụht hwaang zã *wild animal*

thú vị toó vẹe *interesting*

thùng tùm *bucket*

thùng rác tùm zaák *garbage can*

thủ thành toó taàng *goalkeeper*

thủ tướng chính phủ toỏ chủhr·erng jíng foỏ *prime minister*

thủy triều tweé chee·oò *tide*

thư tuhr *letter (mail)*

thư bảo đảm tuhr bỏw đaảm *registered mail*

thư đường biển tuhr đuhr·èrng beẻ·uhn *surface mail (sea)*

thư đường bộ tuhr đuhr·èrng bạw *surface mail (land)*

thư ký tuhr ğeé *secretary*

thương tích tuhr·erng dík *injury*

thường tuhr·èrng *often*

thư tốc hành tuhr dáwp haàng *express mail*

thư từ tuhr dùhr *mail (letters)*

thư viện tuhr vee·ụhn *library*

thứ ba túhr baa *third · Tuesday*

thứ bảy túhr bảy *Saturday*

thức ăn túhrk uhn *food*

thức uống túhrk oo·úhng *drink* n

thứ hai túhr hai *Monday*

thứ năm túhr nuhm *Thursday*

thứ nhì túhr nyeè *second* a

thứ sáu túhr sóh *Friday*

thứ tư túhr duhr *Wednesday*

thử túhr *try (test)* v

thử bom hạt nhân túhr bom hạat nyuhn *nuclear testing*

thử nghiệm ung thư tử cung túhr ngyee·ụhm um tuhr dủhr ğum *pap smear*

thực đơn tụhrk dern *menu*

thực phẩm tụhrk fủhm *food supplies · provisions*

thực tế tụhrk dé *realistic*

thực vật tụhrk vụht *plant* n

tiêu biểu dee·oo beẻ·oo *typical*

tiếng Anh dee·úhng aang *English (language)* n

tiếng ồn ào dee·úhng àwn ờw *noise*

tiếng reo dee·úhng zay·oo *ring (phone)* n

tiếng Việt dee·úhng vee·ụht *Vietnamese (language)* n

tiếp dee·úhp *next*

tiền dee·ùhn *cash • money*
tiền cắc dee·ùhn ğúhk *coins*
tiền đặt cọc dee·ùhn đụht ğọp *deposit* n
tiền đô la dee·ùhn đaw laa *dollar*
tiền euro dee·ùhn oo·ro *euro*
tiền hoa hồng dee·ùhn hwaa hòm *commission*
tiền hối lộ dee·ùhn hóy lạw *bribe* n
tiền lẻ dee·ùhn lẻ *change (coins)* n
tiền lương dee·ùhn luhr·erng *salary • wage*
tiền phạt dee·ùhn faạt *fine (penalty)* n
tiền sảnh dee·ùhn saảng *foyer*
tiền séc dee·ùhn sák *check (banking)* n
tiền thưởng thêm dee·ùhn tủhr·erng tem *tip (gratuity)* n
tiệc dee·ụhk *party (night out)* n
tiệm bán đĩa nhạc dee·ụhm baán đee·ủh nyạạk *music shop*
tiệm bán đồ chơi dee·ụhm baán đàw jer·ee *toy shop*
tiệm bán đồ thể thao dee·ụhm baán đàw tẻ tow *sports store*
tiệm bánh mì dee·ụhm baáng meè *bakery*
tiệm bánh ngọt dee·ụhm baáng ngọk *cake shop*
tiệm bán hoa dee·ụhm baán hwaa *florist (shop)*
tiệm bán máy chụp hình dee·ụhm baán máy júp hing *camera shop*
tiệm đồ cũ bán lại tee·ụhm đàw ğoõ baán lại *secondhand shop*
tiệm đồ điện dee·ụhm đàw đee·ụhn *electrical store*
tiệm giày dee·ụhm zày *shoe shop*
tiệm giặt bằng máy dee·ụhm zụht bùhng máy *launderette*
tiệm quần áo dee·ụhm ğwùhn óu'w *clothing store*
tiệm sách dee·ụhm saák *book shop*
tiệm tạp hóa dee·ụhm dụhp hwaá *convenience store • grocery (shop)*
tiệm thuốc tây dee·ụhm too·úhk day *pharmacy*
tiệm từ báo dee·ụhm dèr bów *newsstand*
tin cậy din ğạy *trust* v
tin học din họp *IT (information technology)*

tin tức din dúhrk *news*
tí deé *tiny*
tìm kiếm dìm ğee·úhm *look for*
tìm ra dìm zaa *find*
tình trạng bị táo bón dìng chaạng bẹ dów bón *constipation*
tình trạng hôn nhân dìng chaạng hawn nyuhn *marital status*
tình yêu dìng ee·oo *love* n
tĩnh mạch dĩng maạk *vein*
to do *huge*
toa có giường ngủ dwaa ğó zuhr·èrng ngoỏ *sleeping car*
toa xe lửa phục vụ bữa ăn dwaa sa lủhr·uh fụp voọ bũhr·uh uhn *dining car*
tóc dóp *hair*
tòa án dwaà aán *court (legal)*
tòa lãnh sự dwaà laãng sụhr *consulate*
tòa nhà dwaà nyaà *building*
tôi doy *I • me*
tôn giáo dawn zów *religion*
tốc độ dáwp đạw *speed*
tốc độ giới hạn dáwp đạw zer·eé hạạn *speed limit*
tốc độ phim dáwp đạw feem *film speed*
tốc hành dáwp haàng *express* a
tối dóy *dark* a
tối nay dóy nay *tonight*
tối tân dóy duhn *modern*
tốt dáwt *good*
tốt hơn dáwt hern *better*
tốt nhất dáwt nyúht *best*
tổ chức dảw júhrk *organise*
tới der·eé *arrive*
tới der·eé *next*
tờ báo dèr bów *newspaper*
tờ bạc giấy dèr baạk záy *banknote*
tờ dèr *sheet (of paper)*
trang điểm chaang deẻ·uhm *make-up*
trang sách chaang saák *page*
trái cây chaí ğay *fruit*
trái chanh chaí jaang *lime (fruit)*
trái khô chaí kaw *dried fruit*
trái ớt chaí ért *chilli*
trái ớt ngọt chaí ért ngọk *pepper (bell)*
trái thận chaí tụhn *kidney*
trái tim chaí dim *heart*
trà chaà *tea*

vietnamese–english

245

trả chaả *pay* v

trả lại chaả lại *return (come back)* v

trả lại tiền chaả lại dee·ùhn *refund* v

trạm kiểm soát chụhm ğeé·uhm swaát *checkpoint*

trạm xăng chaạm suhng *petrol station*

trạm xe buýt chụhm sa bweét *bus stop*

trẻ chả *young*

trẻ em chả am *children*

trên chen *on*

trên tàu chen dòh *aboard (boat)*

trễ chễ *late* a

triều vua chee·oò voo·uh *dynasty*

triệu chee·ọo *million*

trí óc cheé óp *mind* n

trong chom *in*

trong nhà chom nyaà *indoor*

trong vòng chom vòm *within (time)*

trò chơi chò jer·ee *game*

trò chơi điện toán chò jer·ee đee·ụhn dwaán *computer game*

trọng lượng chọm luhr·ẹrng *weight*

trọng tài chọm dài *referee*

trông nom chawm nom *look after*

trống cháwm *vacant*

trống rỗng cháwm zãwm *empty* a

trồng chàwm *plant* v

trộn chạwn *mix* v

trời nắng cher·eè núhng *sunny*

trợ cấp thất nghiệp chẹr ğúhp túht ngyee·ụhp *dole (unemployment benefit)*

trung tâm chum duhm *centre*

trung tâm buôn bán chum duhm boo·uhn baán *shopping centre*

trung tâm thành phố chum duhm taàng fáw *city centre*

trưng bày chuhrng bày *show* v

trước chuhr·érk *last (previous)*

trước đây chuhr·érk đay *before*

trường cao đẳng chuhr·èrng ğow đủhng *college*

trường đại học chuhr·èrng đại họp *university*

trường học chuhr·èrng họp *school*

trường trung học chuhr·èrng chum họp *high school*

trượt đá chuhr·ẹrt đaá *ice skate*

trượt sóng biển chuhr·ẹrt sóm beé·uhn surf v

trượt tuyết chuhr·ẹrt dwee·úht *ski*

trước chuhr·érk *in advance*

trực tiếp chực dee·úhp *direct* a

tuần dwùhn *week*

tuần trăng mật dwùhn chuhng mụht *honeymoon*

tuổi doỏ·ee *age*

tu viện doo vee·ụhn *monastery*

tuyết dwee·úht *snow* n

tuyệt diệu dwee·ụht zee·ọo *wonderful*

túi doo·eé *pocket*

túi ngủ doo·eé ngoỏ *sleeping bag*

túi sách doo·eé saák *bag*

túi xách doo·eé saák *handbag*

túp lều trên núi dúp lee·oò chen noo·eé *mountain hut*

tù binh doò bing *prisoner*

tủ khóa đừng hành lý doỏ kwaá đùhrng haàng leé *luggage lockers*

tủ lạnh doỏ laạng *fridge • refrigerator*

tủ nhà bếp doỏ nyaà bép *cupboard*

tủ quần áo doỏ ğwùhn ów *wardrobe*

tươi duhr·ee *fresh*

tương lai duhr·erng lai *future* n

tường duhr·èrng *inside wall*

tư riêng duhr zee·uhng *private*

tức giận dúhrk zụhn *angry*

từ dùhr *from • word*

từ bên này sang bên kia dùhr ben này saang ben ğee·uh *across*

từ chối dùhr jóy *deny • refuse*

từ dùhr *since (time)*

tử tế dùhr dé *kind* a • *nice*

tử vi dùhr vee *horoscope*

tự do dụhr zo *free (not bound)*

tự điển dụhr đee·ủhn *dictionary*

tự làm chủ dụhr laàm joỏ *self-employed*

tự phục vụ dụhr fục vọo *self-service*

ty cảnh sát dee ğaảng saát *police station*

tỷ lệ hối đoái deẻ lẹ hóy dwaí *exchange rate*

U

uống oo·úng *drink* v

V

vai vai *shoulder*
vách đá vaák đaá *cliff*
vách tường thành vaák duhr·èrng taàng *city walls*
ván lướt sóng vaán luhr·ért sóm *surfboard*
và vaà *and*
vàng vaàng *gold* n
vải vaí *fabric*
vải lanh vaí laang *linen (material)*
văn phòng vuhn fòm *office*
văn phòng đại lý du lịch vuhn fòm đaị leé zoo lịk *travel agency*
văn phòng điện thoại vuhn fòm đee·ụhn twai *telephone centre*
văn phòng hướng dẫn khách du lịch vuhn fòm huhr·érng zũhn kaák zoo lịk *tourist office*
vâng vuhng *yes*
vật chỉ thị vụht jeé teẹ *indicator*
vé vá *ticket*
vé chờ chỗ trống vá jèr jãw cháwm *stand-by ticket*
vé khứ hồi vá kúhr hòy *return ticket*
vé một chiều vá mạwt jee·òò *one-way ticket*
vé thượng hạng vá tuhr·erng haạn *business class ticket*
vết bầm vét bùhm *bruise*
vết bỏng vét bỏm *burn* n
vết bỏng giập vét bỏm zụhp *blister*
vết sưng vét suhrng *swelling*
vết viêm vét vee·uhm *inflammation*
về hưu vè huhr·oo *retired*
về phía trước vè fee·úh chuhr·érk *ahead*
viêm vee·uhm *infection*
viêm bọng đái vee·uhm bọm đaí *cystitis*
viêm kết mạc vee·uhm gét maạk *conjunctivitis*
viên thuốc vee·uhn too·úhk *pill*
viết vee·úht *write*
việc làm vee·ụhk laàm *job*
việc nhà vee·ụhk nyaà *housework*
việc tiêm thuốc vee·ụhk dee·uhm too·úhk *injection*
viện bảo tàng vee·ụhn bỏw daàng *museum*

vi khuẩn vee kwủhn *virus*
vịnh vịng *bay*
vị trí veẹ cheé *location*
vòi nước vòy nuhr·érk *faucet • tap*
vòng tránh thai vòm cháang tai *IUD*
võ thuật võ twụht *martial arts*
vô địch vaw zịk *championships*
vô gia cư vaw zaa ğuhr *homeless*
vô tội vaw dọy *innocent*
vô tuyến truyền hình vaw dwee·úhn chwee·ùhn hìng *television*
vội vàng vọy vaàng *in a hurry*
với ver·eé *with*
vớ mặc váy vér mụhk váy *stockings*
vớ quần vér ğwùhn *pantyhose*
vở kịch vér ğịk *play (theatre)* n
vợ vẹr *wife*
vợ đính hôn vẹr đing hawn *fiancée*
vợt đánh banh vẹrt đaáng baang *racquet*
vua voo·uh *king*
vui đùa voo·ee đoo·ùh *fun* a
vui vẻ voo·ee vẻ *happy*
vú voó *breast (body)*
vùng quê vùm ğwe *countryside*
vũ trụ voõ choọ *universe*
vụ giết người voọ zét nguhr·eè *murder* n
vụ lợi dụng voọ ler·eẹ zụm *rip-off*
vụ nổ bom voọ nảw bom *bombing*
vườn vuhr·èrn *garden*
vườn bách thảo vuhr·èrn baák tỏw *botanic garden*
vườn bách thú vuhr·èrn baák toó *zoo*
vườn trẻ vuhr·èrn chả *kindergarten*

X

xa saa *far*
xa lộ saa lạw *highway*
xa lộ siêu tốc saa lạw see·oo đáwp *motorway (tollway)*
xanh da trời saang zaa cher·eè *blue*
xa xăm saa suhm *remote*
xà phòng saà fòm *soap*
xăng suhng *gas (petrol)*
xâu soh *rope*
xây dựng say zụhrng *build*
xấu sóh *bad*
xe sa *aboard (train)*
xe buýt sa bweét *bus*

xe cấp cứu sa ğúhp ğuhr·oó *ambulance*
xe chở hàng sa jér haàng *truck*
xe díp sa zeép *jeep*
xe đạp sa đaạp *bicycle*
xe đạp leo núi sa đaạp lay·oo noo·eé
    mountain bike
xe đẩy em bé sa đảy am bá *stroller*
xe đẩy tay sa đảy day *trolley*
xe hàng sa haàng *van*
xe hơi sa her·ee *car*
xe lăn sa luhn *wheelchair*
xe lửa sa lúhr·uh *train*
xem sam *watch* v
xe máy sa máy *scooter*
xe mini sa mee·nee *minibus*
xe môtô sa maw·taw *motorcycle*
xe ôm sa awm *motorcycle-taxi*
xe taxi sa dúhk·see *taxi*
xe thùng sa tùm *caravan*
xe xích lô sa sík law *bicycle-rickshaw •*
    cyclo (pedicab)
xét nghiệm mẫu máu
    sát ngyee·uhm mõh móh *blood test*
xinh sing *pretty*
xích sík *chain*
xích xe đạp sík sa đaạp *bike chain*
xí ngầu súc sắc seé ngòh súp súhk *dice* n
xì ke seè ğa *drug user*
xoa bóp swaa bóp *massage* n

xoi lở đất soy lèr đúht *erosion (soil)*
xốt cà chua sáwt ğaà joo·uh
    ketchup • tomato sauce
xu soo *cent*
xuất sắc swúht súhk *excellent*
xung quanh sum ğwaang *round a*
xuống soo·úhng *down • get off (a train, etc)*
xuống dốc soo·úhng záwp *downhill*
xương suhr·erng *bone*
xương muối suhr·erng moo·eé *frost*
xưa sườn suhr·ern suhr·èrn *rib*
xưởng vẽ súhr·erng vã *studio (art)*

Y

yên lặng ee·uhn lụhng *quiet*
yêu ee·oo *love* v
yếu ee·oó *weak*
y học ee họp *medicine (profession)*
y sĩ chữa bệnh đau cột sống
    ee seẽ jũhr·uh bẹng đoh ğạwt sáwm
    chiropractor
y tá ee daá *nurse* n
ý kiến eé·ğee·úhn *opinion*
ý tưởng Công Phu Tử eé dúhr·erng
    ğawm foo dúhr *Confucianism*

A

B

C

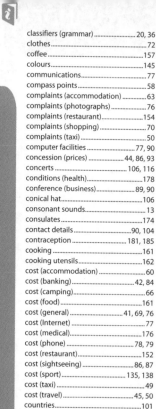

INDEX

INDEX